பிறக்கும் ஒரு புது அழகு

பிறக்கும் ஒரு புது அழகு

கண்ணன் (1965)

கண்ணன் நாகர்கோவிலிலும் பெங்களூரிலும் கல்வி கற்றார். 1994இல் *காலச்சுவடு* இதழை மீண்டும் துவக்கி அதன் ஆசிரியர் – பதிப்பாளராகப் பணியாற்றிவருகிறார். 1995இல் காலச்சுவடு பதிப்பகத்தைத் துவக்கினார். 'தமிழ் இனி 2000' மாநாட்டின் ஒருங்கிணைப்பாளர். காலச்சுவடு அறக்கட்டளையின் முதன்மை அறங்காவலர்.

2002இல் அமெரிக்க உள்துறையின் அழைப்பின் பெயரில் அங்கு நடைபெற்ற *International Visitor Program*இல் பத்திரிகையாளராகக் கலந்துகொண்டார். பிராங்க்ஃபர்ட் புத்தகச் சந்தை நிறுவனம் நடத்தும் இளம் பதிப்பாளர்களுக்கான *Frankfurt Book Fair Fellowship Programme (2007)* இலும் கலந்துகொண்டுள்ளார். தற்போது காலச்சுவடு பப்ளிகேஷன்ஸ் பிரைவேட் லிமிட்டெடின் நிர்வாக இயக்குநராகப் பணியாற்றி வருகிறார்.

மனைவி : மைதிலி. மகன்கள் : சாரங்கன், முகுந்தன்.

தொடர்புக்கு : kannan31@gmail.com

ஆசிரியரின் பிற நூல்கள்:

- வன்முறை வாழ்க்கை (2003)
- பதிவுகள் அழியும் காலம் (2005)
- அகவிழி திறந்து (2011)
- அதிகாரத்தின் வாசனை (2011)
- கேள்விக்கு என்ன பதில்? (2013)

கண்ணன்

பிறக்கும் ஒரு புது அழகு

ஊடக அரசியல் விமர்சனக் கட்டுரைகள்

காலச்சுவடு பதிப்பகம்

பிறக்கும் ஒரு புது அழகு • ஊடக அரசியல் விமர்சனக் கட்டுரைகள் • ஆசிரியர்: கண்ணன் • © எஸ்.ஆர். சுந்தரம் • முதல் பதிப்பு: செப்டம்பர் 2007, இரண்டாம் பதிப்பு: ஆகஸ்ட் 2015 • வெளியீடு : காலச்சுவடு பப்ளிகேஷன்ஸ் (பி) லிட்., 669 கே. பி. சாலை, நாகர்கோவில் 629 001

piRakkum oru putu azaku • Essays • Author: Kannan • © S.R. Sundaram • Language: Tamil • First Edition: September 2007, Second Edition: August 2015

Published by Kalachuvadu Publications Pvt.Ltd., 669 K.P. Road, Nagercoil 629001, India • Phone: 91-4652-278525 • e-mail: publications @kalachuvadu.com • Cover Sculpture: Benitha Perciyal • Cover Design: N. Prasanna Kumar

ISBN: 978-81-89359-95-9

08/2015/S.No. 199, kcp 1328, 18.6 (2) RN

அம்மாவுக்கு

பொருளடக்கம்

அ

'பிறக்கும் ஒரு புது அழகு'
அரசியல், ஊடக வன்புணர்ச்சியின் கதை 25

தமிழ் மீடியா: பொன்விழா அபாயம் 35

வெளிப்பாட்டுச் சுதந்திரம் 48

சூரியன் விழுங்கும் நாடு 60

டேவிட்டின் உருமாற்றம் 65

உடன்படுக்கை மீடியா 86

ஜனநாயகவாதிகள் இருக்கவேண்டிய இடம் 98

ஆ

இதழியல் பயணம் 103

ஒடுக்குமுறையின் அரங்கேற்றம் 108

போலீஸ் செய்தி 112

வன்முறையைத் தூண்டும் ஊடகங்கள் 115

அடிமையின் மோகம் 117

மேற்கோள் இதழியல் 120

வார்த்தைகள் 123

ஒரு ரத்தக்காட்டேரியின் எளிமை 125

கண்ணோட்டம் 132

சிற்பி என்றால் இசைஞானி 148

தமிழ் இணைய இதழியல் 151

தீவிர இதழியல் பிரச்சனைகள் 153

தமிழ் வீரம் 155

இ

ஒரு இதழின் பிறப்பு 161

மீடியாவை நெறிப்படுத்த குடிமகனுக்கு உரிமை வேண்டும் 163

உலகத் தமிழ் மீடியா 178

என் ஊடக அனுபவங்கள் 183

என்னுரை

ஊடக விமர்சனம் என்பது எனக்கு அடிப்படையில் ஊடக வாசிப்பிலிருந்தும் கவனத்திலிருந்தும் அக்கறையிலிருந்தும் உருவானதுதான். கோட்பாடுகளைக் கற்று உருவாக்கிக்கொண்ட தல்ல என் பார்வை. சோம்ஸ்கியின் எழுத்து ஒரு ஆழமான பாதிப்பு. பத்திரிகையாளர்களின் பெரும் உபாசகனாக, அவர் களை நாயகர்களாகக் கருதிய நாட்கள் உண்டு. பின்னர் யதார்த்தம் முகத்தில் அறைந்தபோது நான் முகத்தைத் திருப்பிக் கொள்ளவில்லை. ஏமாற்றப்பட்டுவிட்ட கோபம் இக்கட்டுரைகளில் அடிநாதமாக இருப்பதை மொத்தமாகப் படித்துப் பார்த்தபோது உணரமுடிந்தது.

என் இளமைக்காலக் கோபம் அரசியல்வாதிகள்மீது. அவர்களுக்கு ஆதரவளிக்கும் பாவிகள் அதிகாரவர்க்கத்தினர். இந்தியாவின் ஜனநாயக அமைப்பைக் காக்கும் நிறுவனம் நீதித்துறை. அரசியவாதிகளின் போலி முகத்திரைகளைக் கிழிக்கும் சூரர்கள் பத்திரிகையாளர்கள். இந்த எண்ணங்கள் மீடியாவினால் உருவாக்கப்பட்டவையே. இவை அபத்தமான எண்ணங்கள் என்பதைப் பட்டறிவு உணர்த்தியது.

தமது எல்லாக் குறைபாடுகளுக்கும் அப்பால் பல முற்போக்கான மாற்றங்களுக்கு வழிவகுப்பவர்கள் அரசியல் வாதிகள்தான். மக்களைச் சந்திக்க வேண்டிய, பதில் சொல்ல வேண்டிய கட்டாயம் அவர்களுக்கு மட்டுமே இருக்கிறது என்பதே இதற்குக் காரணம். முன்னுதாரணத்தையே மூச்சாகக் கொண்டு காலத்தின் கறைபடிந்த பழக்கவழக்கங்களில் மூழ்கிக் கிடப் பவர்கள் நமது அதிகார வர்க்கத்தினர். பற்பல மாற்றங்களுக்குத் தடைபோட்டு, இருப்பு நிலையைக் குலைக்கத் தயங்கும் அமைப்பு, நீதித்துறை. விற்பனைக்காக, சுயலாபங்களுக்காகச் சமூகத்தின் எல்லாப் பலவீனங்களையும் சுரண்டிப் பிழைக்கும், அகக்கட்டுப்பாடும் புறக்கட்டுப்பாடும் அற்ற அமைப்பு ஊடகம். இதுவே இன்றைய யதார்த்தமாக எனக்குத் தோன்றுகிறது.

1990களில் நாகர்கோவில் அருகே பாம்பன்விளையில் சுந்தர ராமசாமியின் ஒருங்கிணைப்பில் சில நண்பர் சந்திப்புகள்

நடைபெற்றன. குறிப்பிடும்படியான முன்திட்டங்களின்றி நண்பர்கள் இணைந்து இரண்டு, மூன்று நாட்களை விவாதங்களிலும் உரையாடல்களிலும் கேலி கிண்டல்களிலும் செலவிடுவதாக அவை அமைந்தன. அத்தகைய ஒரு சந்திப்பில் அய்யனார் *புதிய பார்வையில்* பிரசுரிப்பதற்காகக் கேட்ட ஒரு கேள்விக்கான பதில்தான் இத்தொகுப்பில் உள்ள 'தீவிர இதழியல் பிரச்சனைகள்.' *காலச்சுவடு* தந்த ஆரம்பகால அனுபவங்களின் அடிப்படையில் எழுதப்பட்ட சிறு கட்டுரை அது. வீரப்பன் பற்றிய 'ஒரு ரத்தக் காட்டேரியின் எளிமை' ஆஷிஸ் நந்தியின் பார்வையின் பாதிப்பில் எழுதப்பட்டது. 1998இல் வெளிவந்த இக்கட்டுரையே மீடியா பற்றிய எனது முதல் விமர்சனப் பதிவு.

2002இல் 'உலகத்தமிழ்.காம்' இணைய இதழை ஸ்ரீராம் சிட்ஸ் நிறுவனத்திற்காக நடத்தத் துவங்கினோம். பத்தி எழுதிப் பார்க்க வேண்டும் என்ற ஆர்வத்தில் அதில் எழுதத் துவங்கி னேன். என் விருப்பப்படி அது இதழில் கவனம் பெறாத விதத் திலேயே பிரசுரிக்கப்பட்டது. பத்தி எழுத வருமோ வராதோ என்ற தயக்கமே முக்கியக் காரணம். அப்பத்திகளில் ஒருசில மீடியா பற்றிய விமர்சனங்களாக அமைந்தன. 'போலீஸ் செய்தி', 'வார்த்தைகள்' போன்ற இத்தொகுப்பிலுள்ள பத்திகள் இவ்வாறு எழுதப்பட்டவை.

நான் எழுதிய முதல் முழுநீளக் கட்டுரையாகக் கொள்ளத் தக்க 'டேவிட்டின் உருமாற்றம்' மீடியா பற்றிய விமர்சனமாகவே அமைந்தது. 1998இல் எழுதப்பட்ட இக்கட்டுரை அன்று கடுமை யான விமர்சனத்தைச் சந்தித்தது. பாராட்டுகளையும்தான். கொலைகாரனுக்கு ஆதரவாக எழுதப்பட்ட கட்டுரையாகப் பலர் அதைக் கண்டித்தனர். பல வருடங்களுக்குப் பின்னர் 2001இல் 'குற்றவாளி' ஜான் டேவிட்டை விடுவித்து உயர்நீதிமன்றம் அளித்த தீர்ப்பு அக்கட்டுரையால் எழுப்பப்பட்ட பல சந்தேகங் களை உறுதிப்படுத்துவதாக அமைந்தது. இன்றும் பல நண்பர்கள் என்னைச் சந்திக்கும்போது இக்கட்டுரையையும் அதை முதலில் படித்தபோது ஏற்பட்ட அதிர்ச்சியையும் நினைவு கூர்வது மகிழ்ச்சியான அனுபவங்கள்.

2005 அக்டோபரில் அப்பாவின் மரணம் என்னைச் சூழ்ந் திருந்த அனைவரையும் பெரும் துக்கத்தில் ஆழ்த்தியிருந்தது. அவர்களுக்கு ஆறுதல் அளிக்கும் சொற்களுடன் தினமும் பலரைச் சந்திக்க வேண்டியிருந்தது. தொடர்ந்து தொலை பேசியிலும் உரையாட வேண்டியிருந்தது. அக்காலகட்டத்தில் எனக்கு ஆறுதல் அளித்தவர் கனிமொழி. வார்த்தைகளால் மட்டுமல்ல. சு.ரா.வின் பூத உடலை விரைந்து இந்தியா கொண்டு வரவும் அவர் உதவினார். 2005 நவம்பர் முதல் வாரம்

துவக்கப்பட்ட 'கருத்து' அமைப்பில் பேச என்னை அழைத்ததும் என்னில் ஒரு மனமாற்றத்தை ஏற்படுத்துவதற்காக இருந்திருக்கலாம். இத்தொகுப்பிலுள்ள 'வெளிப்பாட்டு சுதந்திரம்' என்னும் கட்டுரை அப்போது எழுதப்பட்டது. தி.மு.க. பற்றியும் கலைஞர் பற்றியும் பல விமர்சனங்கள் கொண்டிருந்த அக் கட்டுரையைக் கூட்டத்திற்கு முன்பே அவருக்கு அனுப்பி வைத்திருந்தேன். ஒரு சொல்லும் மாற்றாமல் அதைக் 'கருத்து' நிகழ்வில் படித்தேன். தற்போது அரசியலில் பங்களித்து வரும் கனிமொழி அன்று காட்டிய கருத்துச் சுதந்தரம் பற்றிய ஜன நாயக உணர்வுடனேயே தன்மீதான விமர்சனங்களையும் எதிர்கொள்ள வேண்டும் என்று ஆசைப்படுகிறேன்.

'ஒடுக்குமுறையின் அரங்கேற்றம்' ரவிக்குமாருடனான உரையாடலின்வழி உருவான கட்டுரை. ஒடுக்குமுறையை மீடியா ஒரு *Spectacle*ஆக மாற்றுவது பற்றிப் பேசிக்கொண்டிருந்தபோது அதை ஒரு கட்டுரையாக எழுதும்படி அவர் உற்சாகப் படுத்தினார். மீடியாவைப் பற்றி வெவ்வேறு தளங்களில் நின்று சிந்திக்க அக்கட்டுரை ஒரு தூண்டுதலாக அமைந்தது.

'நக்கீரன்' கோபாலை ஜெயலலிதா அரசு பொடா சட்டத்தின் கீழ் கைது செய்தபோது சென்னைப் பத்திரிகையாளர் சங்கத்தில் நடந்த கூட்டத்தில் கலந்துகொண்டேன். மீடியாவின் ஒரு பிரிவு அக்கூட்டத்தைப் புறகணித்தது. இப்பின்னணியில் எழுதப்பட்ட கட்டுரை 'ஜனநாயகவாதிகள் இருக்க வேண்டிய இடம்.'

தினகரன் நாளிதழை சன் குழுமம் வாங்கிய செய்தி மீடியா ஆதிக்கம் பற்றியும் மீடியா கட்டுப்பாடு பற்றியும் சிந்திக்க வைத்தது. இதுபற்றித் தமிழ், ஆங்கில இதழியலாளர்களுடன் உரையாடியபோது மீடியா கட்டுப்பாட்டுச் சட்டங்கள் உலக நாடுகள் பலவற்றில் இருப்பது பற்றிய புரிதல் இங்கில்லை என்பதை உணர்ந்தேன். 'சூரியன் விழுங்கும் நாடு' கணிசமான தாக்கத்தை ஏற்படுத்திய கட்டுரை. அறிவுத்தளத்தில் நடக்கும் ஒரு விவாதம் சில சந்தர்ப்பங்களிலேனும் வெகுஜனத் தளத்தில் ஒரு தாக்கத்தை ஏற்படுத்த முடியும் என்பதற்கு நம்மிடம் இருக்கும் குறைவான சான்றுகளில் இக்கட்டுரையும் ஒன்று. இவ்வாறு ஏற்படுவது விதிவிலக்காக உள்ள இன்றைய நிலை மாறுவது தமிழ்ச் சூழலைச் செழுமைப்படுத்தும்.

சமகாலத் தமிழ்ப் படைப்பாளிகளில் அச்சு, காட்சி ஊடகங்களில் அதிகக் காலம் பணியாற்றிய அனுபவம் கொண்டவர் சுகுமாரன். 'மிகுந்த மகிழ்ச்சியுடன் தருகிறேன்' என்ற சுகுமாரன் விரிவான, செறிவான முன்னுரையை விரைவில் அனுப்பி வைத்தார்.

இக்கட்டுரைகளின் மனப்பிரதி உரையாடல்களின்வழி உருவானது. மீடியா பற்றிய என் பார்வையின் உருவாக்கத்திலும் அதை வளப்படுத்துவதிலும் பல்வேறு தகவல்களைக் கொடுத்து உதவியதிலும் இக்கட்டுரைகளைச் செழுமைப்படுத்தியதிலும் பற்பல நண்பர்களின் பங்களிப்பு உண்டு. இப்போது நினைவுக்கு வரும் பெயர்கள்: எம்.எஸ்.எஸ். பாண்டியன், ரவிக்குமார், சலபதி, சேரன், கனிமொழி, எம்.எஸ்., 'நெய்தல்' கிருஷ்ணன், ராஜமார்த்தாண்டன், அரவிந்தன், தேவிபாரதி, எஸ்.டி. லக்ஷ்மணன் (மணா), மலரமுதன், கவிதா முரளிதரன்.

பங்களித்த அனைவருக்கும் நன்றி.

12.12.2007 **கண்ணன்**

முன்னுரை

ஊடகம் - உண்மை - கண்காணிப்பு

சில ஆண்டுகளுக்கு முந்தைய சம்பவம் இது.

எழுத்தாளரும் நண்பருமான விமலாதித்த மாமல்லனைச் சந்திப்பதற்காக அவர் பணியாற்றும் மத்திய கலால்துறை அலுவலகத் துக்குச் சென்றிருந்தேன். அன்றாட அலுவல்கள் முடியவிருந்த மாலை நேரம். தகவல் தெரிவித்துவிட்டு நண்பரின் வருகைக்காக வாசலில் காத்திருந்தேன். அலுவலக உதவியாளர்கள் சிலர் அங்கே நின்று பேசிக்கொண்டிருந்தார்கள். அவர்களுடைய பேச்சில் கிராமத்து ஆசாமி ஒருவர் குறுக்கிட்டு ஏதோ கேட்டார். சென்னையில் குறிப்பிட்ட பகுதிக்கு எப்படிச் செல்வது என்பதையே விசாரித்திருந்தார். கலால் அலுவலக ஊழியர்கள் அவருக்கு விவரத்தைச் சொன்னார்கள். வந்தவர் திரும்பிப்போக முயன்றபோது ஊழியர்களில் ஒருவர் அவரைத் தடுத்து நிறுத்தினார்.

"வந்தே. வழி கேட்டே, சொன்னோம். அப்பிடியே போனா ஆச்சா?" என்று கேட்டார்.

"அதுக்கு இன்னா வோணும்?" என்று கிராமத்து ஆசாமி மலங்க விழித்தார்.

"இதோடா, உனுக்கு வழி சொல்றதுக்கா நான் குந்தினுருக்கேன். அஞ்சு ரூபா துட்டு குடுத்துட்டுப் போகப் பாரு" என்றார் ஊழியர்.

கிராமத்து ஆசாமி முதலில் மறுத்துப் பார்த்தார். பிறகு கெஞ்சிப் பார்த்தார். கடைசியில் வேறு வழியில்லாமல் காசைக் கொடுத்து விட்டு வெளியேறினார்.

வேடிக்கை பார்த்துக்கொண்டிருந்த நான் எதுவும் சொல்வதற்கு முன்பாகவே, "பின்னே இன்னா சார், ஒராளுக்கு சும்மா சேவை செய்யிறதுக்கா நாம இருக்கிறோம். அந்த ஆளுக்கு வழி தெரியணும். அது அந்தாளோட தேவை. நாம வழி சொல்லிக்குடுத்தோம். அது சர்வீசு. அதுக்கு சார்ஜ் வாங்க வோணாம்?" என்று கேட்டார். சம்பவத் தில் அநீதியாக எதுவும் நடந்துவிடவில்லை என்று நிறுவும் தொனியில் இருந்தது அந்த விளக்கம்.

அன்று வெறும் வேடிக்கைச் சம்பவமாகத் தோன்றிய அந்த நிகழ்ச்சி பின்னர் பத்திரிகையாளனாகப் பிழைப்பு நடத்திய காலங் களில் வேறுவிதமான ஆழ்ந்த அர்த்தங்களைக் கொடுத்தது. அதில் முதன்மையானது தகவல் என்பது வெறும் கருத்தல்ல; பொருளும் கூட. தகவல் பரிமாற்றம் என்பது சேவை மட்டுமல்ல; வணிகமும்கூட.

உலகமயமாக்கல் என்ற நிகழ்வு இதை முன்னணி வணிகமாக்கி யிருக்கிறது என்பதை நடைமுறையில் காண்கிறோம். கைத் தொலை பேசி மூலம் நாம் தெரிவிக்கும் அல்லது பெறும் செய்திகள் ஒவ் வொன்றும் விலைமதிப்புள்ளவை. இது எளிய உதாரணம். சில கோடி ரூபாய்கள் மதிப்புள்ள அச்சு இயந்திரங்களும் தளவாடங்களும் கொண்ட நாளிதழ் நிறுவனம் பல கோடி ரூபாய்கள் கொடுத்து வாங்கப்படுகிறது. சில கோடி ரூபாய்கள் முதலீடு செய்யப்பட்ட தொலைக்காட்சி நிலையம் பல கோடி ரூபாய்களைப் பங்குச் சந்தை யில் புரட்ட முடிகிறது. இவை பெரும் உதாரணங்கள்.

உலகமயமாக்கல் நடைமுறைப்படுத்தப்பட்ட கடந்த பதிற்றாண்டு களில் ஊடகத்துறையில் நேர்ந்த மாற்றம் இதுவென்று கருதுகிறேன். ஊடகத்துறை என்று குறிப்பிடுவதுகூடப் பழக்கம் காரணமாக வந்த பிரயோகம். ஊடகத் தொழில் என்பதுதான் பொருத்தமானது. உலகமய மாக்கலுக்கு முன்னர்வரை மக்கள் சேவையாகக் கருதப்பட்டு வந்த ஊடகத்துறை ஒரு தொழிலாக மாறியது தவிர்க்கவியலாத ஒன்று. 'இதழியலின் முற்றான குறிக்கோள் மக்கள் சேவையே' என்று இந்தியாவின் முதுபெரும் பத்திரிகையாளர்களில் ஒருவரான காந்தி குறிப்பிட்ட வாசகம் இன்று காலத்துக்கு ஒவ்வாதது.[1] ஆனால் மாற்றம் என்னென்ன விளைவுகளை உண்டாக்கியிருக்கிறது என்பது பெரும் கேள்வி. ஊடகத்துறை தொடர்பாக எழுதப்பட்ட கட்டுரைகளில் கண்ணன் இந்தக் கேள்விக்கான பதிலைக் கண்டடைய முயற்சி செய்கிறார் என்பதே இந்த நூலின் மையம்.

ஊடகத்துறை தொழிலாக மாறியதன் முதல் பலி அதன் பய னாளர்கள். வாசகர்கள், நேயர்கள், பார்வையாளர்கள் எல்லாரையும் இந்தச் சொல்லால் குறிப்பிட விரும்புகிறேன். ஊடகத்தின் தொழில் நுட்பத்தையும் இயல்பையும் சார்ந்து வெவ்வேறு பெயர்களில் முன்னிலைப்படுத்தப்பட்ட பயனாளர்களை 'நுகர்வோர்' என்ற பொதுச் சொல்லில் அடையாளமிட்டிருப்பதாகக் கருதுகிறேன். இந்தப் பொது அடையாளம் வணிகத்துக்கு உதவிகரமானது. செய்தி அல்லது தகவல் என்பது ஓர் உற்பத்திப் பொருள். அதைப் பயன்படுத்துபவர்கள் நுகர்வோர்கள். இந்தச் சூத்திரம்தான் ஊடகத் தொழிலில் இன்று கடைப்பிடிக்கப்படுகிறது. சூத்திரத்தை இரண்டு வழிகளில் நடைமுறைப் படுத்தலாம். ஒன்று - செய்திகளைப் பயனாளர்களுக்கு வழங்குவது; அவர்களுக்குத் தேவையானவற்றை அவர்களே சுயமாகத் தேர்ந்தெடுத்துக் கொள்ள அனுமதிப்பது. மற்றது - செய்திகளை உற்பத்தி செய்து வழங்குவது; சுயமான தேர்வுக்கு வழியின்றி பயனாளர்கள் அவற்றை நுகரச் செய்வது; அந்த நுகர்வின் தொடர்ச்சியாக அதே போன்ற செய்தி களைத் தொடர்ந்து உருவாக்குவது. இரண்டாவது முறையைத்தான் இன்றைய பெரும்பான்மை ஊடகங்கள் பின்பற்றுகின்றன. வெகு மக்கள் பத்திரிகையில் சீரிய இலக்கியப் படைப்பை வெளியிட்டால் வாசகர்கள் ஏற்றுக்கொள்ளமாட்டார்கள் என்றும் கலைத்தரமான

---

1. *Prof. V. S. Gupta, 'Mahatma Gandhi and mass media', Employment News, 29 September-5 October 2001.*

திரைப்படத்துக்குச் சாதாரண ரசிகர்கள் வரவேற்பு இருக்காது என்றும் சொல்லப்படுவது இதன் அடிப்படையில்தான். இது சந்தை நியாயம் சார்ந்தது. உற்பத்தி செய்யப்படும் பொருளைப் பயனாளர் வாங்கினால் போதும். தொடர்ந்து உற்பத்தி விரிவுபடுத்தப்படும். அதைத் தொடர்ந்து வாங்க உற்பத்தியாளர் உருவாக்கிய அதே மனநிலையில் பயனாளர் இருப்பது அவசியம். அவர்களை அதே மனநிலையில் தக்க வைத்துக் கொள்வதற்கு ஊடகங்கள் முனைகின்றன. அண்மையில் ராமோன் மக்சேசே விருது பெற்ற பத்திரிகையாளரான பி. சாய்நாத் குறிப்பிடுவன வற்றை மேற்கோள் காட்ட விரும்புகிறேன்.

“இந்தியாவிலுள்ள எல்லா விவசாயத் தொழிலாளர் அமைப்பு களும் ஒருங்கிணைந்து தில்லியில் ஒரு பத்திரிகையாளர் கூட்டத்தை நடத்துவதாக வைத்துக்கொள்வோம். அதைப் பத்திரிகைகளுக்கு ரிப்போர்ட் செய்வதற்காக அரை டஜன் பத்திரிகையாளர்கள் வருவார் களென்றால் அதை அதிருஷ்டம் என்றே சொல்ல வேண்டும். அதே தலைநகரில் லட்சக்கணக்கான விவசாயிகள் பேரணி நடத்தினாலும் அது பத்திரிகையில் ஒரு சின்னப் புகைப்படத்துடன் இரண்டு பத்திச் செய்தியாக மட்டுமே இடம் பெறும். இவர்களும் மனிதர்கள் தாம் என்று யாரும் நினைப்பதில்லை. மனிதர்கள் உருவாக்கிய சிக்கல்களுக்கு இவர்களைப் போன்ற கோடிக்கணக்கான ஜீவன்கள் இரையாக்கப்பட்டிருக்கிறார்கள் என்ற உண்மையை ஊடகங்கள் மறந்துவிடுகின்றன. இவை செய்திகளே அல்ல.

“*2004*இல் நடத்தப்பட்ட லக்மே இந்தியன் ஃபாஷன் வீக் நிகழ்ச்சி பற்றி ஏறத்தாழ நான்கு லட்சம் சொற்கள் பத்திரிகைகளில் அச்சேறின. ஆயிரம் நிமிடங்களுக்கும் அதிகமான காட்சிகள் தொலைக்காட்சிகளில் இடம் பெற்றன. இந்த நிகழ்ச்சியையொட்டி எடுக்கப்பட்ட வீடியோக்கள் கிட்டத்தட்ட எண்ணூறு மணிநேரம் ஓடக் கூடியவை. நிகழ்ச்சியைப் படம் பிடிக்க உபயோகிக்கப்பட்ட புகைப்பட பிலிம் சுருள்கள் பத்தாயிரத்துக்குக் குறையாது.

“இந்தியாவில் ஓர் ஆண்டுக்கு ஒருவர் உபயோகிப்பது வெறும் பத்தொன்பது மீட்டர் துணியை மட்டுமே. இது உலக சராசரிக்கும் கீழே. ஆனால் ஊடகங்கள் முதன்மைப்படுத்தியதோ இரண்டு விழுக் காட்டுக்கும் குறைவானவர்கள் மட்டுமே உபயோகப்படுத்தும் ஃபாஷன் ஆடைகளுக்கான போட்டியை என்பது விசித்திரமானதில்லையா?”[2]

ஊடகங்களின் கரிசனம் எதை அல்லது யாரைச் சார்ந்திருக் கிறது என்பதன் அடையாளமாக இதைக் கருதலாம். ‘கிழங்கின் பெயரில் மட்டுமே மிஞ்சியிருக்கிறது கருணை’ என்று புதுமைப்பித்தனை மேற் கோள் காட்டி கண்ணன் சுட்டிக்காட்டுவதும் இந்த நிலைமையைத்தான்.

ஊடகச் சந்தை ஒரே சமயத்தில் பயனாளர்களிடையே அதன் வணிக விதியை நிர்ப்பந்திக்கிறது; பொதுப்புத்தியையும் நிர்ணயிக்கிறது. ‘ஜான் டேவிட்டின் உருமாற்றம்’ என்ற தலைப்பில் இந்தப் புத்தகத்தில்

---

2. *P. Sainath, ‘The Indian Media Illusion Delusion and Reality’, Rupa & co., New Delhi (2007).*

இடம்பெறும் இரண்டு கட்டுரைகளைக் கவனித்தால் இந்த ஆக்கிரமிப் பின் வீச்சு புலப்படும். தமிழ் ஊடகங்களில் நாவரசு கொலைக்குக் குற்றம் சாட்டப்பட்ட ஜான் டேவிட் சித்தரிக்கப்பட்ட முறையில் பதுங்கி யிருக்கும் தகவல்களில் இந்த இரு கூறுகளையும் காணலாம். ஜான் டேவிட்டைப் பத்திரிகை என்னவாக அறிமுகப்படுத்துகிறதோ அதுதான் நிஜம். அதற்கு மாறான கருத்து வாசகனுக்குக் கிடையாது. இந்த நிர்ப்பந்தத்தை ஊடகம் உருவாக்குகிறது. தன்னுடைய உற்பத்திப் பொருள் விற்பனையாக அதுதான் வழி. அதை நிலைநிறுத்த வாசகனின் பொதுப்புத்தியையும் தீர்மானிக்கிறது. ஜான் டேவிட்டைப் பற்றியும் அவனுடைய பெற்றோரைப் பற்றியும் எழுதப்பட்ட கட்டுக்கதைகள் அதை நிர்ணயிக்கின்றன. இப்படிக் கட்டமைக்கப்பட்ட பொதுப்புத்தியி லிருந்து 'நுகர்வோர்' விலகாமலிருப்பதும் இருக்கும் நிலைமையைக் கேள்விக்குட்படுத்தாமலிருப்பதும் வணிகத்தை மேற்கொண்டு நடத்திச் செல்லத் துணையாகின்றன. கற்பு பற்றி நடிகை குஷ்புவின் சொந்தக் கருத்து மொத்தமாகத் தமிழினப் பெண்களையே அவதூறு செய்வது என்ற ஊடக நீதிபோதனை இங்கேதான் உருவாகிறது. இங்கேதான் ஊடகத் துறையின் இரண்டாவது பலி நிகழ்கிறது. ஒரு செய்தியின் உண்மை அல்லது நம்பகத்தன்மை பலியிடப்படுகிறது.

இந்தப் பலி அதிர்ச்சிதரக்கூடியதாக அல்லாமல் இயல்பான சடங்காக முன்வைக்கப்படுகிறது. ஊடகத்தின் முதன்மையான நோக்கங் களாகச் சொல்லப்பட்டுவந்த தெரிவித்தலும் பயிற்றுவித்தலும் ஈடுபடுத் தலும் (*informing, educating and entertaining*) காலாவதியான நடவடிக்கை களாக உருமாற்றம் பெறுகின்றன. இன்று ஊடகங்களின் பணி கேளிக்கை யளிப்பது (*infotainment*) மட்டுமே. சுனாமிப் பேரழிவில் மனிதச் சடலங்கள் குவிந்துகிடப்பதோ, அர்த்த ராத்திரியில் முன்னாள் முதலமைச்சர் காவல் துறையினரால் பந்தாடப்படுவதோ, புகழ்பெற்ற நடிகரின் மரணமோ, ஓட்டல் அதிபர் மீதான பாலியல் வழக்கு விவ காரங்களோ, வீரப்பன் வேட்டையோ எதுவும் ஊடகங்கள் கொண்டாடு வதற்குரிய கேளிக்கைகளாகின்றன. ஊடகங்களின் நிகழ்கால மனநிலை இதுவென்று எண்ணுகிறேன். 'ஜிப்பா தேசிய உடையாவதை ஜேப்படித் திருடர்கள் வரவேற்பது' போன்ற மனநிலை.[3] இதற்கு விதிவிலக்குகள் இல்லாமல் இல்லை. அவை அபூர்வம்.

மேற்சொன்ன மனநிலையை ஆராய்வதாகவே கண்ணனின் கட்டுரைகள் அமைந்திருக்கின்றன.

முன்காலங்களைப்போல ஊடகம் இன்று வெறும் செய்திப் பரிமாற்றச் சேவையல்ல; ஒரு வணிகம். வணிக நியதிகளுக்கு அப்பால் ஊடகம் ஓர் அதிகாரம்கூட. 'பிறக்கும் ஒரு புது அழகு - அரசியல் ஊடக வன்புணர்ச்சியின் கதை' என்ற கட்டுரை அதிகாரப் போட்டியின் கிட்டத்தட்ட எல்லாக் கூறுகளையும் அலசுகிறது. அதில் குறிப்பிடத் தகுந்த அம்சம் சம்பவத்தில் கருத்துச் சுதந்திரம் பறிக்கப்பட்டுவிட்டதாக

3. சுந்தர ராமசாமி, 'ஆளுமைகள் மதிப்பீடுகள்' (பக். 209), காலச்சுவடு பதிப்பகம், நாகர்கோவில் (2004)

எழுந்த முறையீட்டுக்குக் கண்ணன் காணும் பதில். அதிகாரத்தைக் கைவசம் கொண்டிருப்பவர்கள் சம்பவத்தை விசாரிக்க உத்தரவிட் டிருக்கிறார்கள். இது இரண்டு அலகுகளை முன்வைக்கிறது. ஒன்று - கருத்துச் சுதந்திரம் என்று முழங்கிய ஊடகப் பணியாளர்களை வாய் பொத்த வைத்திருக்கிறது. இரண்டு - இது பற்றிப் பொதுமனம் கேள்வி எழுப்புவதற்கான வாய்ப்புகள் மறுக்கப்பட்டிருக்கின்றன. 'தமிழ்ச் சமூகம் மீண்டும்மீண்டும் தன் தோல்வியை நிரூபித்துக்கொண்டிருக் கிறது' என்ற கட்டுரை வரி இன்றைய சூழலின் இரக்கமின்மையை அம்பலப்படுத்துவதாகக் கருதுகிறேன்.

புத்தகத்தில் வெவ்வேறு கோணங்களில் பரிசீலிக்கப்படும் இரண்டு கருத்தாக்கங்கள் ஜனநாயகமும் கருத்துச் சுதந்திரமும். ஜனநாயகத் தின் அடிப்படையில் உருவானதுதான் கருத்துச் சுதந்திரம். ஒரே நாணயத்தின் இரண்டு பக்கங்கள். ஊடகத் துறையில் ஜனநாயகத்தை அனுமதிப்பது வணிக ரீதியாகவும் அதிகார ரீதியாகவும் ஊறு விளை விக்கும் என்ற எச்சரிக்கையில் அவை தவிர்க்கப்படுவதுதான் எதார்த்த நிலை. அப்படியெனில் இந்த இரண்டு கருத்துக்களையும் அழுத்தி அழுத்தி உச்சரிப்பது கையறு நிலையின் அறிகுறியா? ஆம் என்றே கருதுகிறேன். கண்ணனுக்கு இதில் சந்தேகமே இல்லை. 'மீடியா ஒரு ஜனநாயக அமைப்பின் நான்காவது தூண் என்ற ஒரு மூட நம்பிக்கை உண்டு' என்று பகிரங்கமாக அறிவிக்கிறார். என்னுடைய பத்திரிகைக் கால அனுபவமொன்று இந்தக் கூற்றை ஒப்புக்கொள்ளவே தூண்டுகிறது.

மிகப் பிரபலமான திரைப்பட நடிகர் ஒருவர் சில ஆண்டுகளுக்கு முன்பு தமிழக அரசியலில் பரபரப்பான சம்பவங்கள் அரங்கேறிக் கொண்டிருந்த காலகட்டத்தில் ஒரு பத்திரிகையாளர் சந்திப்பை நடத்தினார். அவருடைய படத்தையோ, அவர் அடுத்து நடிக்கவிருக்கும் சினிமா பற்றிய செய்தியையோ அல்லது அவர் வீட்டு நாய்க்குட்டிக்குக் கர்ப்பத்தடைச் சிகிச்சை செய்யப்பட்டது பற்றிய துணுக்கையோ வெளி யிட்டால் விற்பனை பிச்சுக்கும் என்று உத்தரவாதம் சொல்லக் கூடிய நட்சத்திர மதிப்பு அவருக்கு இருந்தது. அப்படிப்பட்டவர் அரசியல் முடிவைச் சொல்லப் போகிறார் என்பது செய்தி முக்கியத்துவம் கொண்டதுதான். பத்திரிகையாளர் சந்திப்பில் அவர் பேசியதை எல்லாம் விரிவாகக் குறிப்பிட்டுக் கட்டுரையைத் தயார் செய்து முடித்தேன். வார இதழின் உரிமையாளரும் அரசியல்வாதியுமானவர் அதை வாசித்தார். 'அவர் சொன்னதை எல்லாம் திரும்பிச் சொல்றதுக்கு நீங்க எதுக்கு? நாம என்ன அவரைப் பெரிய ஆளாக்கவா பத்திரிகை நடத்துறோம்' என்று கடிந்துகொண்டார். அந்தக் கட்டுரையைத் திருத்தி எழுதினார். அதில் அந்த நடிகர் முன்னாள் அமைச்சரும் படத்தயாரிப்பாளருமான ஒருவரால் முடுக்கிவிடப்பட்டு அரசியல் பேசுகிறார் என்றும், அவரால் அரசியலில் நுழைந்து ஒன்றும் ஆகப்போவதில்லை என்றும் தொனிகள் இருந்தன. பத்திரிகைச் சுதந்திரம் என்பது உண்மையில் பத்திரிகை முதலாளியின் சுதந்திரம். எனவே அந்தக் கட்டுரை அவர் எழுதியது போலவே வெளியானது. கட்டுரையைப் பார்த்து நொந்துபோன நடிகர் உரிமையாளரைத் தொலைபேசியில் தொடர்புகொண்டதும் அதே நடிகர் பின்னர் நடைபெற்ற தேர்தலில் உரிமையாளரின் கட்சி தலைமை

தாங்கிய கூட்டணிக்கு ஆதரவாகக் 'குரல்' கொடுத்ததும் வரலாற்றில் பதிவு செய்யப்படாத பக்கங்கள்.

இதழியலின் ஜனநாயகப் போக்கு, கருத்துக்களுக்கான சுதந்திரம் ஆகியவை பற்றி மறு விசாரணை செய்ய இந்த நிகழ்ச்சி உதவியது. இந்தப் புரிந்துணர்வின் அடிப்படையில் கண்ணன் மேற்கோள் காட்டும் நோம் சோம்ஸ்கியின் வரையறை சிந்திக்கத் தூண்டுகிறது.

"கருத்து வெளிப்பாட்டுக்கான சுதந்திரம் என்பது நாம் ஆதரிக்கும் கருத்துக்களுக்கான சுதந்திரம் மட்டுமல்ல. நம்மை அதிர்ச்சி அடையச் செய்யும் கருத்துக்களுக்கான சுதந்திரமும்கூட."

அதுபோன்ற இடம் நமது ஊடகவெளியில் மிக அரிது என்பதை நூலின் பல கட்டுரைகள் சுட்டிக்காட்டுகின்றன. 'இல்லை, இது பொய், எனது ஊடகத்தில் கருத்துச் சுதந்திரம் அனுமதிக்கப்பட்டிருக்கிறது' என்று ஒரு இதழாளரோ, ஊடகப் பணியாளரோ சொல்லக்கூடும். அந்த நிலையைக் குறித்தும் சோம்ஸ்கி சொல்வது கவனத்துக்குரியது.

"எல்லா ஊடகப் பணியாளர்களும் தாங்கள் சுதந்திரமானவர்கள் என்று உரிமை கொண்டாடலாம். அது சரியாகவும் இருக்கலாம். கட்டுப்பாடு இல்லை, நினைத்ததை எழுத முடிகிறது என்றும் சொல்லலாம். அது உண்மையாகவும் இருக்கலாம். ஆனால் இருக்கிற நடைமுறையை நீங்கள் கேள்விக்கு உட்படுத்தினால் மறுநாள் உங்கள் இடத்தில் இன்னொருவர் உட்கார்ந்துகொண்டிருப்பார்."

இந்த நிச்சயமின்மைதான் ஊடகப் பணியாளர்களை வெருட்டிக் கொண்டிருப்பது, சமரசங்களுக்கு ஆளாக்குவது என்று எண்ணுகிறேன். சோம்ஸ்கியின் வார்த்தைகளையே பின்தொடரலாம்:

"ஏகாதிபத்தியச் சமூகத்தில் சர்வாதிகாரி கொள்கைப் பிரகடனம் செய்கிறான். அனைவரும் அதற்குக் கீழ்ப்படிகிறார்கள். ஜனநாயக அமைப்பில் இந்த நடவடிக்கை வேறு ரீதியிலானது. வெளிப்படையாக அல்ல மறைமுகமாகவே செயல்கள் நடத்தப்படுகின்றன. மூளைச் சலவை என்று அதைச் சொல்லலாம். பொதுவாக ஏற்றுக்கொள்ளப் பட்டிருக்கும் வரையறைகளுக்கு உட்பட்டு மட்டுமே அங்கே விவாதங்கள் நடைபெறுகின்றன. எதிர்க் கருத்துக்கள் புறக்கணிக்கப்படுகின்றன. வெளியிலிருந்து பார்க்கும்போது பகிரங்கமான விவாதம் நடைபெறுவதாகவே தோன்றும். ஏகாதிபத்தியச் சூழலைவிட ஜனநாயகக் கட்டமைப்புக்குள் இந்தக் கட்டுப்பாடுகள் அதிகம்."[4]

ஐரோப்பிய, அமெரிக்க ஊடகங்களை வரையறுத்து சோம்ஸ்கி சொல்லும் விளக்கம் நமது தேசிய ஊடகங்களுக்கும் அதைவிடச் சரியாகத் தமிழ் ஊடகங்களுக்கும் பொருந்துவதை எப்படி மறுப்பது? இதை மறுக்கக்கூடிய சூழல் தமிழ் ஊடகங்கள் எதிலாவது நிலவுகிறதா?

அரசியல் சக்திகள், வணிகக் கட்டுப்பாடுகள், சொந்தப் பேராசைகள் மூன்றும் ஊடகப் பணியாளர்களைச் சலவை செய்யும்

---

4. *'Noam Chomsky and Daniel Mermet', Le Monde, August 2007*

ஆதிக்கங்கள். இவற்றின் கட்டுப்பாட்டில் பணியாற்ற நிர்ப்பந்திக்கப்படும் ஊழியர்களே பெரும்பான்மையினரும். கருத்துச் சுதந்திரம், ஜனநாயகப் போக்கு என்பனவெல்லாம் கேட்க இனிமையானவையாக மட்டுமே தோன்றக்கூடிய சூழலைத்தான் ஊடகத்துறை இன்று உருவாக்கி வைத்திருக்கிறது. ஊடகப்பணியைத் தொழிலாக மட்டும் கருதுபவர் களால் இந்தச் சூழலுடன் இணைந்து செயல்பட முடிகிறது. மாற்றுக் கருத்துக்களுடன் நிற்பவர்கள் ஒன்று இவற்றை அரை மனதாக ஏற்றுக் கொண்டு தங்களுடைய கருத்துக்கான இடத்தை இந்த நெரிசலில் கண்டுபிடிக்க முயல்கிறார்கள். அப்படியான இடத்தை அவர்கள் உருவாக்குவது தெரியவரும் மறு நொடியில் அந்தக் கண்டுபிடிப்பாளர் வீசியெறியப்படுவார். கண்டுபிடிக்கப்பட்ட இடம் மூடப்படும். இந்த ஆதிக்க விஷச்சூழல்தான் ஊடகப் பணிகளைத் தீர்மானிக்கிறது. ஜனநாயகம் பற்றிப் பேசுகிறது. ஜனநாயகத்தைப் பற்றி அதிகம் அலட்டிக்கொள்ளும் ஊடகங்கள்தாம் உண்மையில் ஜனநாயகத்தைக் கிஞ்சித்தும் மதிக்காதவை.

இந்தச் சிக்கலான காலப் பகுதியில்தான் கண்ணனின் அக்கறைகள் ஊடகத்துறை மீது பதிகின்றன. நமது சமகால அரசியல், சமுதாய, பண்பாட்டு வாழ்விடங்களில் ஊடகம் செலுத்தும் செல்வாக்கை ஆராய் கின்றன. ஆய்வின் பல முடிவுகள் எதார்த்த நிலைக்கும் ஊடகங்கள் வாயிலாக முன்வைக்கப்படும் திட்டமிட்ட நிலைக்கும் இடையில் மறைந்திருக்கும் உண்மைகளை உணர்த்துகின்றன. அந்த நோக்கில் இந்தக் கட்டுரைகள் ஒரு கண்காணிப்பு. ஊடகக் கண்காணிப்பு. மொத்த வரலாற்றிலும் அந்தந்தக் காலகட்டங்களின் நிகழ்வுகளை எப்படி முன்வைத்தன என்பதைப் பொறுத்தே ஊடகங்கள் மேன்மையை யும் சிறுமையையும் அடைந்திருக்கின்றன. ஊடகம் ஒரு சேவையாக இருந்த காலத்தில் அதற்கு ஓர் இலட்சிய நோக்கமிருந்தது. அதனால் உண்மைக்கு நெருக்கமாக இருக்க முடிந்தது. இன்று வணிகப் பேராசை களும் அதிகார மோகங்களும் ஊடகத்தை ஆட்சி செய்கின்றன. அதனால் சௌகரியமான உண்மைகளே முற்றான உண்மைகளாகத் திணிக்கப்படுகின்றன.

எனினும் பொதுமக்கள் கண்ணோட்டத்தில் ஊடகங்கள் வியப் பளிக்கும் வகையில் நம்பத் தகுந்தவையாகவே இன்னும் இருக்கின் றன. ஒருவகையில் இந்த நம்பிக்கைதான் ஜனநாயக அமைப்பின் வேர். அந்த நம்பிக்கையைப் பேணுவதற்கு ஊடகங்கள் கண்காணிக்கப் படுதல் என்ற வினையாற்றல் தவிர்க்க இயலாததும்கூட. ஊடகப் பணியும் சீசரின் மனைவியல்லவே. ஊடக வணிகத்தை ஒப்புக்கொண்டாலும் கண்காணிப்புக்கான அவசியம் அதிகம் என்றும் நம்பலாம். நுகர்வோர் பாதுகாப்புக்காகச் செயல்படும் நடுவர் மன்றங்கள் இருப்பதுபோல ஊடகக் கண்காணிப்பகங்கள் இருக்கக் கூடாதா என்ன?

தமிழில் ஊடகங்களின் எண்ணிக்கை பிற எந்த இந்திய மொழி களிலும் இருப்பதைவிடவும் அதிகம். நாளிதழ்கள், பருவ இதழ்கள், இவை தவிர திரை உலகம் முதல் ஆவி உலகம் வரையான பல்வேறு உலகங்களுக்கான இதழ்கள், பதினைந்துக்கும் மேற்பட்ட தொலைக்

காட்சி அலைவரிசைகள் - இவற்றுக்கிடையில் வாழ்வியல் உண்மைகள் 'மொசைக் தரையில் விழுந்த குண்டூசிகளாக'ச் சிதறிக் கிடக்கின்றன[5]. குண்டூசியைத் தேடும் முதல் முயற்சியாகக் கண்ணனின் புத்தகத்தைக் கருதுகிறேன். இந்த வகையில் தமிழில் தீவிரமாகவும் அச்சமில்லாமலும் சார்பில்லாமலும் எழுதப்பட்ட கட்டுரைகள் குறைவு. அவை பயனாளர்களுக்கும் ஊடகப் பணியாளர்களுக்கும் முன்னெச்சரிக்கையாக அமைபவை. கண்ணனின் புத்தகம் இந்த நோக்கில் அணுகப் பிறரையும் தூண்டக்கூடும் என்று நம்புகிறேன்.

ஜெர்மானிய வரலாற்றாளரும் தத்துவவாதியுமான ஆஸ்வால்ட் ஸ்பெங்லர் 'மேற்கின் வீழ்ச்சி' என்ற பிரசித்தி பெற்ற நூலில் பத்திரிகைத் துறையைப் பற்றி இவ்வாறு குறிப்பிட்டிருந்தார்: "பத்திரிகைச் சுதந்திரத்தைவிடப் பத்திரிகையிடமிருந்து சுதந்திரம்தான் இன்று மக்களுக்குத் தேவையாக இருக்கிறது."[6]

ஊடகப் பெருக்கம் நிலவும் நமது சூழலில் ஸ்பெங்லரைப் போல நாமும் புலம்பாமலிருக்கக் கண்ணனின் புத்தகம் உதவும்.

திருவனந்தபுரம் — **சுகுமாரன்**
5 செப்டம்பர் 2007

---

5. ஆத்மாநாம், 'ஆத்மாநாம் படைப்புகள்' *(பக்:156)*; காலச்சுவடு பதிப்பகம், நாகர்கோவில் *(2002)*

6. *Oswald Spengler - 'The Decline of the West', Edited by Helmut Werner, Introduction by H. Stuart Hughes; Oxford University Press (1991)*

அ

‘பிறக்கும் ஒரு புது அழகு’
அரசியல், ஊடக வன்புணர்ச்சியின் கதை 25

தமிழ் மீடியா: பொன்விழா அபாயம் 35

வெளிப்பாட்டுச் சுதந்திரம் 48

சூரியன் விழுங்கும் நாடு 60

டேவிட்டின் உருமாற்றம் 65

உடன்படுக்கை மீடியா 86

ஜனநாயகவாதிகள் இருக்கவேண்டிய இடம் 98

‘பிறக்கும் ஒரு புது அழகு’

அரசியல், ஊடக வன்புணர்ச்சியின் கதை

2004 ஜனவரி சென்னைப் புத்தகச் சந்தையில், பொங்கலை ஒட்டிய ஒரு நாள் மாலை, வாசகரைச் சந்திக்க, நூல்களில் கையெழுத்திடக் *காலச்சுவடு* அரங்கிற்கு சு.ரா. வந்திருந்தார். சென்னைப் புத்தகச் சந்தைக்கு அவருடைய முதல் வருகை அது. கடைசி வருகையாகவும் அமைந்துவிட்டது. அன்று புத்தகச் சந்தையில் வாசகர் கூட்டம் அலை மோதிக்கொண்டிருந்தது. அரங்கிலும் வாசகர்கள் குமிய மூச்சுத் திணறியது. இந்நிகழ்வைப் பதிவு செய்யக் *குங்குமம்* பத்திரிகையாளரும் புகைப்படக்காரரும் வந்திருந்தனர். அரவிந்தனும் கனிமொழியும் சு.ரா.வைச் சந்திக்க வந்திருந்தனர். சு.ரா.விடம் கனிமொழி கையெழுத்து வாங்குவதைக் *குங்குமம்* புகைப்படக்காரர் படம் பிடிக்க முயன்றபோது கனிமொழி, ‘எதுக்கு எடுக்கறீங்க? எப்படியும் போட மாட்டீங்கல்ல’ என்றார். புகைப்படக்காரர், ‘கண்டிப்பாகப் போடுவோங்க’ என்றுவிட்டுப் போனார். வேலைக்குப் புதியவராக இருந்திருப்பார். செய்திக் கட்டுரை வேறு புகைப்படங்களுடன் வெளிவந்தது. முன்னர் கலைஞரின் நள்ளிரவுக் கைதினை அடுத்து வெளிவந்த சன் டிவி செய்திப் படங்களில் கனிமொழி இடம் பெறும் காட்சிகள் கவனமாக நீக்கப்பட்டுவருவதைப் பிற சேனல்களின் காட்சிகளோடு ஒப்பிட்டுக் *காலச்சுவடில்* குறிப்பிட்டிருந்தோம்.

சில மாதங்களுக்கு முன்னர் சென்னை சென்றிருந்தபோது கனிமொழியின் புகைப்படத்தோடு *குங்குமம்* போஸ்டர்கள் சென்னை முழுவதும் ஒட்டப்பட்டிருந்தன. அந்த வாரக் *குங்குமம்* முன்னட்டையில் கனிமொழி. உள்ளே விரிவான நேர்காணல். ‘சோழியன் குடுமி சும்மா ஆடாதே’ என்று நினைத்துக்கொண்ட போதிலும் அதன் உள்நோக்கம் அப்போது பிடிபடவில்லை. கனிமொழி அரசியலுக்கு வர இருப்பதாக நிலவிய வதந்தி களுடன் உளவுத்துறையும் ஊடகங்களில் செய்திகளைப் பதித்துக் கொண்டிருந்தது. தமிழக அரசியலின் உள்ளோட்டங்களை

அறிய *Intelligent Journalism* (கூர்மையான இதழியல்) பதிவுகளைப் படிப்பது போதுமானதல்ல. *Intelligence Journalism* (உளவுத்துறை இதழியல்) உருவாக்கும் செய்திகள் அதிமுக்கியமானவை. உலகின் பிற பகுதிகள் பற்றித் தெரியவில்லை. ஆனால் தமிழக மீடியா கல்விப் பாடத்திட்டத்தில் உளவுத்துறை இதழியல் தனிப் பாடமாக இடம்பெற வேண்டும். இந்த உளவுத்துறை இதழியல் நேற்று இன்று பிறந்தது அல்ல. எந்த ஒரு குறிப்பிட்ட ஆட்சிக்கு உரியதும் அல்ல. பத்திரிகையாளர், உளவுத் துறையினர் தொடர்பு என்பது நீண்ட காலத்து உறவு. ஆனால் இதழியலின் ஒரு பிரிவாகப் பேசத்தக்க இன்றைய நிலை 'புலனாய்வு' இதழ்களின் வருகைக்குப் பின்னர் ஏற்பட்டது. புலனாய்வு இதழ்களின் கவனம் அரசின் ஊழல்கள், குற்றங்களை நோக்கித் திரும்பாதவண்ணம் மசாலா செய்திகளை எடுத்துக்கொடுப்பது உளவுத்துறையின் அரிய பணிகளில் ஒன்று. அப்போதைய ஆளும் வர்க்கத்திற்குத் துதிபாடும் பதிவுகளையும், எதிரிகளைச் சிறுமைப்படுத்தும் செய்திக் கட்டுரைகளையும் ஊடகங்களில் வரச்செய்வது மற்றொரு அரிய பணி. உளவுத்துறை இதழியலைத் துல்லியமாக அடையாளம் காட்டுவது கடினம். ஆனால் படிக்கும்போது உணர்ந்துகொள்வது எளிது. லெதர் பூட்சும் ஆட்டுக்கடா மீசையும் விறைப்பான உடல் மொழியும் கொண்டு மஃப்டியில் வரும் போலீசாரைப் போல அது இருக்கும்.

ஸ்டாலின் மற்றும் அழகிரியுடன் கனிமொழி நல்லுறவு வளர்த்துக் கொண்டிருப்பதாகவும், குடும்ப அரசியலில் அவர் அண்ணன்கள் இருவருக்கும் இடையில் புரிதலை ஏற்படுத்தும் பாலமாக அவர் செயல்பட்டிடுவார் என்றும் உளவுத் துறை இதழியல் பதிவுகள் தெரிவித்துவந்தன. (ஸ்டாலினும் அழகிரியும் ஒற்றுமையாகத் தமிழகத்தை ஆளும் தொடர்காட்சிகள் மனதில் ஓடிக்கொண்டிருக்கின்றன.) அரசியலில் ஸ்டாலின் கிழித்த கோட்டைக் கனிமொழி தாண்டமாட்டார் என்பது போன்ற உத்தரவாதங்களையும் அவை பரப்பிக்கொண்டிருந்தன. கலைஞர் குடும்பத்தில் கடந்த ஆண்டு ஏற்பட்ட சொத்துப் பங்கீட்டில் மாறன் குடும்பத்தால் தாம் ஏமாற்றப்பட்டுவிட்டதான உணர்வு கலைஞரின் வாரிசுகளுக்கு ஏற்பட்டு, கலைஞர் குடும்பம் *vs* மாறன் குடும்பம் என்ற பிளவு ஏற்பட்டிருப்பதாகவும் ஊடகங்கள் தெரிவித்தன.

கலைஞருக்குப் பிறகு திமுகவைக் கைப்பற்றும் திட்டத்தோடு இருந்த மாறன்களுக்கு மேற்படி செய்திகள் பதற்றத்தை ஏற்படுத்தியிருக்க வேண்டும். அதன் ஒரு வெளிப்பாடுதான் கனிமொழியின் *குங்குமம்* பேட்டி என்பது பின்னர் பிடிபட்டது. இப்பேட்டியை அடுத்து கனிமொழியைத் தம் பக்கம் இழுக்க

மாறன்கள் முயன்றதாகக் கூறப்படுகிறது. இப்பதற்றத்தின் அடுத்த கட்ட வெளிப்பாடாக *தினகரன்* கருத்துக்கணிப்பு வெளிவந்தது.

அழகிரியை நிதானம் தவறவைக்கும் கண்ணிவெடிகளுடன் வெளிவந்த *தினகரன்* கருத்துக்கணிப்பு எதிர்பாராத பின் விளைவுகளை ஏற்படுத்தி, மாறன்களையே நிதானம் தவற வைத்து, பதவிப் பறிப்புக்கு இட்டுச்சென்றது. சதித்திட்டங்கள் பலசமயங்களில் உயிர் கொண்டெழுந்து தமக்கான பாதையைத் தாமே தீர்மானித்துவிடுகின்றன.

மதுரை வந்த கலாநிதி மாறன் *தினகரன்* மீதான தாக்குதல் மீடியா சுதந்திரத்தின் மீது தொடரப்பட்ட தாக்குதல் என்று குறிப்பிட்டார். 'மீடியா சுதந்திரம்' என்ற கோட்பாட்டை வாழ்வில் முதல்முறையாக யோசித்து உச்சரிக்கவேண்டி வந்ததாலோ என்னவோ, 'மீடியா சுதந்திரம்' என்று சொல்லும்போது வாய் குழறியது. கொலையுண்ட ஊழியர்களுக்கு நியாயம் கிடைக்க அழகிரிக்கு எதிராக இறுதிவரை போராடுவதாக அவர் சூளுரைத்த வாக்கை 48 மணிநேரம்கூட காப்பாற்ற முடியவில்லை.

மறுநாள் சென்னையில் நடந்த பத்திரிகையாளர் கண்டனக் கூட்டத்தில் கலந்துகொண்டேன். (*நக்கீரன்* கோபால் கைது செய்யப்பட்டபோதும் பின்னர் *த ஹிண்டு* இதழ்மீது ஜெயலலிதா அரசு தாக்குதல் தொடுத்தபோதும் நடந்த கண்டனக் கூட்டங் களிலும் கலந்துகொண்டிருக்கிறேன்.) இச்சந்திப்பில் பேசிய என். ராம் *தினகரன்* மீதான தாக்குதலைப் பத்திரிகைச் சுதந்திரத்தின் மீதான தாக்குதலாக மட்டுமே பார்க்க வேண்டும் என்றும் அதன் பிற பரிமாணங்களை விவாதிப்பது கூடாது என்றும் குறிப்பிட்டு, அழகிரியைக் கடுமையாகத் தாக்கிப் பேசினார். சன் குழுமத்தின் கடந்த காலச் செயல்பாடுகளும், மீடியா ஆதிக்கமும் விவாதத்திற்கு வந்துவிடக் கூடாது என்ற அக்கறையுடன் ஒற்றைப் பரிமாணத்தை மட்டுமே அழுத்திப் பேசிய அவரது உரையில், பத்திரிகைச் சுதந்திரம் பற்றிய கரிசனங்களுடன் தயாநிதியுடன் *த ஹிண்டு* குடும்பம் கொண் டிருக்கும் சம்பந்தி உறவும் நிழலாடியதாகத் தோன்றியது.

தினகரன் தாக்குதலில் பத்திரிகைச் சுதந்திரம் பாதிக்கப் பட்டுள்ளதா என்பது விவாதத்திற்குரியது. சன் குழுமத்தினர் ஊடகச் சுதந்திரத்தையோ கருத்துச் சுதந்திரத்தையோ எந்நிலை யிலும் ஆதரித்தவர்கள் அல்லர். சன் ஊடகர்களின் இருப்பும் செயல்பாடும் மேற்படி சுதந்திரங்களை வலியுறுத்தியதோ வலுப்படுத்தியதோ இல்லை. கருத்துச் சுதந்திரம் என்பது விஷமத்தனமான கருத்துகளைப் பரப்புவதற்கான சுதந்திரத்தை யும் உள்ளடக்கியது என்ற அளவில் இத்தாக்குதலால் கருத்துச் சுதந்திரம் பாதிக்கப்பட்டுள்ளதாகக் கருதலாம்.

ஊடகச் சுதந்திரம் என்ற நோக்கில் *தினகரன்* தாக்குதல் ஏற்படுத்தியிருக்கும் பின்விளைவுகள் இவை:

1. மாறன் குடும்பத்தின் ஊடக மேலாண்மையோடு இணைக்கப்பட்டிருந்த அரசியல் அதிகாரம், ஒரு முடிவுக்குக் கொண்டுவரப்பட்டுள்ளது.
2. சன் குழுமத்தின் ஆபத்தான வளர்ச்சி மட்டுப்படுத்தப் பட்டிருக்கிறது.
3. தமது ஊடக – அரசியல் ஆதிக்கம் என்ற, உலகில் இன்று எந்தக் குடும்பத்திடமும் இல்லாத இரட்டை அதிகாரத் தின்வழி, தமிழகத்திலும் இன்னும் சில மாநிலங்களிலும் பல மீடியா குழுமங்களின் நாளிதழ்களை, தொலைக் காட்சிகளை, வார இதழ்களை, வானொலிகளை, விநியோக வலைகளை ஒழித்துக்கட்டும் போக்கில் இருந்த மாறன்களின் நாணயமற்ற முறைகள் கட்டுப்பாட்டிற்குள் வந்துள்ளன.

எனவே *தினகரன்* மீதான தாக்குதலைத் தூண்டியதாகக் குற்றஞ்சாட்டப்படும் அழகிரி, ஊடகச் சுதந்திரம் என்ற நோக்கில் பார்க்கும்போது, ஊடகச் சுதந்திரத்தின் நாயகன் போல – அவரது நோக்கங்களுக்கும் அப்பால் – காட்சியளிக்கிறார்!

மேலும் இப்போது தமிழகத்தின் அதிசக்தி வாய்ந்த ஒரு ஊடகக் குழுமம் – அரசியல் சார்பற்று சுதந்திரமாக இயங்கு வதற்கான வாய்ப்பும் உருவாகியுள்ளது.

தினகரன் மீதான தாக்குதல் அழகிரியை ஒரு தளத்தில் ஒரு சமூக நாயகனாக மாற்றியிருக்கிறது. திமுக தொண்டர் களிடையே இன்று ரகசிய வாக்கெடுப்பு நடத்தினால் அழகரியின் ஆதரவு வேகமாக உயர்ந்து வருவதை அது வெளிப்படுத்தும் என்பது என் துணிபு. அழகிரி துணிச்சலானவர், உடனடியாக முடிவெடுத்துச் செயல்படுபவர், அடித்தள மக்களுக்கு ஆதர வானவர், கட்சித் தொண்டர்கள் மீது கரிசனம் கொண்டவர், குறிப்பாக – நம்பியவர்களைக் கைவிடாதவர் எனப் பலவிதமாகத் தொண்டர்களால் புகழப்படுகிறார். 'அன்பான மனுஷ'ராகவும் பார்க்கப்படுகிறார் அவர்.[1] முக்கியமாக, ஜெயலலிதாவை எதிர்கொள்ளச் சரியான நபர் அழகிரிதான் என்ற கருத்தும் திமுகவில் உருவாகிவருகிறது.

தினகரன் தாக்குதலில் மூவர் படுகொலை செய்யப் பட்டனர் என்று பார்க்கும்போது, தமிழ்ச் சமூகத்தின் எதிர்வினை பொதுவாக மிகப் பலவீனமானதாகவே இருக்கிறது.

---

1. கனிமொழி பேட்டி, *குமுதம்* 6.6.2007.

தமிழ் நாளிதழ்கள் பல இச்செய்தியை முதல் பக்கத்தில்கூட வெளியிடவில்லை. செய்தி இதழ்கள் மேற்படி தாக்குதலுக்கான பொறுப்பிலிருந்து அழகிரியை விடுவிப்பதில் ஆர்வம் காட்டின. பத்திரிகையாளர்கள் நடத்திய சென்னைக் கண்டனக் கூட்டத்தில் முன்னர் *நக்கீரன்* கோபால் கைது செய்யப்பட்டபோதும், *த ஹிண்டு* தாக்கப்பட்டபோதும் காணப்பட்ட வேகம் இல்லை. எதிர்கட்சிகள்கூடப் போதிய வேகத்துடன் எதிர்வினையாற்ற வில்லை. தயாநிதி அமைச்சரவையிலிருந்து ஒதுக்கப்பட்டதற்கு திமுக தொண்டர்களின் முழு ஆதரவு கிடைத்துள்ளது. கூட்டணிக் கட்சிகளும் ஆதரவு தெரிவித்துள்ளன. பா.ம.க.வுடனான திமுகவின் உறவு மேம்பட்டுள்ளது. விதிவிலக்குகளாக சி.பி.எம். மிகத் தெளிவான எதிர்ப்பை வெளிப்படுத்தியிருக்கிறது (அவர் களுக்கு ஒரு லால் சலாம்!). ஹென்றி திபேன், பேரா. கல்யாணி போன்றோரின் போராட்டங்களும் குறிப்பிட்டுச் சொல்ல வேண்டியவை.

தினகரனைத் தாக்கியவர்கள் பற்பல தரப்பினரின் ஆழ்மன விருப்பத்தை நிறைவேற்றியுள்ளார்கள். தமது மேட்டுக்குடித்தன மான அரசியலின்வழி மாறன்கள் புண்படுத்திய திமுக தொண்டர்கள், கடும் பாதிப்புக்கு உள்ளாகிவந்த மீடியா நிறுவனங்கள், நசுக்கப்பட்டுவந்த கேபிள் சேவைத்துறையினர், அவமானப்படுத்தப்பட்ட சக அமைச்சர்கள், அச்சுறுத்தலுக்கு ஆளாகிவந்த தொழிலதிபர்கள், சொத்துப் பங்கீட்டில் ஏமாற்றப் பட்டதாக உணர்ந்த கலைஞரின் வாரிசுகள், சன் குழுமத்தால் இருட்டடிப்பு செய்யப்பட்ட அரசியல் தலைவர்கள் எனப் பற்பல குழுவினரின் மானசீகமான செயல் கரமாகவே ரௌடிகள் செயல்பட்டுள்ளார்கள். அப்பாவி ஊழியர்களின் படுகொலையை யாரும் வேண்டவில்லை என்றாலும், *தினகரன்* அலுவலகம் உயிர்ச் சேதமின்றித் தாக்கப்பட்டிருக்கும் பட்சத்தில், ஆதரவுகூடக் கிடைத்திருக்கலாம் என்பதே யதார்த்த நிலை.

மாறன்களின் அரசியல் – மீடியா ஆதிக்கம் ஒரு கட்டத்தில் நேரடி வன்முறைக்கு இட்டுச்செல்லும் என்பது அறியப்படாத ஒன்று அல்ல. கடந்த ஆண்டு எழுதிய ஒரு கட்டுரையில் சன் குழுமம் பற்றி இவ்வாறு குறிப்பிட்டிருந்தேன்:

> ஒரு கட்சி சார்ந்த ஊடகங்களுக்கு ஒரு தேசத்தில் அல்லது மாநிலத்தில் இத்தகைய ஆதிக்கம் இருப் பதைப் பிற அரசியல் கட்சிகள் சகித்துக்கொள்வது சாத்தியமல்ல.[2]

---

2. 'தமிழ் மீடியா : பொன்விழா அபாயம்', *புதிய பார்வை,* 16.30, நவம்பர் 2006. இக்கட்டுரை இந்நூலிலும் இடம்பெற்றுள்ளது.

இருப்பினும் அநீதியான, ஆபத்தான மாறன்களின் அரசியல் – ஊடக ஆதிக்க வளர்ச்சியைக் கட்டுப்படுத்தும் முகமாக அரசு அமைப்புகளும், சக ஊடகங்களும், சிவில் சமூகமும் செயல்படத் தவறிய இடைவெளியில் ரௌடிகளின் அதிரடிச் செயல்பாடு நிகழ்ந்துள்ளது. நீதித்துறையின் போதாமைகளினால் கட்டைப்பஞ்சாயத்து உருவாவது போன்ற விஷயம் இது.

சன் குழுமத்தின் ஆதிக்கத்தைக் கடந்த ஆட்சியில் கட்டுப்படுத்த அதிமுக அரசு முயன்றபோது திமுக தலைமை அவர்களுக்கு அரணாக நின்றது. இன்று திமுகவினர் மட்டுமல்ல கலைஞர் குடும்பத்தினரே சகித்துக்கொள்ள முடியாத அளவிற்கு சன் குழுமம் ஆதிக்கம் செலுத்திய நிலையில், அதன் மீடியா எதேச்சாதிகாரம் உள்ளிருந்தே தூண்டப்பட்ட அராஜகத்தால் எதிர்கொள்ளப்பட்டுள்ளது.

○

> மனித சரித்திரத்தில் பட்டம், பதவி, அதிகாரம் இவற்றிலிருந்து பிரிக்க முடியாததாகவே கயமையும் துரோகமும் வெறியும் கலந்திருக்கின்றன. அரச பரம்பரைகளின் குருதி தோய்ந்த வரலாற்றில் துரோகம் என்பதும் பதவி வெறி என்பதும் சதி என்பதும் ஒன்றறக் கலந்த ஒன்று. மகன் தந்தையைக் கொல்வதும், சகோதரர்கள் சகோதரர்களைக் கொல்வதும், ஒரு குடும்பத்தையோ ஒரு பரம்பரையையோ கூண்டோடு வேரறுப்பதும் சரித்திரத்தின் தீராத பக்கங்களாகத் தொடர்ந்து வந்துகொண்டிருக்கின்றன. அதிகார வர்க்கத்தின் அலமாரிகளில் ஒளிந்திருக்கும் எலும்புக் கூடுகள் எண்ணில் அடங்காதவை.[3]
>
> — **கனிமொழி**

மதுரை தினகரன் தாக்குதலின் கரிசனத்திற்குரிய அம்சங்கள் (அ) மூன்று ஊழியர்களின் பலி (ஆ) அழகிரியின் சட்டத்திற்கு அப்பாலான அதிகாரம்.

கலைஞரின் நேரடி வாரிசுகள் மற்றும் மாறனின் வாரிசுகளுக்கு இடையிலான குடும்பப் போராட்டத்தில் தற்போது நேரடி வாரிசுகள் வெற்றிவாகை சூடியுள்ளனர். குடும்பத்தின் அசையாச் சொத்துப் பங்கீட்டில் கலைஞர் வாரிசுகள் ஏமாற்றப் பட்டிருந்தாலும் அசையும் குடும்பச் சொத்தான திமுக கட்சியை – தொண்டர்களை முழுமையாகக் கைப்பற்றுவதில் அவர்கள்

---

3. 'பிணம் தின்னிகள்', 'கறுக்கும் மருதாணி' 2003.

வெற்றி அடைந்துள்ளனர். மாறன்கள் வெளியேற்றப்பட்டுள்ளனர். இப்போராட்டத்தில் மூன்று *தினகரன்* ஊழியர்கள் பலியாகி யுள்ளனர். அவர்கள் பத்திரிகையாளர்கள் அல்ல. பத்திரிகைச் சுதந்திரத்தை முன்னிட்டு அவர்கள் மரணமடையவில்லை என்பதால் அவர்களைத் தியாகிகளாகப் பார்ப்பதிலும் சிக்கல் இருக்கிறது. இருப்பினும் இது அவர்களின் உயிரின் மதிப்பை எந்தவிதத்திலும் குறைத்துவிடவில்லை. அவர்கள் இழப்பு அவர்களது உற்றாருக்கும் சுற்றத்தாருக்கும் ஈடுசெய்ய முடியாத ஒன்று. மேலும் அவர்கள் குற்றமற்றவர்கள். அவர்கள் உயிரை வாங்க யாருக்கும் உரிமையில்லை. அவர்கள் குறி வைத்துக் கொல்லப்படவில்லை. ஆனால் சில உயிர்கள் பலியாவதைப் பற்றி அவர்களைத் தாக்கியவர்கள் கவலைப்படவில்லை. அவர்களது பலி ஏற்படுத்திய கவனமும் நெருக்கடியுமே தற்போது ஏற்பட்டுள்ள பல அரசியல் மாற்றங்களுக்கு வழிவகுத்துள்ளது. இவ்வாறு மக்களின் உயிரைப் பலி வாங்கி அரசியலில் காய் நகர்த்துவது நமது அரசியல் வர்க்கத்திற்குப் பழகி மரத்துப் போன ஒரு நடைமுறை. தமிழ்ச் சமூகத்தில் உயிர்வாழும் உரிமைகூட நம்முடையதாக இல்லை. அது நமது அரசியல் வர்க்கத்தின் பெருந்தன்மையால் நமக்கு அளிக்கப்பட்டிருக்கிறது. தமிழகத்தை ஆட்டிப்படைக்கும் பல அதிகாரங்கள் ‘கொலையில் பிறந்த சிருஷ்டிகள்’ என்பது நமது அரசியல் வரலாற்றின் யதார்த்தம்.

மேற்படிக் கொலைகளின் முதல் குற்றவாளியாக பாதிக்கப் பட்டவர்களால், பத்திரிகையாளர்களால் குற்றஞ்சாட்டப்படு பவர் மு.க. அழகிரி. கிரிமினல் குற்றச்சாட்டுகளிலும் கொலைக் குற்றங்களிலும் பலமுறை புழங்கியுள்ள பெயர் அவருடையது. *தினகரன்* தாக்குதலுக்கு அவர் உத்தரவிடவில்லை என்றும் அந்நேரத்தில் அவர் ஒரு காது குத்தும் நிகழ்ச்சிக்குச் சென்றிருந்த தாகவும், அவருக்கு இத்தாக்குதல் பற்றித் தெரியாது என்றும் இதழியல் செய்திகள் தெரிவித்தன. (‘காது குத்தும் நிகழ்ச்சி’ என்பதை ரொம்பவே ரசித்துப் படித்தேன்.)

கவிஞர் கனிமொழி, அண்ணன் அழகிரி நிரபராதி – அவருக்கும் *தினகரன்* தாக்குதலுக்கும் எந்தத் தொடர்பும் இல்லை என்று நினைப்பதாக – ஒரு பேட்டியில் தெரிவித்திருக் கிறார்.[4] அழகிரியை அவ்வளவு எளிதில் நிரபராதி ஆக்கிவிட முடியும் என்று தோன்றவில்லை. இத்தாக்குதலில் அவருக்குத் தொடர்பு இருப்பதற்கான ஆதாரம் இல்லை என்று கொண் டால் தயாநிதி மாறனுக்கு சன் டிவியோடு தொடர்பில்லை

4. *ஜூனியர் விகடன்* பேட்டி, ஜூன் 3, 2007.

எனப்படுவதையும் ஏற்க வேண்டும். அழகிரிக்கும் இந்நிகழ்ச்சிக்குமான தொடர்பு, அன்று காலை தினகரனைப் படித்துவிட்டு அவர் அடியாட்களைக் கூப்பிட்டு, 'போய் அடித்து நொறுக்கிவிட்டு வாங்கடா' என உத்திரவிட்டாரா என்பதில் அடங்குவதல்ல. அழகிரிக்கு எந்தக் குந்தகம் வந்தாலும் வன்முறையில் ஈடுபட ஒரு கூட்டம் மதுரையில் எப்போதும் தயாராக இருப்பதற்கு யார் பொறுப்பு? உத்தரவிடாமலேயேகூட மனதறிந்து செயல்படும் அடியாள் படையை உருவாக்கிவிட்டால் அவர்களின் செயல்பாட்டில் தலைமைக்குப் பொறுப்பில்லை என்று ஆகிவிடுமா? மதுரை போலீசாரை வன்முறைக் களத்தில் பார்வையாளராக மாற்றிய சக்தி எது? உடனடி நடவடிக்கை மூலம் வன்முறையைக் கட்டுப்படுத்தி, படுகொலையையும் தவிர்த்திருக்கக்கூடிய, மதுரையைப் பெரும் கனவோடு நிர்வகித்து வந்த ஆட்சியர் உதயச்சந்திரனை இடம் மாற்றிய சக்தி எது? இன்று மதுரையில் நேர்மையோடும் நிர்வாகத் திறனோடும் யாரும் பணியாற்ற முடியாத நிலை ஏற்பட்டிருப்பதற்கு யார் பொறுப்பு? கவிஞரின் புரிதலுக்கு அப்பாற்பட்ட கேள்விகள் அல்ல இவை. வன்முறை பற்றி பிறிதொரு சந்தர்ப்பத்தில் கனிமொழி இவ்வாறு எழுதுகிறார்:

> வன்முறை நமது சமூகத்தில் காட்டுச்செடி போல பரவிவிட்டது. வன்முறை என்பது வன்முறையாளர்களின் குற்றம் மட்டுமே என்று கூறிவிட முடியாது. தன் மீது அவிழ்த்துவிடப்படும் வன்முறையை அமைதியாக ஏற்றுக்கொள்ளும் எல்லோருக்கும் இந்தக் குற்றத்தில் பங்கு உண்டு.[5]

ஒரு சமூகத்தின் ஆன்மாவாகக் கருதப்படுபவர்கள் எழுத்தாளர்கள். இன்று அரசியலில் இருக்கும் ரவிக்குமாருக்கும் சல்மாவுக்கும் மதுரை நிகழ்வுகளைப் பற்றிப் பலத்த மௌனத்தை மட்டுமே வெளிப்படுத்த முடிந்திருக்கிறது. எழுத்தாளர்கள் அரசியலுக்குப் பங்களிப்பதைவிட தாம் இழப்பதே அதிகமாகத் தெரிகிறது. மனித உரிமைப் போராளியாக, பி.யு.சி.எல். தலைவராக இருந்த ரவிக்குமாருக்கு மதுரைப் படுகொலைகளைப் பற்றி மட்டுமல்ல, தான் போலீசாரால் கடுமையாகத் தாக்கப்பட்டது பற்றிக்கூட அதிகம் சொல்லமுடியாத நிலை. இந்நிலை ஒரு கூட்டணி (அ)தர்மம். தான் தாக்கப்பட்டதற்காக ஆளும் குடும்பத்திடம் முறையிட்டும் ஆறுதல் பெற்றும் அவர் அமைதி அடைய வேண்டியிருக்கிறது. அவரைத் தாக்கிய போலீசார் யாரும் இடைநீக்கம்கூடச் செய்யப்படவில்லை. மாறாகப் போலீசாரால் தாக்கப்பட்டுப் படுகாயமடைந்து மருத்துவமனையில்

5. 'வன்முறை என்ற வாழ்க்கை', 'கறுக்கும் மருதாணி' 2003.

சேர்க்கப்பட்ட அவர் போலீசாரைத் தாக்கியதாக முதல் தகவல் அறிக்கை பதிவு செய்யப்பட்டுக் கைதுக்கான வாரண்டும் பிறப்பிக்கப்பட்டுள்ளது. தாக்குபவர்களுக்கு அரச மரியாதை அளிக்கும் அரசு தாக்கப்படுபவர்களைக் குற்றவாளிகள் ஆக்குவதில் வியப்படைய என்ன இருக்கிறது? முதலமைச்சரின் பெருந் தன்மையால் அவர் இன்று சமூகத்தில் நடமாடிக்கொண்டிருக் கிறார். கலைஞருக்கு நமது நன்றி. சல்மாவின் அரசியல் வாழ்க்கையில் ஒரு எழுத்தாளருக்கு உரிய எந்தச் செயல் பாட்டையும் காண முடியவில்லை. ஒரு எழுத்தாளருக்கு உரிய கரிசனங்களாக ஒரு சொல்லும் செயலும் பொது வாழ்க்கையில் அவரிடமிருந்து வெளிப்படுவது இல்லை. இன்றைய அரசியல் குட்டையில் ஊறிய ஒரு மட்டையாகவே அவர் காட்சியளிக் கிறார். அரசியல் தளத்திலும் ஊடகங்களிலும் அவரை ஒழித்துக் கட்டுவதற்காக மேற்கொள்ளப்படும் முயற்சிகளை இன்னும் எத்தனை காலம் அவர் எதிர்கொள்ள முடியும் என்பதும் கேள்விக்குறியாகவே உள்ளது.

மனித உரிமைகள் மீறப்படும்போது பெரும் துக்கத்தோடு கனிமொழி எதிர்வினையாற்றியதைக் கேட்டிருக்கிறேன். 2002இல் குஜராத் கலவரத்தை எதிர்த்து *காலச்சுவடு* நடத்திய பொதுக் கூட்டத்தில் அவர் வெளிப்படுத்திய உணர்ச்சிகள் என்னைக் கண்கலங்க வைத்துள்ளன. கொடுங் குற்றவாளிகளைக்கூடத் தூக்கிலிடும் உரிமை அரசுக்கு இல்லை என மரணதண்டனைக்கு எதிராக வாதாடிய கனிமொழி, மதுரையில் அப்பாவிகளின் படுகொலைக்கு ஆற்றியுள்ள எதிர்வினை, அவர் மீது மரியாதை கொண்டவர்களுக்கு ஏமாற்றத்தையே அளித்திருக்கும்.

நேற்றுவரை இந்திய அரசு அமைப்புகள் பற்றிய விமர்சனப் பார்வையோடு இருந்த கனிமொழி தற்போது சிபிஐயின் மீது முழு நம்பிக்கை கொண்ட குடிமகளாக மாறியிருக்கிறார்.[6] கலைஞரின் எதிர்ப்பையும் மீறிக் 'கருத்து' அமைப்பைத் துவங்கி, குஷ்பு பிரச்சனையில் ஆணித்தரமான நிலைப்பாட்டை எடுத்த கனிமொழியின் கருத்துச் சுதந்திரம் இன்று குடும்ப அரசியலில் சிக்கித் தவிக்கிறது. அரசியலில் உயர்ந்த செயல்திட்டங்கள் அவருக்கு இருக்கின்றன என்றே நம்புகிறேன். ஆனால் லட்சியத்தின் மலர்ச்சியை வழிமுறைகளின் அறத்திலிருந்து பிரிக்க முடியாது.

ஒரு படுகொலைக்கு அரசு மறைமுக உடந்தையாக மாறும் போது மக்களுக்கு நீதி வழங்கும் எந்த உயரிய அமைப்பும் இன்று நம்மிடம் இல்லை. ஒரு அநீதிக்கு எதிராக அரசிடம் முன்வைக்க எந்தக் கோரிக்கையும் இன்று சிவில் சமூகத்திடம் இல்லை. இருப்பினும் 'விசாரணைக் கமிஷன் அமைக்க வேண்டும்',

---

6. பார்க்க *குமுதம்* பேட்டி, 6.6.2007.

‘சிபிஐ விசாரணைக்கு உத்தரவிடவேண்டும்’ போன்ற கோரிக்கைகள் பழக்க தோஷத்தில் முன்வைக்கப்படுகின்றன. சிபிஐ விசாரணையின்வழி மதுரை வன்முறையின் குற்றவாளிகள் சட்டத்தின் முன் கொண்டுவரப்படுவார்கள் என ஆத்மார்த்தமாக நம்பும் ஒருவரும் இன்று தமிழகத்தில் இல்லை. சி.பி.ஐ. விசாரணை இங்கு நீதியின் செயல் கரமாக அல்ல, அரசின் அம்மணத்தை மறைக்கும் அரச இலையாகப் பயன்படுத்தப்படுகிறது.

சிபிஐ விசாரணைக்கு உத்தரவிட்டதன் மூலம் ஒரு சாதுர்யமான அரசியல்வாதி என்பதை, நிரூபணங்களே இனித் தேவையற்ற ஒரு தனிச்சிறப்பை, கலைஞர் மீண்டும் நிரூபித்திருக்கிறார். தமிழ்ச் சமூகம் மீண்டும் மீண்டும் தன் தோல்வியை நிரூபித்துக் கொண்டிருக்கிறது.

“கை தூக்கிக் கும்பிடுவதற்கு ஒன்றுமில்லையே, நித்ய சூன்யமாக இருக்கிறதே”[7] என்ற புதுமைப்பித்தனின் அலறல் பெரும் சோகத்தோடு இன்று நம்மீது படிகின்றது.

பிறக்குமா ஒரு புது அழகு?[8]

●

காலச்சுவடு 91, ஜூலை 2007

7. ‘கண்மணி கமலாவுக்கு’ 1994

8. “மிரளாதே. இந்த அழகிய உடல்களுக்குப் / பொருந்தாத உறுப்புக்கள் இவை. / புதியவற்றைப் பொருத்தவே / இவற்றைத் துண்டாடுகிறேன் / இப்போது தெரியாது என் ரூபம் / பொறுத்திரு ஒரு தலைமுறைக்கு / பிறக்கும் ஒரு புது அழகு” / என்று இவன் சொல்லி முடிக்கும் முன்பே / மனிதர்கள் வரிசையாக / இவனிடம் வருகிறார்கள் / இவன் துண்டாடுகிறான்.

சேரனின், ‘கொலைக் கலைஞர்’ கவிதையின் சில வரிகள், ‘மீண்டும் கடலுக்கு’ 2004.

தமிழ் மீடியா:
பொன்விழா அபாயம்

I

இந்திய மற்றும் தமிழ் இதழியல் வரலாறு என்பது சமூகச் சீர்திருத்தம், அரசியல் இயக்கம் போன்றவற்றிலிருந்து பிரித்துப் பார்க்க முடியாதது. இந்திய இதழியலின் துவக்கமாக *The Bengal Gazette* குறிப்பிடப்படுகிறது. இந்தியர் ஒருவரால் துவங்கப்பட்ட ஆங்கில இதழ் இது. ஆண்டு 1816. துவங்கியவர் ராஜா ராம்மோகன் ராய். இந்திய சமூகச் சீர்திருத்தத்தின் தந்தையாக மதிக்கப்படும் இவரே இந்திய இதழியலின் தந்தை யாகவும் இருப்பது தற்செயலானதோ விதிவிலக்கானதோ அல்ல. *தி பெங்கால் கெசட்* உடன்கட்டை ஒழிப்புப் பிரச் சாரத்திற்காக நடத்தப்பட்டது. தேசத் தந்தையாக மதிக்கப்படும் காந்தியடிகள் தென்னாப்ரிக்காவில் *Indian Opinion* என்ற மும்மொழி இதழை (அதில் ஒன்று தமிழ்) நடத்தியதோடு பத்திரிகையாள ரானார். இந்தியா திரும்பிய பின்னர் 1919இல் *யங் இந்தியா* என்ற இதழைத் துவங்கினார்.

தமிழ் இதழியல் முன்னோடியாகக் கருதப்படுவது *சுதேச மித்திரன்*. தமிழின் முதல் நாளிதழ் இது. 1882இல் துவங்கப் பட்டது. தேசிய உணர்வுகளைத் தட்டி எழுப்பத் துவங்கப்பட்ட *சுதேசமித்திரனின்* நிறுவனர் ஜீ. சுப்பிரமணிய ஐயர், 'தமிழ் மக்களைத் தட்டி எழுப்பி நாட்டு விடுதலைக்கும் ஜனநாயக வாழ்க்கைக்கும் உழைக்கச் செய்வதென்பதே குறிக்கோளாக'[1] வாழ்ந்தவர் என்றும் 'சென்னை ராஜதானியின் அரசியல் பிதா'[2] என்றும் மதிப்பிடப்பட்டவர். தமிழக ஒடுக்கப்பட்ட மக்கள் இயக்கத்தின் முன்னோடியாக மதிக்கப்படும் அயோத்தி

---

1. 'தமிழ் இதழ்கள்' ரா.அ. பத்மநாபன், 2003.
2. மேற்படி நூலில் சுரேந்திரநாத் பானர்ஜி மேற்கோள் காட்டப்பட்டுள்ளபடிக்கு.

தாசர் 1907இல் 'ஒரு பைசாத் தமிழன்' என்ற வார இதழைத் துவங்கி அர்ப்பணிப்புணர்வோடு ஒரு வாரம்கூட விடுபடாமல் 1914 வரை நடத்தியுள்ளார். பிராமணர் அல்லாதார் இயக்கத்தின் முதல் நாளிதழான *திராவிடன்* ஜே.எஸ். கண்ணப்பரால் 1916ஆம் ஆண்டு துவங்கப்பட்டு 1929 வரை வெளிவந்தது. கடந்த நூற்றாண்டில் தமிழ் வாழ்வில் மிகப்பெரிய தாக்கத்தை ஏற்படுத்திய தந்தை பெரியார் *குடியரசு* இதழை 1925இல் துவங்கி இதழியலாளராகவும் செயல்பட்டுள்ளார். 1937இல் துவங்கப்பட்ட *ஜனசக்தி*யின் முதல் நிர்வாக ஆசிரியராக ஜீவா பணியாற்றியுள்ளார்.

தமிழ் இதழியலின் முன்னோடிகளான ஜீ. சுப்பிரமணிய ஐயர் *(சுதேசமித்திரன்)*, பாரதி *(சுதேசமித்திரன், இந்தியா, விஜயா)*, டி.எஸ். சொக்கலிங்கம் *(தினமணி)*, குத்தூசி குருசாமி *(குடியரசு)*, மணவை ரெ. திருமலைச்சாமி *(நகர தூதன்)*, ஜீவா *(ஜனசக்தி)* ஆகியோர் ஆழமான சமூக அக்கறையும் அழுத்தமான அரசியல் பார்வையும் கொண்டவர்கள். தம் நிலைப்பாட்டிற்காகப் போராடவும் சிறை செல்லவும் தயங்காதவர்கள். இவர்களைப் பற்றிப் பல விமர்சனங்கள் பல தரப்புகளிலிருந்து வைக்கப் படலாம். இருப்பினும் இவர்களின் அக்கறையை, அர்ப்பணிப்பை, பற்றுறுதியை, நேர்மையை யாரும் கேள்விக்கு உட்படுத்துவதில்லை. இவர்களிடமிருந்து ஒருசார்பான பார்வை வெளிப்படலாம். அது அவர்களின் கொள்கைப் பிடிப்பு காரணமாக விளைவதாகப் பார்க்கப்படுகிறதே ஒழிய சந்தர்ப்பவாதத்தினால் அல்ல.

தமிழ் இதழியல் வரலாற்றில் ஒரே நாளிதழில் மிக நீண்ட காலம் ஆசிரியராகப் பணியாற்றி ஆழமான தாக்கத்தை ஏற்படுத்தியவர் ஏ.என். சிவராமன். அவரது சார்புகள் பற்றிப் பல விமர்சனங்கள் உள்ளன. உதாரணமாகக் கீழவெண்மணி பற்றிய அவரது தலையங்கமும் *தினமணி* வெளியிட்ட செய்திகளும் அதிர்ச்சியளிக்கக்கூடியவை. இருப்பினும் தேசிய இயக்கத்தில் அவருக்கு இருந்த ஆழமான பிடிப்பு சந்தேகத்திற்கு அப்பாற்பட்டது. உப்புச் சத்தியாகிரகத்தில் ராஜாஜியுடன் வேதாரண்யத்திற்கு யாத்திரை மேற்கொள்ளும்பொருட்டு *தமிழ் நாடு* பத்திரிகைப் பணியைத் துறந்தவர். இந்திரா காந்தி பிரதமராக இருந்தபோது ஏ.என். சிவராமனுக்கு 'பத்மஸ்ரீ' வழங்க அரசு முன்வந்தபோது, பத்திரிகையாளர்கள் அரசு விருதுகளை ஏற்பது நல்லதல்ல என்ற உயரிய விழுமியத்தில் நின்று மறுத்தவர்.

பொதுவாகத் தேசியப் பார்வையை ஒட்டியதாக அமைந்திருந்த தமிழ் இதழியல் 1950களில் தமிழ் அடையாளம் சார்ந்த இயக்கங்கள் வலுப்பட்டதோடு பிராந்திய அரசியல், தமிழ்

உணர்வு சார்ந்ததாக மாறத் துவங்கியது. தேசியவாதியாகத் *தினத்தந்தியைத்* துவக்கிய சி.பா. ஆதித்தனார் இக்காலகட்டத்தில் *தினத்தந்தியைத்* தமிழுணர்வைப் பிரதிபலிக்கும் நாளிதழாக மாற்றினர். 1956இல் தமிழகம் உருவானதோடு தமிழ் இதழியலில் தமிழ் அடையாளம், தமிழுணர்வு ஆகியவை நிலைபெற்றன. 1960களில் ஏற்பட்ட அரசியல் மாற்றங்கள் தமிழ் இதழியலின் இந்தப் போக்கை மேலும் உறுதிப்படுத்தின.

இந்தப் பின்னணியில் பார்க்கும்போது தமிழ் இதழியல் புத்தாயிரத்தில் எந்த அளவு சிதைந்து காணப்படுகிறது என்பது கடும் மனவருத்தத்தை ஏற்படுத்தக்கூடியது. லட்சியம், கொள்கைப் பிடிப்பு, சமூக அக்கறை பற்றியெல்லாம் இன்றைய பத்திரிகையாளர்கள் கேள்விப்பட்டிருப்பார்களா என்றே தெரியவில்லை. இன்றைய நமது பத்திரிகையாளர்களில் கணிசமான எண்ணிக்கையினரை ‘அல்லக்கைகள்’ என்று வருணிப்பதே பொருத்தமானது. பணத்திற்கும் ‘பாப்பா’வுக்கும் பாட்டிலுக்கும் இதழியலை விலைபேசக் காத்திருப்பவர்கள் பலர். பெரும் புள்ளிகளை ‘பிளாக் மெயில்’ செய்ய இதழியலைப் பயன்படுத்தும் கூட்டமும் மலிந்துவிட்டது. முன்னோடிப் பத்திரிகையாளர்களிடம் காணப்பட்ட அரசியல் பார்வை, நேர்மை எல்லாம் இன்று மிக அரிய சரக்குகள் ஆகிவிட்டன. (‘கருணை என்பது கிழங்கு வகைகளில் ஒன்றாகிவிட்டது’ என்ற புதுமைப்பித்தனின் கூற்று இங்கே நினைவுக்கு வருகிறது.)

> புரட்சியின் சாயல் படர்ந்துள்ளதா என்று புலன் காணப் பூதக் கண்ணாடி வைத்துப் பரிசீலித்த சர்க்காரின் சில்லறை அதிகாரிகளின் சீற்றம், இதழுக்கு இதழ் இன்னல், அடுத்தடுத்து அடக்குமுறை, எடுத்ததற்கெல்லாம் ஈடுகாணம், பரிகசித்தல், பறிமுதல், சிந்தனையைத் தூண்டினால் சிறைவாசம்; வந்தே மாதரம் என்றால் வாய்ப்பூட்டு என்று தண்டனைகளும் தாக்குதல்களும் கண்டனங்களும் கணைகளும் காத்து நின்றன.[3]

இவ்வாறெல்லாம் போராடி வளர்க்கப்பட்ட தமிழ் இதழியலின் இன்றைய இழிநிலையையும் சில தீர்வுகளையும் சற்று விரிவாகப் பார்க்கலாம்.

II

தமிழகத்தின் பிரபல ‘புலனாய்வு’ இதழில் நான் சமீபத்தில் படித்த செய்தி இது.

---

3. ‘தேசியம் வளர்த்த தமிழ்’ – கா. திரவியம்

கலெக்டருக்கு கல்தா?

> சமீபத்தில் நடந்து முடிந்த மதுரை மத்தியத் தொகுதி இடைத்தேர்தலில் ஒரு சில இடங்களில் நடந்த வன்முறை சம்பவங்கள் பற்றி தேர்தல் கமிஷனுக்கு அளிக்கப்பட்ட புகார்கள் குறித்து விசாரிக்க வந்தார் தமிழகத் தேர்தல் ஆணையர் நரேஷ் குப்தா. அப் போது மதுரை மாவட்ட கலெக்டர் உதயசந்திரனைத் தனியாகக் கூப்பிட்டு தனது அதிருப்தியைத் தெரி வித்துக்கொண்டாராம். கூடவே, "I.A.S, அதிகாரி எப்படி நடுநிலையோடு நிர்வாகத்தை நடத்த வேண் டுமோ, அப்படிச் செய்ய வேண்டும்" எனச் சொல்லி நீண்ட வகுப்பு எடுப்பதாகவும் சொல்கிறார்கள். இதற்கிடையில் மதுரை மத்தியத் தொகுதி இடைத் தேர்தல் வெற்றிக்குப் பிறகு ஆளுங்கட்சியின் லோக்கல் V.I.P.ஐப் பார்த்து சந்தோஷத்தைப் பகிர்ந்துகொள்ள வில்லையாம் கலெக்டர். இதனால் திமுக தரப்பும் கலெக்டர் மீது அதிருப்தியாக இருக்கிறதாம். இதனால் விரைவில் மதுரையிலிருந்து உதயசந்திரன் மாற்றப் படுவார் என்கிறார்கள் கலெக்டர் அலுவலகத்தைச் சேர்ந்தவர்கள்.[4]

இத்தகைய ஒரு 'ராம், ராம்' செய்தியைப் படிக்கும்போது, செய்திகள் பிரசுரமாகும் பின்னணி பற்றிச் சிறிது அறிந்தவர் களுக்குப் பலவிதமான சந்தேகங்கள் தோன்றுவது இயல்பு. செய்திகள் பல சமயங்களில் தானாக வெளிவருவதில்லை; வெளிவர வைக்கப்படுகின்றன. பல சமயங்களில் உள்ளேயே வைத்துக்கொள்ளப்படுகின்றன. இதை முடிவு செய்வது தேச நலன், சமூக நலன் போன்ற உயரிய விழுமியங்கள் ஒன்றும் அல்ல. (அத்தகைய விழுமியங்களுக்காகக்கூடச் செய்தியை ஒரு நிருபரோ, ஒரு இதழியல் நிறுவனமோ சுய தடை செய்து விடுவது இதழியல் சுதந்திரத்திற்கு விரோதமானதாகவே உலக அளவில் பார்க்கப்படுகிறது.) மேற்படிச் செய்தியில் நேரடியாகவோ உள்ளுறையாகவோ குறிப்பிடப்பட்டுள்ள எந்தத் தகவலும் உண்மையா இல்லையா என்று பார்ப்பதல்ல இங்கு நோக்கம்; இச்செய்தியின் பின்னிருக்கும் மனோபாவத்தை, அதில் வெளிப் படும் அறவுணர்வை அல்லது அதன் இன்மையை ஆய்ந்து பார்ப்பதுதான்.

ஒரு கலெக்டர் நீக்கப்படலாம் எனச் சில 'ஆதாரங்களின்' அடிப்படையில் இச்செய்திக் குறிப்பு வெளியாகியுள்ளது. இப்பகுதியின் பெயர் 'நொறுக்குப் பாண்டி'. 'பிட்' போடும்

4. *ஜூனியர் விகடன்* 5.11.2006

பகுதி இது. இச்செய்திக் குறிப்பின் தலைப்பே ஒரு உற்சாகத்தை வெளிப்படுத்துகிறது. ‘கலெக்டருக்கு கல்தா?’. “ஆகா! ஒழிந்தான் படுபாவி” என்பதான ஒரு உற்சாகம் இதில் பீறிடுகிறது. உள்ளே அவர் நீக்கப்படலாம் என்பதற்கு இரண்டு காரணங்கள் சொல்லப்படுகின்றன. ஒன்று, அவர் தனது சட்டபூர்வமான கடமையைச் சரிவரச் செய்யவில்லை என்பது. இரண்டு, அவர் சட்டவிரோதமான நடைமுறையைப் பின்பற்றவில்லை என்பது. இரண்டும் ஒரே தொனியில் குறிப்பிடப்படுவதைக் கவனிக்க வேண்டும். தேர்தல் நடவடிக்கைகளில் மதுரையில் சில விடுதல்கள் ஏற்பட்டு அது பற்றித் தேர்தல் ஆணையர் கலெக்டரை எச்சரித்தார் என்ற செய்தி பற்றி நாம் ஒன்றும் சொல்வதற்கில்லை. ஆனால் தேர்தல் வன்முறையிலும் முறை கேட்டிலும் ஊழலிலும் புதிய உச்சங்களை எட்டி, இத்தேர்தலில் செய்தி பெற்ற ஸ்தலமாகிய சென்னை நிர்வாகத்தில் எந்தப் பெரிய மாற்றமும் மேற்கொள்ளப்பட்டதாகத் தெரியவில்லை. அங்கு நமது தேர்தல் ஆணையர் யாரை எச்சரித்தார் என்பதும் படிக்கக் கிடைக்கவில்லை. ஒரு சில முறைகேடுகள் நடந்து விடுவது ஒரு கலெக்டர் மாற்றப்படுவதற்கு உரிய காரணமுமல்ல. இருப்பினும் அத்தகைய மிக உயரிய மதிப்பீடுகளை நமது தேர்தல் ஆணையமும் அரசும் கடைப்பிடித்தால் அதை வர வேற்கலாம். ஏனெனில் இங்கு கூறப்படும் காரணம் மாவட்ட ஆட்சியர் தனது கடமையைச் சரிவரச் செய்யவில்லை என்பது தான். இன்னும் இன்னும் உயரிய மதிப்பீடுகள் நடைமுறைக்கு வந்து பத்தரைமாற்றுத் தங்கம் போல மாவட்ட ஆட்சியர்கள் நமக்குக் கிடைத்தால் பெரும் மகிழ்ச்சிதான்.

இரண்டாவது காரணம் இன்னும் சுவாரசியமானது. இன்றைய நடைமுறைகளை அறிந்தவர்களுக்கு இன்னும் அதிக நம்பகத்தன்மை உடையது. உண்மையில் இந்த ‘பிட்’ பிரசுர மானதன் காரணம் இந்த இரண்டாவது விஷயம்தான் என ஊகிக்க மனம் முனைகிறது. இதுபோன்ற ‘அசலான’ ஒரு காரணத்தின் மேல் நியாயம் போன்ற ஒரு காரணத்தின் சாயம் பூசி ‘எடுத்துவிடுவ’தில் நமது தமிழ் இதழியலாளர்களுக்கு ஈடு இணை இல்லை. தென் தமிழகத்தின் ‘பட்டத்து இளவரசனை மாவட்ட ஆட்சியர் சென்று சந்தித்து மதுரை இடைத்தேர்தல் வெற்றிக்கு வாழ்த்துத் தெரிவிக்கவில்லை.’ எவ்வளவு பெரிய பிழை! பிரதமர் வருகை தரும்போது முதல்வர்கள் ஓடி ஒளிந்து கொள்ளலாம்; ஆனால் எந்த அரசு அதிகாரத்தையும் பெறாத, ஒரு உள்ளாட்சித் தேர்தலில்கூட இன்றுவரை வெற்றி பெற்றிராத, கட்சியில்கூட எந்தப் பொறுப்பும் அளிக்கப்படாத ‘தலைவ’ருக்கு, மாவட்ட ஆட்சியர் மரியாதை செலுத்தாமல் இருக்கலாமா? இது அடுக்குமா?

மதுரை மாவட்ட ஆட்சியரைப் பற்றி நாம் இதுவரை படித்த செய்திகள் உவப்பானவைதான். சமூகத் தளத்தில் கடந்த பத்தாண்டுகளில் செய்ய முடியாத ஒரு சாதனையாக பாப்பாபட்டி, கீரிப்பட்டி போன்ற தலித்துகளுக்கு இட ஒதுக்கீடு செய்யப்பட்ட பஞ்சாயத்துகளில், தலித் தலைவர்களைத் தவிர்த்துவந்த பஞ்சாயத்துகளில், தலித் தலைவர்களைச் சட்டப்படி நியமித்தது. பண்பாட்டுத் தளத்தில் மிகப் பெரிய புத்தகக் கண்காட்சியை வெற்றிகரமாக நடத்திக்காட்டியது. மதுரை அன்பர்களிடம் இம்மாவட்ட ஆட்சியர் பற்றிப் பொது வாக நல்லெண்ணமே உள்ளது. இத்தகைய ஒரு மாவட்ட ஆட்சியர் அற்ப காரணத்திற்காக மாற்றப்படலாம் என்பது பற்றிய ஒரு சிறு வருத்தமேனும் இச்செய்திக் குறிப்பில் இருக்கிறதா பாருங்கள். ஒரு கட்சித் தலைவருக்கு மரியாதை செய்யத் தவறியதற்காக நல்ல அதிகாரி ஒருவர் மாற்றப் படுகிறாரே என்ற தார்மீக எதிர்ப்புணர்வின் ஓர் இழையேனும் எங்கேனும் ஒரு மூலையிலாவது வெளிப்படுகிறதா பாருங்கள்!

தமிழ் இதழியலின் இன்றைய நிலைக்கு இது ஒரு பருக்கைச் சோறு அல்லது ஒரு துளி கழிவு.

○

தமிழ்த் தொலைக்காட்சிகளின் நிலை தமிழ் இதழியலின் நிலைமையைவிடக் கேடானது. அகில இந்திய அளவில் தொலைக்காட்சியின் வளர்ச்சி பற்றிப் பல விமர்சனங்களுக்கு இடமிருந்தாலும் பல ஆக்கபூர்வமான விளைவுகளும் ஏற்பட் டுள்ளன. அரசு எதேச்சாதிகாரம், ஊழல், நிர்வாக முறைகேடு கள், நீதிமன்றங்களின் சீர்கேடு ஆகியவற்றிற்கு எதிரான பல நடவடிக்கைகளை அகில இந்திய மீடியா சாதித்து வருகிறது.

நரேந்திர மோடி அரசு குஜராத்தில் மேற்கொண்ட இஸ்லாமியப் படுகொலையை அம்பலப்படுத்தியதிலும் உலகக் கவனத்தை ஈர்த்ததிலும் *NDTV* போன்ற ஆங்கிலக் காட்சி ஊடகங்களின் பங்களிப்பு முதன்மையானது. பா.ஜ.க. அரசுக்குப் பெரும் நெருக்கடியை ஏற்படுத்திய *டெஹல்கா* ஊழலிலிருந்து, தேசிய முற்போக்குக் கூட்டணி அரசின் வெளியுறவுத்துறை அமைச்சர் நட்வர் சிங்கை வெளியேற வைத்த ஈராக்கில் எண்ணெய்க்கு உணவு திட்ட ஊழல் வரை பல அசலான புலனாய்வு இதழியல் சாதனைகள் நிகழ்த்தப்பட்டுள்ளன. இன்று இந்தியப் புலனாய்வுத்துறை, நீதிமன்றம் ஆகியவற்றை ஒரு உலுக்கு உலுக்கியிருக்கும் ஜெஸிக்கா லால் மற்றும் ப்ரியதர்ஷினி மண்டூ ஆகியோரின் வழக்குகளை உயிர்ப்பித்ததன் முழுப் பெருமையும் இந்திய ஆங்கிலக் காட்சி ஊடகங்களுக்கு

உரியது. இத்தகைய எந்தச் செயல்பாடும் தமிழ்க் காட்சி ஊடகங்களில் ஏற்பட்டதில்லை. அரட்டை அரங்கம் போன்ற தீராத தமிழ்ப் பேச்சு பேதியின் வெளிப்பாடுகள், தமிழ் சினிமாவின் நாசகாரத் தாக்கத்தின் பரவலாக்கம், மனித விரோதச் செய்திகளால் பின்னப்பட்ட தொடர்கள் போன்றவையே நம் தொலைக்காட்சிகளின் சாதனைகள்.

தமிழ்த் தொலைக்காட்சிகளின் செய்திச் சேவை ஒரு வக்கிர நாடகம். இரண்டு அரசியல் கட்சிகளின் பொய்ப் பிரச்சாரங்களிலிருந்து உண்மையை ஊகித்தறியும் திறமையைத் தமிழ் மக்கள் பெற்றிருப்பது வாழ்வின் பிடிபடாத மர்மங்களில் ஒன்று. இன்னும் இன்னும் எனத் தமிழ் ஊடகங்களின் நாசகார நிலைமை பற்றிய ஆதாரங்களை அடுக்கிக்கொண்டே போகலாம். அதைவிட ஊடகக் கட்டுப்பாடு பற்றி நாம் சிந்திக்கத் துவங்குவது ஆக்கபூர்வமானதாகவும் ஊடகங்களின் சீரமைப்பிற்கான துவக்கப்புள்ளியாகவும் அமையும்.

III

ஊடகக் கட்டுப்பாடு பற்றிய விவாதம் இந்தியாவில் இப்போதுதான் அரும்பத் துவங்கியுள்ளது. ஊடகக் கட்டுப்பாட்டைப் பல வகையாகப் பார்க்கலாம்.

1. அரசு ஏற்படுத்தும் சட்டரீதியான வரையறைகள்.
2. ஊடக நிர்வாகம் ஏற்படுத்தும் சுதந்திர சுய கண்காணிப்பு *(ombudsman)*.
3. நிர்வாகம் தனது அரசியல் பண்பாட்டுச் சார்புகளின் அடிப்படையில் விதிக்கும் கட்டுப்பாடுகள்.
4. விளம்பரதாரர்கள், அரசாங்க அமைப்பு, அரசியல்வாதிகள், தொழிற்சங்கங்கள் தமது பணம் மற்றும் அரசியல் பலத்தால் ஏற்படுத்தும் தடைகள்; பத்திரிகையாளர்களின் ஊழல் நடவடிக்கைகள் ஏற்படுத்தும் குறுக்கீடுகள்.
5. வாசகரின் பார்வை, எதிர்பார்ப்புகள், எதிர்வினைகள் சார்ந்து உருவாகும் வரையறைகள்.

பத்திரிகைச் சுதந்திரம் என்ற புனித ஜோதியில் இவை எல்லாம் மங்கி மறைந்துவிடும் என்ற பாவனையை விட்டு இவற்றின் சாதக பாதக அம்சங்களை விவாதிப்பதே நலம். மேற்படிப் பட்டியலைக் கீழிருந்து மேல்நோக்கிப் பார்க்கலாம்.

ஒரு இதழை வாங்குவது அல்லது தவிர்ப்பது என்ற செயல்பாட்டின் வழியாகவும் பத்திரிகை அலுவலகத்திற்குக்

கடிதம் எழுதுவது, மின்னஞ்சல் செய்வது அல்லது தொலைபேசி மூலம் தொடர்புகொள்வது வழியாகவும் வாசகர் ஒரு இதழின் பார்வையைப் பாதிக்க அல்லது கட்டுப்படுத்த முயல்கிறார். ஆனால் இந்த உறவு ஒருதலைப்பட்சமானது அல்ல. ஒரு இதழும் தான் வெளியிடும் செய்திகள், தலையங்கம், கட்டுரை கள் வழி வாசகர் பார்வையைப் பாதிக்கிறது. இந்த இரு வழி உறவில் சாதக பாதக அம்சங்கள் பின்னிக் கிடக்கின்றன. இவ்வுறவை ஆரோக்கியமானதாகப் பராமரிக்க வேண்டிய கடமை இரு தரப்பினரிடமும் உள்ளது.

அடுத்ததாக ஒரு பத்திரிகை அல்லது நாளிதழ்மீது செலுத்தப்படும் சட்டத்திற்கும் அறத்திற்கும் புறம்பான அதிகாரங்களைப் பார்க்கலாம். இவை வாசகரின் செய்தி அறியும் உரிமையைப் பாதிக்கின்றன. அரச விளம்பரங்கள் கொடுப்பதன் அல்லது மறுப்பதன் வழி தனக்குச் சார்பான செய்திகளை வெளியிடவும் எதிர்மறையான செய்திகளைத் தடை செய்யவும் அரசு முயல்கிறது. விளம்பரங்கள் மூலம் பெரிய நிறுவனங்களும் தம்மைப் பற்றிய எதிர்மறையான செய்திகள் வருவதைத் தடுக்கின்றன. தமிழ் நாளிதழ்களைப் பொறுத்தவரை இங்கு செய்தியும் விளம்பரமும் ஒரே நபரால் சேகரிக்கப்படுவதால், கணிசமான சுய தணிக்கை செயல்படுகிறது. அத்தோடு அரசியல்வாதிகள் தம் அதிகாரத்தைப் பயன்படுத்தியும் செய்திகளைக் கட்டுப்படுத்த முயல்கின்றனர். தொழிற்சங்கம் வழியாக வேலைநிறுத்த மிரட்டல் மூலமும் அரசியல் தாக்கம் இதழ்களின் மீது செலுத்தப்படுகிறது. பத்திரிகையாளர்களுக்கு ‘அன்பளிப்பு’ வழங்குவதன் மூலமாகவும் அரசியல் கட்சிகளும் தனியார் நிறுவனங்களும் செய்திகளைக் கட்டுப்படுத்த முயல் கின்றன. செய்தியைக் ‘கவர்’ செய்வதென்பது தமிழில் சிலேடைப் பொருள்கொண்டு மிளிர்கிறது.

இதழியல் நிர்வாகத்தின் அரசியல் மற்றும் பண்பாட்டுச் சாய்வுகள் அதன் செய்திகளின் வீச்சை வரையறுக்கின்றன. வரையறையற்ற இதழியல் என்பது சாத்தியமற்றது என்றாலும் சமூகப் போக்குகளுடனும் காலமாற்றங்களுடனும் உறவாடாத இதழ் தன் வாசகருக்குத் துரோகமிழைக்கிறது. எனவே இத்தகைய சாய்வுகளைத் தொடர்ந்து விழிப்புணர்வுடன் கேள்விக்கு உள்ளாக்க வேண்டிய கடப்பாடு பத்திரிகையாளர்களுக்கும் வாசகருக்கும் உண்டு.

அடுத்து, ஊடக நிர்வாகமே ஏற்படுத்தும் சுதந்திர சுய கண்காணிப்பு முறை. *Ombudsman, Readers Editor, Readers advocate, Reader representative, Public Editor* எனப் பலவாறு ஆங்கிலத்தில் வழங்கப்படுகிறது. இந்தியாவில் 1980களில் *Times of India* வில்

முன்னாள் உச்சமன்ற நீதிபதி பி.என். பகவதியை *ombudsman* ஆக நியமித்து ஒரு முயற்சி மேற்கொள்ளப்பட்டது. பின்னர் கைவிடப் பட்டது. *The Hindu* வில் தற்போது *Readers Editor* முயற்சி மேற் கொள்ளப்பட்டுள்ளது. இவர்கள் பத்திரிகையின் ஊழியராக இருப்பினும் ஆசிரியரின் கீழ் பணியாற்றமாட்டார்கள். இவர் களைப் பதவிநீக்கம் செய்யும் உரிமை ஆசிரியருக்கு இருக்காது; உரிமையாளர் வசம் இருக்கும். இவர்கள் அன்றாடம் நாளிதழ் களில் திருத்தங்களையும் வாரந்தோறும் வாசகர் சுட்டிக்காட்டிய குறைபாடுகள் பற்றிய நடுநிலை அறிக்கை ஒன்றையும் பிரசுரிப் பார்கள். இவற்றில் ஆசிரியர் கை வைக்க முடியாது. இப்பதவி வகித்த காலம் முடிந்த பிறகு அவர்கள் அந்த நிறுவனத்தில் பணியாற்றக் கூடாது என்பன போன்ற பல கெடுபிடிகளுடன் செயல்படும் இம்முறைவழி வாசகர் நம்பிக்கையை ஒரு நாளிதழ் தக்கவைத்துக்கொள்ள முடிகிறது. சமூகத்தின் பிற அமைப்புகள் – சட்டமன்றம், நீதித்துறை, அரசு, கட்சிகள் – பற்றிய விமர்சனங் களை வெளியிடவும் இதழ்கள் முதலில் தங்களைச் சுய விமர்சனத்திற்கு ஆட்படுத்திக்கொள்ள வேண்டும் என்பதே இதன் அடிப்படை.

அடுத்து, அரசு ஏற்படுத்தும் சட்ட ரீதியான கட்டுப்பாடு கள். ஒரு பிரதேசத்தில் ஏற்படும் ஊடக ஆதிக்கத்தைத் தவிர்க்கும் பொருட்டு பல நாட்டு அரசுகள் சில கட்டுப்பாடுகளை உருவாக்கியுள்ளன.[5]

○

சுமங்கலி, ஹாத்வே மற்றும் பல கேபிள் தொலைக்காட்சி இணைப்பு வழங்கும் நிறுவனங்களை அரசுடைமையாக்கும் மசோதாவை ஜனவரி 27, 2006இல் அப்போதைய தமிழக அரசு அதிரடியாக நிறைவேற்றியது. தமிழகத்தின் மிகப் பெரும் பான்மை இணைப்புகளை வழங்கும் சன் டி.வி. குழுமத்தைச் சார்ந்த சுமங்கலி நிறுவனத்தை நோக்கிய ஒரு அரசியல் நடவடிக்கையாகவே இந்த அவசரச்சட்டம் பார்க்கப்பட்டது.

அரசு மசோதாவிற்குப் பலத்த எதிர்ப்பு தெரிவித்த அன்றைய எதிர்க்கட்சிகள் கேபிள் நிறுவனங்களின் முறை கேடுகளால் பார்வையாளர்களுக்கு ஏற்படும் பிரச்சனை களையோ, ஊடக ஆதிக்கத்தால் ஜனநாயக அமைப்பிற்கு ஏற்படக்கூடிய பிரச்சனைகளையோ எதிர்கொள்ளாமல் கட்சி கட்டிக்கொண்டு எதிர்ப்புத் தெரிவித்தன. அரசுடைமையாக்கும்

5. இது பற்றிய மேல் விவரங்களுக்குப் பார்க்க 'சூரியன் விழுங்கும் நாடு' 'கண்ணோட்டம்', *காலச்சுவடு* 68, ஆகஸ்ட் – 2005. இக்கட்டுரை இந்நூலிலும் இடம்பெற்றுள்ளது.

நடவடிக்கைக்கு இரண்டு கம்யூனிஸ்ட் கட்சிகளும் எதிர்ப்புத் தெரிவித்து வெளிநடப்பு செய்ததை ஒரு உலக அதிசயமாகக் கொள்ளலாம். அதாவது, கம்யூனிஸ்ட் கட்சிகள் பொது உடைமைக்கு எதிராகத் தனி உடைமையையும் ஊடக ஏகாதிபத்தியத்தையும் ஆதரித்து வெளிநடப்பு செய்தன!

○

உலகமயமாதல் போக்கு இந்தியாவை எட்டிப்பிடிக்கும்வரை தொலைக்காட்சி மற்றும் வானொலிச் சேவை முழுமையாக மத்திய அரசுக் கட்டுப்பாட்டில் இருந்தது. இவ்வூடகங்கள் அரசின் பிரச்சாரத்தை மேற்கொள்வதை விமர்சித்த இந்திய அறிவுஜீவி வர்க்கம் இவ்வூடகங்களைத் தனியார்மயப்படுத்த வேண்டும் என்ற கோரிக்கையை முன் வைத்துவந்தது. தனியார்மயமாதலின் சாதக பாதகங்கள் அப்போது விவாதிக்கப்படவில்லை. தனியார் ஊடக ஆதிக்கத்தைக் கட்டுப்படுத்தும் சட்டங்களையும் யாரும் வேண்டவில்லை. ஏனெனில் அவசரநிலை அனுபவத்திற்குப் பிறகு மீடியா மீதான அரசுக் கட்டுப்பாடு பற்றிய ஒரு கடும் எதிர்ப்புணர்வு இயல்பாகவே ஏற்பட்டிருந்தது. மீடியா மீது ஒரு ஒளிவட்டமும் ஏறியிருந்தது. அரசு அராஜகத்தைக் கண்காணித்துக் கட்டுப்படுத்தும் ஒரு ஜனநாயக சக்தி என்கிற பிம்பம் ஊடகங்கள்மீது ஏற்றப்பட்டிருந்தது. தனியார் நிறுவனங்கள் பற்பல சானல்களைத் துவங்க அனுமதிக்கப்பட்டதும் எதிர்க்கட்சிகள், அறிவுஜீவிகள் ஆகியோருக்கும் மாற்றுக் கருத்துகளுக்கும் வெளிப்பாட்டு வெளி உருவானது. பன்முகப்பட்ட செய்திகள் கிடைக்கத் துவங்கின. இன்றும் இந்திய ஆங்கிலச் செய்தி சானல்கள் வழி ஒரு பிரச்சனையின் பன்முகப்பட்ட அம்சங்களை ஒருவர் அறிந்துகொள்ள முடியும். *N.D.T.V., CNBC, Times News* போன்ற இந்திய சானல்கள் நீங்கலாக *BBC, C.N.N* போன்ற வெளிநாட்டு சானல்கள் வழியாகவும் இந்திய நிகழ்வுகளின் பரிமாணங்களை அறிய முடிகிறது. மலையாளம், ஹிந்தி போன்ற மொழிகளிலும் பல தனியார் சானல்கள் உள்ளன. தமிழின் நிலைதான் மிக மோசமானது. இங்கு செய்தி வழங்கும் தனியார் சானல்கள் மிகச் சிறியவை. கட்சி சானல்களே பிரதானமாக உள்ளன. ஒன்றுக்கொன்று எதிரான பொய்க் கூச்சல்களின் வழி செய்திகளை அறிந்துகொள்ள வேண்டியிருக்கிறது.

மீடியாவில் அரசியல் ஆதிக்கம் எவ்வளவு ஆபத்தானது என்பதற்குத் தமிழகம் ஒரு உதாரணம். சன் டி.வி. சானல்கள் மற்றும் சுமங்கலி கேபிள் நிறுவனம் வழி மாறன் குடும்பம் ஊடகங்களில் பெரும் ஆதிக்கம் செலுத்திவருகிறது.

“சன் டி.வி. நெட்வொர்க் கைவசம் மூன்று வகை ஊடகங்களும் உள்ளன – அச்சு, தொலைக்காட்சி மற்றும் ரேடியோ. இது தவிர கேபிள் விநியோகமும் *DTH* ம். இவை நீங்கலாக அதன் வசம் 13 சானல்கள் உள்ளன. இவை தென்னிந்தியாவில் முழு ஆதிக்கம் செலுத்துகின்றன. இரண்டு நாளிதழ்களும், நான்கு இதழ்களும், நான்கு எப்.எம். வானொலி நிறுவனங்களும், சுமங்கலி கேபிள் விநியோகமும், செட் டாப் பாக்ஸ் விநியோகமும். விரைவில் *DTH* என்ற நேரடியாக வீட்டுக்கு ஒளிபரப்பும் செயல்பாடும் துவங்க உள்ளது. இந்தியாவில் நிலைபெற்ற செய்தித்தாள்களையும் இதழ்களையும் சன் குரூப் வாங்க முயன்று வருவதாகவும் தகவல் உண்டு” என்கிறார் மூத்த பத்திரிகையாளர் ராமானுஜம்.[6]

சன் குழுமம் இந்தப் பெரும் ஆதிக்கத்திற்கு மேலாகத் தனது மத்திய அரசு அதிகாரத்தின்வழி, பிற தமிழ் மீடியா குழுமங்களுக்குத் தொலைக்காட்சி உரிமம் மற்றும் செய்தி உரிமம் வழங்கப்படுவதைத் தடைசெய்து வருவதான குற்றச்சாட்டும் வலுவாக வெளிப்பட்டுள்ளது. உதாரணமாக ஜெயா டி.வி. உரிமம் பெற உச்ச நீதிமன்றம்வரை சென்றுள்ளது.

சன் டி.வி. குழுமத்தின் ஆதிக்கம் பற்றிய விவாதத்தை எழுப்பும் முயற்சிகள் அவர்களின் அரசியல் பலத்தால் தடைபடுகின்றன. இன்று எல்லா மீடியா குழுமங்களும் தொலைக்காட்சி சானல் துவங்கும் திட்டத்தில் உள்ளன. இதனால் மாறன் குடும்பத்தை அதிருப்திப்படுத்த அவர்கள் விரும்பவில்லை. *Outlook* இதழுக்காக சன் டிவி ஆதிக்கம் பற்றி உருவான கட்டுரை, இதழில் அச்சேற்றப்படாமல் இணையத்தில் மட்டும் பிரசுரிக்கப்பட்டது. (*The Hathway* என்ற கேபிள் விநியோக நிறுவனமும் *Outlook* ம் ஒரே குழுமத்தைச் சேர்ந்தவை.) *The Hindu* நாளிதழில் பல ஆண்டு காலமாக *Media Matters* என்ற ஊடக விமர்சனப் பத்தி ஒன்றை எழுதிவரும் சிவந்தி நைனன், சன் குழுமத்தின் ஆதிக்கம் பற்றி எழுதிய பத்தி *த ஹிண்டு* வில் பிரசுரம் மறுக்கப்பட்டு பின்னர் இணையதளங்களில் புழங்கியது.[7] மாறன் குடும்பம் ரத்தன் டாட்டாவை மிரட்டிய சம்பவம் அவர்களின் ஆதிக்க உணர்வுக்குச் சான்று என்பதோடு அப்பிரச்சனை நாடாளுமன்றத்தில் – அத்வானியின் ‘கேள்வி எழுப்புவோம்’ என்ற சவடாலுக்குப் பிறகும் – எழுப்பப்படாமல்

---

6. *The hoot.org, Jaya’s motivations vs Sun T.V. monopoly.*
7. *Sunshine in Tamil Nadu by Sevanti Ninan, www.thehoot.org.*

தடைசெய்ய முடிந்தது அவர்களது அரசியல் செல்வாக்கிற்கும் சான்றாக அமைந்தது.[8]

இத்தகைய மீடியா மற்றும் அரசியல் ஆதிக்க இணைப்பு, பெரும் ஆபத்தாகும். ஒரு கட்சி சார்ந்த ஊடகங்களுக்கு ஒரு தேசத்தில் அல்லது மாநிலத்தில் இத்தகைய ஆதிக்கம் இருப்பதைப் பிற அரசியல் கட்சிகள் சகித்துக்கொள்வது சாத்தியமில்லை. இன்று இலவசத் தொலைக்காட்சிப் பெட்டி களை வழங்கும் திட்டத்தைக்கூட சன் டி.வி.யின் வீச்சையும் பணபலத்தையும் அதிகரிக்கும் முயற்சியாகவே பார்க்க முடியும். இந்தப் பின்னணியில்தான் முந்திய தமிழக அரசின் அவசர மசோதாவை அணுக வேண்டும். சுமங்கலி நிறுவனத்தின் முறைகேடுகள் பற்றி அன்றைய தமிழக அரசு குறிப்பிட்டிருந்த காரணங்கள் பெருமளவிற்குச் சரியானவையே. செட் டாப் பாக்ஸ் சிக்கலில் மாட்டித் தவிக்கும் சென்னைவாசிகளும் அரசு நடவடிக்கையை வரவேற்றதைச் செய்தித்தாள்களின் வாசகர் கடிதப் பகுதி உறுதிப்படுத்தியது.

தமிழகத்திலும் இந்தியாவிலும் ஊடக வளர்ச்சி சில குறிப்பிட்ட மீடியா நிறுவனங்களின் கட்டுப்பாட்டிற்குள் ஏற்படுவதாக அமைவது ஆரோக்கியமானதல்ல. பலவகை ஊடகங்களில் ஒரே குழுமம் ஆதிக்கம் செலுத்துவது செய்தி களின் பன்முகத்தன்மையை முடக்கிவிடும். எனவே ஊடகக் கட்டுப்பாட்டுச் சட்டங்கள் பற்றிய விரிவான விவாதமும் தற்போது மேற்கொள்ளப்பட வேண்டும். மத்திய அரசை உரிய நடவடிக்கை எடுக்க வற்புறுத்த வேண்டும்.

❍

மீடியா தனது அசுர பலத்தாலும் பொறுப்பற்ற போக்கு களாலும் விற்பனை மோகத்தாலும் பல தனிநபர்களின் வாழ்வைச் சீரழிக்கிறது. ஆதாரமற்ற செய்திகளைப் பரபரப்பிற்காக வெளி யிட்டு மீடியா ஆதாயம் அடைகிறது. இன்று மீடியாவின் சுதந்திரத்தைப் பேசுவதோடு மீடியாவால் பாதிக்கப்படும் தனிநபரின், இந்தியக் குடிமக்களின் சுதந்திரத்தையும் முன் னிறுத்திப் பார்க்க வேண்டும். மீடியா சுதந்திரம் குடிமகனின்

---

8. மாறன் குடும்ப ஆதிக்கத்தை அம்பலப்படுத்தும் சிவந்தி நைனன் பத்தியைத் தவிர்த்த *த ஹிண்டு,* ரத்தன் டாட்டாவை தயாநிதி மிரட்டிய சர்ச்சை ஓய்ந்ததும், ரத்தன் டாட்டாவை தயாநிதி சந்தித்துக் கை குலுக்கும் புகைப்படத்தை முன்பக்கத்தின் மேல்பகுதியில் வெளியிட்டு, செய்தி பக்.12 எனக் குறிப்பிட்டது. 12ஆம் பக்கத்தில், ஒரு பத்தி X 12 செ.மீ. அளவில் சிறிய சாரமற்ற குறிப்பு பிரசுரிக்கப்பட்டிருந்தது. தயாநிதியின் மனைவி *த ஹிண்டு* உரிமையாளர் குடும்பத்தைச் சேர்ந்தவர்.

வாழ்வுரிமையைப் பறிப்பதாக இருக்கக் கூடாது. மூத்த பத்திரிகையாளரான ராஜேந்தர் பூரி, மீடியா மீதான அவதூறு வழக்குகளைத் தனி அவசர நீதிமன்றங்கள் அமைத்து விசாரிக்க வேண்டும் என்ற கோரிக்கை வைத்துள்ளார்.[9] இது பற்றிய விவாதமும் அவசியம்.

பாலியல் வக்கிரங்களிலும் போலிப் புலனாய்வுகளிலும் ஊழல் செய்திகளிலும் மூழ்கிக் கிடக்கும் தமிழ் ஊடகங்களை விழிப்புணர்வுப் பிரச்சாரம், போராட்டம், சட்ட விதிமுறைகள் ஆகியன மூலம் சீரமைக்கும் கடப்பாடு தமிழ்ச் சமூகத்தின் மீது கரிசனம் கொண்ட அனைவருக்கும் உண்டு.

பயன்பட்ட நூல்கள்

1. *The Press in India- An Overview (G.S.Bhargava, NBT, 2003)*
2. பொன். தனசேகரன், 'ஏ.என். சிவராமனின் பத்திரிகை உலகம்', உலகத் தமிழாராய்ச்சி நிறுவனம், *2005*
3. பொன். தனசேகரன், 'டி.எஸ். சொக்கலிங்கம்', சாகித்திய அகாதெமி, *2005*

புதிய பார்வை: நவம்பர் 16 - 30, 2006

9. *Bull's Eye-Rajinder Puri, Outlook, Nov.6, 2006.*

வெளிப்பாட்டுச் சுதந்திரம்

கருத்துச் சுதந்திரம் என்பது, துல்லியமாக வரையறுக்கப் பட்ட பொருளில், பலதரப்பட்ட கருத்துகளை வெளிப்படுத்து வதற்கான சுதந்திரத்தை மட்டுமே குறிக்கிறது. எல்லா வெளிப் பாடுகளுக்கான சுதந்திரத்தையும் அது சுட்டுவதில்லை. தமிழ்ச் சமூகத்தில், கடந்த காலங்களில் கருத்துச் சுதந்திரத்திற்கான வெளி பெருமளவுக்குக் காப்பாற்றப்பட்டுவந்துள்ளது. இன்று அந்த வெளி மிகவும் குறுகிவருகிறது. இது கருத்துச் சுதந்திரம் தொடர்பான பிரச்சனை.

வெளிப்பாட்டுச் சுதந்திரம் தொடர்பான பிரச்சனை இன்னும் ஆழமானது. எல்லா வெளிப்பாடுகளையுமே கருத்து களாக அணுகும் ஒரு பார்வை, நவீன தமிழ்ப் பண்பாட்டில் ஆழமாக வேரூன்றியுள்ளது. சிறுகதைகள், கவிதைகள், ஓவியங் கள், இசை எல்லாமே தமிழ்ச் சமூகத்தால் கருத்துகளாகச் சுருக்கப்பட்டு உள்வாங்கப்படுகின்றன.

எனவே வாழ்வின் இருண்ட பகுதிகளையும் கலைஞர்கள் தம் படைப்புகளில் வெளிப்படுத்த முனையும்போது ‘ஆபாசம்’, ‘பிற்போக்குத்தனம்’ போன்ற முத்திரைகள் அவர்கள் மீதும் படைப்பின் மீதும் குத்தப்படுகின்றன. ‘வாழ்க்கை வேறு, இலக்கியம் (அல்லது படைப்பு) வேறு அல்ல’ என்ற நம்பிக்கைக்கு ஏற்ப ஒரு கலைஞன் சுதந்திரமாகத் தன்னை வெளிப்படுத்து வதற்கான ஒரு சூழல் நவீனயுகத்தில் தமிழகத்தில் இருந்திருப்ப தாகத் தெரியவில்லை.

○

கருத்துச் சுதந்திரத்திற்கான போராட்டத்தில், உலக அளவில் முன்னணியில் செயல்படும் அறிஞர் நோம் சோம்ஸ்கி, கருத்துச் சுதந்திரத்தை இவ்வாறு வரையறுக்கிறார்:

> கருத்து வெளிப்பாட்டிற்கான சுதந்திரம் என்பது நாம் ஆதரிக்கும் கருத்துகளுக்கான சுதந்திரம் மட்டும்

அல்ல. நம்மை அதிர்ச்சியடையச் செய்யும் கருத்து களுக்கான சுதந்திரமும்கூட.[1]

இக்கூற்றை முன்வைத்து, தமிழகத்தில் கருத்துச் சுதந்திரத் திற்கான இடம் நேற்றும் இன்றும் எவ்வாறு இருந்துள்ளது என்பதைப் பார்க்கலாம்.

தமிழகத்தில் பல அதிர்ச்சிகரமான மாற்றுக் கருத்துகளை வெளிப்படுத்துவதை வாழ்நாள் பணியாகவே மேற்கொண்டவர் பெரியார். சுமார் 50 ஆண்டுகள், பெண்கள் பற்றியும் மதம் பற்றியும் சமூக அமைப்பு பற்றியும் பெரும்பான்மையினரால் செரிக்க முடியாத கருத்துகளை அவர் தொடர்ந்து பேசியும் எழுதியும் வந்தார். அதற்கான சுதந்திரம் அவருக்குக் கடைசிவரை மறுக்கப்படவில்லை. 60களிலும் 70களிலும் திராவிட இயக்கத்திற்கு எதிரான கருத்துகளை மிகக் கடுமையான மொழியில் வெளிப் படுத்திவந்தவர் ஜெயகாந்தன். அதற்கான கருத்துச் சுதந்திரமும் அவருக்கு இருந்திருக்கிறது என்பது வெளிப்படை. பெரியார் தோன்றிய மேடையிலேயே, அவருடன் முரண்பட்டு ஜெயகாந்தன் பேசியிருக்கிறார். அந்த அனுபவம் பற்றி இவ்வாறு குறிப்பிடுகிறார்:

> (என்னுடைய) பிரசங்கம் முடிந்ததும் பல திராவிடக் கழக அன்பர்கள் எனது பேச்சால் தங்கள் மனம் புண்பட்டுவிட்டதாகப் பெரியார் அவர்களிடம் சென்று முறையிட்டுக்கொண்டனர். அப்போது பெரியார் அந்தத் தி.க. தோழர்களுக்கு மிகவும் கண்டிப்பாக அறிவுரை வழங்கினார்: "பொது வாழ்க்கையிலே அப்படியெல்லாம் மனசு புண்படக் கூடாது. இவர் ஒருத்தர்தான் நமக்குப் பதில் சொல்லி இருக்காரு. நாம்ப எவ்வளவு பேரைக் கேள்வி

---

1. மேல் விவரங்களுக்குப் பார்க்க: 'பொன்மொழியும் பொய்மொழியும்', *காலச்சுவடு* 39, ஜனவரி – பிப்ரவரி 2002.

   கருத்துச் சுதந்திரம் பற்றி இந்திய உச்ச நீதிமன்றத்தின் கூற்றுகள்:

   அ. கருத்துச் சுதந்திரத்தின் வரையறைக்குள் வரும் செய்திகள் ஏற்கத் தக்கவையாகவும் பாதிப்பு ஏற்படுத்தாதவையாகவும் ஒதுக்கத்தக்கவை யாகவும் இருப்பன மட்டுமல்ல; மாறாக அரசையோ, பொதுமக்களின் ஒரு பிரிவினரையோ கடுமையாகப் பாதிக்கவும் அதிர்ச்சியடையச் செய்யக் கூடியதுமான செய்திகளுக்கான சுதந்திரத்தையும் உள்ளடக்கியதாகும்.

   ஆ. நியாயமானதும் இந்திய அரசியலமைப்புச் சட்டத்தால் பாதுகாக்கப் பட்டதுமான கருத்துச் சுதந்திரத்திற்கான உரிமையை, சகிப்புத்தன்மையற்ற ஒரு குழுவினர் பறித்துக்கொள்ள அனுமதிக்கக் கூடாது.

   (நன்றி: *த ஹிண்டு*, 19.11.2005)

கேட்டிருக்கோம்? அவங்க மனசு புண்படுமேன்னு யோசிச்சோமா? அப்படியெல்லாம் யோசிச்சிக்கிட்டிருக்க முடியாது." அவரது இந்த அறிவொழுக்கம் *(intellectual honesty)* எனக்கு அவர் அன்று உபதேசித்த ஒரு பாடமாயிற்று. பின்னர் அவர் என்னை அழைத்தார். மிக மரியாதையாக, ஓர் ஆஸ்திக சமாஜத்தைச் சேர்ந்த மடாதிபதி போல, மிகவும் பண்போடு, இருபத்தி நான்கு வயதே ஆன என்னை, "வாங்க, ஐயா!" என்று கரங்கூப்பி அழைத்தார். அக்காலத்திலெல்லாம் நான் யாரையும் காலில் விழுந்து வணங்கியதில்லை. ஆனால் அப்படி ஓர் உணர்வு எனக்கு அப்போது தோன்றியது உண்மை! அவர் என்னை விசாரித்தார்: "நீங்க பிராமணப் பிள்ளையா?" "இல்லை" என்றேன். "ரொம்ப சந்தோஷம்" என்றார். நான் விடைபெற்றுக்கொண்டேன்.[2]

கடுமையான கருத்து வேறுபாடுகளைத் தாண்டி, இளமையிலிருந்து இறுதிவரை பெரியாரும் ராஜாஜியும் கொண்டிருந்த ஆழமான நட்பு, சகிப்புத்தன்மை சிறந்த ஒரு முன்னுதாரணம். பெரியார் இந்த நட்பைக் 'காதல்' என்றே குறிப்பிடுகிறார். 1967இல் ஆட்சியமைத்த அறிஞர் அண்ணா, தேர்தலில் தனக்கு எதிராகக் கடுமையாகப் பிரச்சாரம் செய்த பெரியாரைச் சந்தித்து ஆசிபெற்றுவிட்டு, முதலமைச்சர் பதவியை ஏற்றுக்கொண்டார். 1971இல் ஆட்சிக்குத் திரும்பிய கலைஞர் கருணாநிதி, அந்தத் தேர்தலில் எதிர்நிலையில் பிரச்சாரம் மேற்கொண்ட ராஜாஜியின் ஆசியைப் பெற்றுவிட்டுப் பதவியேற்றார். தமிழகத்தில், கடுமையான கருத்து முரண்பாடுகளுக்கிடையிலும் சகிப்புத்தன்மை மேம்பட்டிருந்த ஒரு சூழல் அரசியலில் நிலவியது என்பதற்கு இவை சில சான்றுகள்.

இத்தகைய அரசியல் பண்புகள் எம்.ஜி.ஆருக்கும் கருணாநிதிக்கும் இடையே ஏற்பட்ட உட்கட்சி முரண்பாடுகளில் சீரழியத் தொடங்கின. தி.மு.க.விலிருந்து எம்.ஜி.ஆர். வெளியேறிய காலகட்டத்தோடு சகிப்பின்மை தமிழ்ச் சூழலில் மிகத் தொடங்கியது. கருத்துச் சுதந்திரத்திற்கான வெளியும் குறுகத் தொடங்கியது. அரசியல் வேறுபாடு, தனிநபர் வேறுபாடாகக் குறுகத்தொடங்கிய காலம் இது. பின்னர் எம்.ஜி.ஆரும், கருணாநிதியும் சட்டசபையின் வராந்தாவில், எதிர்பாராதவிதமாகச் சந்தித்து, பரஸ்பரம் வணக்கம் மட்டும் சொல்லிக்கொள்வதுகூடப் பெரிய அதிசயமாகப்

2. ஜெயகாந்தன், 'ஓர் இலக்கியவாதியின் அரசியல் அனுபவங்கள்', மீனாட்சி புத்தக நிலையம், 1974.

பார்க்கப்பட்டது. செய்தித்தாள்களில் முதல் பக்கச் செய்தியாக வெளிவந்தது, பல ஆச்சரியக்குறிகளுடன்! மதுரையிலிருந்து சென்னைக்கு ஒரே பயணிகள் விமானத்தில் எம்.ஜி.ஆரும் கருணாநிதியும் சந்தர்ப்பவசமாகப் பயணிக்க நேர்ந்ததுகூடத் தலைப்புச் செய்தியாயிற்று.[3]

சுதந்திரம் கருத்தியல் தளத்தில் இயல்பாக இருந்துவந்த நிலை *1975*இல் நெருக்கடிநிலையோடு ஒரு முடிவுக்கு வருகிறது. சில ஆண்டுகள் மக்களிடமிருந்து எல்லாச் சுதந்திரங்களும் ஆளும் வர்க்கத்தால் எடுத்துக்கொள்ளப்பட்டன. கவிஞர் ஆத்மாநாம் ஒரு கவிதையில் இவ்வாறு எழுதுகிறார்:

எனது சுதந்திரம்
அரசாலோ தனிநபராலோ
பறிக்கப்படுமெனில்
அது என் சுதந்திரம் இல்லை
அவர்களின் சுதந்திரம்தான்.[4]

சுதந்திரம், சில ஆண்டுகளுக்குப் பிறகு மீண்டும் பெறப் பட்டாலும், அது கொடுக்கப்பட்ட சுதந்திரமாகவே இன்றுவரை இருந்துவருகிறது. நம்முடைய அடிப்படை உரிமையாக அது மாறவேயில்லை. தமிழக அரசியலில் நம்முடைய தற்போதைய முதலமைச்சர் ஜெயலலிதா அரசியலுக்கும் ஆட்சிக்கும் வந்த காலகட்டத்தோடு சகிப்பின்மை புதிய உச்சங்களை எட்டியது. அரசியல் வேறுபாடுகள், விரோத நிலையையும் தாண்டி, துவேஷங்களாக மாறின. அப்போது மத்திய அமைச்சராக இருந்த ப. சிதம்பரம் திருச்சிக்கு வருகை தந்தபோது, அரசியல் ரவுடிகளால் உருட்டுக்கட்டைகளால் தாக்கப்பட்டது ஒரு வெறியாட்டத்தின் துவக்கமாக அமைந்தது. அதில் முதல் நபராக அடையாளம் காணப்பட்டவர், பின்னர் ஒரு தேர்தலில் அ.தி.மு.க. வேட்பாளரானார். ஜோதிடர்களும் வாஸ்துசாஸ்திர அறிஞர்களும் தமிழக அரசியலையும் சென்னை மாநகரத்தின் வரைபடத்தையும் தீர்மானிப்பவர்களாக மாறினார்கள். கலைஞர் கருணாநிதியின் நள்ளிரவுக் கைதோடு சகிப்பின்மை ஒரு புதிய உச்சத்தை எட்டியது. சகிப்புத்தன்மை என்றால் என்ன?

---

3. இந்திய தேசிய அரசியலில் முக்கியமான பிரச்சனைகளின்போது பிரதமரும் எதிர்க்கட்சித் தலைவரும் சந்தித்துப் பேசிக்கொள்வது சாத்தியமாகவே இருந்துவருகிறது. அதுபோல அரச நிகழ்வுகளில் இவர்களின் சந்திப்புகள் சகஜமாக நிகழ்கின்றன. கடந்த முப்பதாண்டுகளில் தமிழகத்தில் இது சாத்தியப்படவே இல்லை.
4. ‘சுதந்திரம்’, ‘ஆத்மாநாம் படைப்புகள்’, காலச்சுவடு பதிப்பகம், 2002.

என்று ஒவ்வொரு நாளும் தமிழக ஆளும் வர்க்கம், நம்மை நோக்கிக் கேலியாகக் கேட்டுக்கொண்டேயிருக்கிறது.

இனி தமிழ்ச் சமூகத்தில் இதழியலாளர்களுக்கு இன்று இருக்கும் நிலைமையைப் பார்க்கலாம். மாற்றுக் கருத்துக் கொண்ட பத்திரிகையாளர்களை முதலமைச்சர் ஜெயலலிதா எதிர்கொள்ளும் விதம் மிகவும் பிரசித்தமானது. *நக்கீரன்* கோபாலின் அநீதியான கைதிலிருந்து, *த ஹிண்டு* நாளிதழ் மீதான தாக்குதல் வரை பல உதாரணங்களைத் தர முடியும். பத்திரிகையாளர்கள் பல போராட்டங்களைத் தமிழகத்தில் நடத்தியுள்ளார்கள். ஆனால் தி.மு.க., *முரசொலி* வழி மாற்றுக் கருத்துகளை எதிர்கொள்ளும் விதம் உரிய கவனம் பெற்றதில்லை. மூத்த பத்திரிகையாளரான டி.என். கோபாலன், ஞாநி, வாஸந்தி போன்றோர் தி.மு.க.வை விமர்சிக்கும்போது கேவலமான முறையில் *முரசொலி*யால் தாக்கப்பட்டுள்ளனர். டி.என். கோபாலன், போயஸ் கார்டனுக்குப் பெட்டி வாங்கப்போவதாக *முரசொலி* கார்ட்டூன் வெளியிட்டது. இதே போல ஞாநியைப் பற்றியும் ரசக்குறைவான ஒரு கார்ட்டூனை *முரசொலி* வெளியிட்டுள்ளது. தி.மு.க.வை விமர்சித்த ஒரு செய்திக் கட்டுரை *இந்தியா டுடே*யில் வெளிவந்தபோது அதன் ஆசிரியராக இருந்த வாஸந்தியை *முரசொலி*யும் *குங்குமமு*ம் அவமதித்த முறைகள் பற்றி அவரே எழுதியுள்ளார்.[5] அவை கீழ்க்கண்டவாறு:

1. வாஸந்தியின் ஒழுக்கத்தைக் கேள்விக்குட்படுத்தியது.
2. அவர் சாதியைக் குறிப்பிட்டு விமர்சித்தது.
3. அவரது பெயரை 'வாந்தி' என்று திரித்து எழுதியது.
4. வாஸந்தியை 'வா சந்திக்கு' என்று இழுக்க எத்தனை நேரமாகும் என்று கேள்வி தொடுத்தது.

இவை சட்ட விரோதமான நடவடிக்கைகள் அல்ல. ஆனால் கருத்துச் சுதந்திரத்தை முடக்கிப்போடும் நடவடிக்கைகள்.

அதிகார வர்க்கம் கலைஞர்களை, அறிவுஜீவிகளை எவ்வாறு அணுகுகிறது என்பது ஒரு சமூகத்தின் வளர்ச்சிக்கும் வீழ்ச்சிக்கும் முக்கியமானது. இருபதாம் நூற்றாண்டில் கருத்துச் சுதந்திரத்திற்கும், கலைஞர்களின் வெளிப்பாட்டிற்கும் எதிரான ஒரு குறியீடாக இருந்தவர் ஸ்டாலின். ஸ்டாலின் என்று நான் இங்கே குறிப்பிடுவது சோவியத் யூனியனின் அதிபராக இருந்த ஜோசப் ஸ்டாலினை. ஸ்டாலின் ஆண்ட காலத்தில்

---

5. 'நினைவில் பதிந்த சுவடுகள்', *தீராநதி*, நவம்பர் 2005.

கொலைசெய்யப்பட்ட ஒரு கவிஞர், ஓசிப் மாண்டல்ஷாம். அவருடைய மனைவி நடாஷா, தனது நூலில் ஒரு சம்பவத்தைப் பதிவு செய்கிறார்.[6] ஸ்டாலினும் குருஷ்சேவும் பிறரும் ஒரு நாடகம் காணச் செல்கிறார்கள். அதில் துரோகி வேடத்தில், புச்மா என்ற உக்ரேனிய நடிகர் அற்புதமாக நடிக்கிறார். அப்போது ஸ்டாலின் கூறுகிறார்: "ஒரு நிஜமான துரோகியால் மட்டுமே துரோகி வேடத்தில் இவ்வளவு தத்ரூபமாக நடிக்க முடியும்." புச்மாவைக் கண்காணிக்கும்படி குருஷ்சேவுக்கு ஸ்டாலின் உத்தரவிடுகிறார். பின்னர் குருஷ்சேவுக்குத் தெரியாமல், அதே நடிகரைக் கண்காணிக்கும்படி மலேங்கோவிற் கும் உத்தரவிடுகிறார்.

சோவியத் ரஷ்யாவின் வீழ்ச்சிக்குக் கலைஞர்கள் தொடர் பான இந்த அணுகுமுறை ஒரு முக்கியமான காரணம் என்று கருதுகிறேன். இதிலிருந்து தமிழக ஆளும் வர்க்கம் கற்றுக் கொள்ள வேண்டிய பாடங்கள் நிறைய உண்டு.

○

சகிப்பின்மை, தமிழக ஆளும் வர்க்கத்தினரிடம் மட்டுமே காணப்படும் ஒரு பண்பு அல்ல. அது நம் ஒவ்வொருவருக் குள்ளும் இருக்கிறது. எதிர்நிலையிலிருப்போரின் சகிப்பின்மையின் கூர்முனைகளால் கிழிக்கப்பட்டபோது எனது சகிப்புத்தன்மையைத் தக்கவைத்துக்கொள்வது எளிதானதாக இருந்ததில்லை. எப்போதும் சாத்தியப்பட்டதும் இல்லை. இதற்கெதிரான போராட்டம் நம் உள்ளே இருந்து துவங்கி, சமூகத்தை நோக்கி விரிய வேண்டும். கடந்த பத்தாண்டுகளாக ஒரு தீவிர இதழின் ஆசிரியராகப் பணியாற்றிய அனுபவத்தில் தமிழகத்தின் எழுத்தாளர்கள், அறிவுஜீவிகள், மாற்றுச் சிந்தனையாளர்கள் ஆகியோரிடம் சகிப்பின்மையின் உச்சங்களைக் கண்டிருக்கிறேன். இவர்கள் கையில் அசலான அதிகாரம் கிடைத்தால் என்ன ஆட்டம் போடுவார்களோ என்று அஞ்சியதும் உண்டு. தாங்கள் விரும்பாத கட்டுரை ஒன்று *இந்தியா டுடே*யில் வெளியானபோது 'கலக'ச் சிந்தனையாளர்கள் அதை எதிர்கொண்டவிதம் பற்றி வாஸந்தி இவ்வாறு குறிப்பிடுகிறார்:

> '*இந்தியா டுடே*, மலம் அள்ளத்தான் லாயக்கு' என்று இகழப்பட்டது. பலர் அந்தப் பக்கங்களைக் கிழித்து, அதன் மேல் சிறுநீர் கழித்ததாகக் கேள்விப்பட்டபோது

6. *Hope Abandoned, A Memoir, Nadezhda Mandelsham, translated by Max Hayward, Penguin Books, 1976.*

நான் நம்பவில்லை. மறுநாள் எனக்குத் தபாலில், ஒரு கடித உறையில், கட்டுரைப் பக்கத்தில் மலம் வைக்கப்பட்டு அனுப்பப்பட்டிருந்தது.[7]

அத்தோடு மோசமான வசவுகள் கொண்ட கடிதமும் அனுப்பப் பட்டதாக வாஸந்தி குறிப்பிடுகிறார்.

சில ஆண்டுகளுக்கு முன்னர் தமிழகத்திற்கு வந்திருந்த அம்பேத்கரிய அறிஞர் கெயில் ஓம்வட் பதிவு செய்த ஒரு செய்தி நம் கவனத்திற்குரியது. விடுதலைச் சிறுத்தைகள் தலைவர் திருமாவளவனின் *Talisman* நூலுக்கு எழுதிய முன்னுரையில் 'தமிழகத்தில் பெரியாரை விமர்சனமே செய்யக் கூடாது' என்று நம் அறிவுஜீவிகள் கொண்டிருந்த பிடிவாதத்தைப் பார்த்துத் திகைத்துப்போனதாக அவர் குறிப்பிடுகிறார்.[8] தான் உட்பட எல்லாவற்றையும் கேள்வி கேட்கச் சொல்லித் தொடர்ந்து வற்புறுத்தி வந்த பெரியார், இன்று கேள்விக்கு அப்பாற்பட்டவராக நிறுத்தப்பட்டிருப்பது, இடைப்பட்ட காலத்தில் கருத்துச் சுதந்திரத்திற்கு ஏற்பட்ட சிதைவின் குறியீடு போல எனக்குத் தோன்றுகிறது.

❍

இனி கலை மற்றும் படைப்புத் துறைகளில் இருக்கும் நிலையைப் பார்க்கலாம்.

தமிழ்த் திரைப்படம் ஒன்றில் கவிஞர் சினேகன் எழுதிய ஒரு பாட்டு சர்ச்சைக்குள்ளானது. அதிலும் குறிப்பாக,

கல்யாணம்தான் கட்டிக்கிட்டு ஓடிப்போலாமா
ஓடிப்போய் கல்யாணந்தான் கட்டிக்கலாமா[9]

என்றவாறு இருந்த இரு வரிகள் ஒழுக்கவாதிகளால் கடுமையாகக் கண்டிக்கப்பட்டன. கல்யாணம் செய்துகொண்டு ஓடிப்போவதும், ஓடிப்போய் கல்யாணம் செய்துகொள்வதும் தமிழ்ச் சமூகத்தில் காலம் காலமாக நடந்துகொண்டிருக்கும் ஒரு விஷயம். சங்க இலக்கியம் தொட்டு மேற்படி செயல் பாட்டைக் குறிப்பிடும் பல இலக்கியப் பதிவுகள் உள்ளன என அறிகிறேன். சினேகனின் பாட்டைத் தடைசெய்ய வேண்டும் என்று போராடும்போது, அது நமது இலக்கியப் பாரம் பரியத்திற்கு எதிரான போராட்டமாகவும் மாறிவிடுகிறது.

---

7. 'நினைவில் பதிந்த சுவடுகள்', *தீராநதி*, நவம்பர் 2005.
8. *Gail Omvedt, Talisman: Extreme Emotions of Dalit Liberation, Samya, 2003.*
9. இயக்குநர் ஹரி, 'சாமி' திரைப்படம்.

தமிழ்ச் சமூகத்தில் இன்று இவ்வாறு ஓடிப்போகும் காதல் ஜோடிகள் வெட்டிக் கொல்லப்பட்டு அடையாளம் இல்லாமல் புதைக்கப்படுகின்றனர். இதை யாரும் கண்டிப்பதில்லை. இதற்கு எதிராக யாரும் போராடுவதுமில்லை. இப்படி இருக்கிறது நம் பண்பாட்டுச் சூழல். அத்தோடு ஓடிப்போய் திருமணம் செய்வதும், திருமணம் செய்து ஓடிப்போவதும் கலப்புக் காதல் திருமணங்களில்தான் இன்று அதிகமும் நடைபெறுகின்றன. எனவே ஆபாச எதிர்ப்பு, பண்பாடு என்ற போர்வையில் இங்கு சாதியம் காப்பாற்றப்படுகிறதோ என்ற சந்தேகம் ஏற்படு கிறது. ஏனெனில் தமிழ்ப் பண்பாடு என்பது பல சமயங்களில் சாதியப் பண்பாட்டையே இங்கு சுட்டுகிறது.

பிரச்சனை தீவிரம் அடைந்ததும் சினேகன் ஒரு தொலைக்காட்சியில், மேற்படி வரிகளை எழுதியதற்காக மன்னிப்புக் கேட்டுக்கொண்டார். அதோடு விடாமல் பாவப் பரிகாரமாகவும், தன்னைச் சிறந்த ஒரு தமிழனாக நிறுவிக் கொள்ளும்பொருட்டு ஒரு சபதமும் எடுத்துக்கொண்டார். "இப்படி (ஆபாசமாக) எழுதும் இரண்டு மூன்று பெண்களை நான் பார்த்தால் மவுண்ட் ரோட்டில் நிற்கவைத்து பெட்ரோல் ஊத்திக் கொளுத்துவேன்."[10] கடந்த பத்தாண்டுகளாகத் தமிழ் இலக்கிய உலகில் உருவாகிவரும் ஒரு புதிய போக்கு பெண் படைப்பாளிகளின் வருகை. இந்தப் பத்தாண்டுகளில், குறிப்பிடத் தகுந்த சுமார் 25 பெண் எழுத்தாளர்கள் தோன்றி யுள்ளனர். 'ஆபாசம்', 'தமிழ்ப் பண்பாடு' போன்ற ஆயுதங்கள் மூலம், இவர்களின் வெளிப்பாட்டுச் சுதந்திரம் கடுமையான தாக்குதலுக்கு உள்ளாகிவருகிறது.

○

தமிழ்ப் பண்பாடு பற்றிய கவலையும் ஒழுக்கம் பற்றிய பார்வையும் நடைமுறையில் எப்போதும் பெண்கள் சார்ந்தே அதிகமும் வெளிப்பட்டுவந்துள்ளன. உடை பற்றியும் பாலியல் பற்றியும் தமிழ்ச் சமூகத்தில் இருந்த பன்முகப் பார்வைகள் அழிந்துவருகின்றன. எல்லாவற்றைப் பற்றியும் ஒருமித்த பார்வை உருவாகிவருகிறது. பண்பாட்டுப் பிரச்சனைகளில் பாரதீய ஜனதா கட்சியிலிருந்து விடுதலைச் சிறுத்தைகள் வரை ஒருமித்த குரலில் பேசத் தொடங்கியுள்ளனர். கல்லூரிகளில் உடைக் கட்டுப்பாடு பற்றியும் குஷ்பு சர்ச்சை தொடர்பாகவும் சுஹாசினிக்கு எதிராகவும் பேசப்படும் கருத்துகள் அச்சத்தைத் தருகின்றன.

10. சினேகன், விஜய் டிவி 'கேள்வி ஆயிரம்' நிகழ்ச்சி. ஒருங்கிணைப்பு ரோகிணி: 21.1.2004.

இன்று தமிழ்ப் பண்பாடு என்று பேசப்படுவது நமது பாரம்பரியத் தமிழ்ப் பண்பாடு அல்ல. அப்படியான ஒருமித்த பண்பாடு இங்கே எப்போதுமே இருந்ததில்லை. பெண்களும் ஆண்களும் மேலாடை அணிவது முற்காலத்தில் தமிழ்ப் பண்பாடாக இருக்கவில்லை.[11] பிற பண்பாடுகளின் தாக்க மாகவே மேலாடை நம்மை வந்தடைகிறது. ரவிக்கை அணிவதும், பவுடர் பூசுவதும் ஒரு நூறு ஆண்டுகளுக்கு முன்னர் தாசிகளின் பண்பாடாக இங்கு இகழப்பட்டது. விதவை மறுமணம், மணவிலக்கு, கூடிவாழுதல் எல்லாம் இங்கு பல சமூகத்தின ரிடையே இயல்பாகக் கடைப்பிடிக்கப்பட்டுவந்தன. 'தாலியை அறுத்துக் கட்டுபவர்கள்' என்ற பழிக்கு அஞ்சி இவை பின்னர் வழக்கொழிக்கப்பட்டன. ஆங்கிலேயரின் வருகைக்குப் பிறகு ஏற்பட்ட தமிழ்ச் சமூகத்தின் நவீனமயமாதலின் பகுதியாக இங்கிருந்த பன்முகப் பார்வைகள் சிதைந்துவிட்டன. விக்டோரிய ஒழுக்கப் பார்வை தமிழ்ப் பண்பாடாக உருப்பெற்றுவிட்டது. நம் சைவ – சித்தர் மரபில் பெண் வெறுப்பு ஆழப் பதிந்துள்ளது. வைதீக மதத்தின் பெண் பற்றிய பார்வையும் வைதீகமாகவே இருப்பதில் ஆச்சரியமில்லை. இவை, இன்றைய தமிழ்ச் சமூகத்தில் வெளிப்பட்டு வரும் பெண் சுதந்திரத்திற்கு எதிரான பார்வைக்கு அடித்தளமாக உள்ளன.

இன்றைய தமிழ்ப் பண்பாட்டின் உருவாக்கத்தில் வெகுஜன சினிமாவும் வெகுஜன மீடியாவும் ஆற்றியுள்ள பங்கு மையமானது. தமிழ் சினிமாவில் வெளிப்படும் பெண் பற்றிய பார்வை, பொதுவாக மிகப் பிற்போக்கானது. போலித்தனமும் தந்திரமும் முரண்பாடுகளும் நிறைந்தது. பெண்ணை அவமதித்துப் பேசிய படியே கண்ணகியின் கற்பை விதந்தோதும் பண்பாடு நம் அரசியல் பண்பாடு. பெண்ணின் உடலைச் சுரண்டியபடியே தமிழ்ப் பெண்மையைப் போற்றும் பண்பாடு சினிமா பண்பாடு. தமிழ் சினிமாவிலும் தமிழ்த் தொலைக்காட்சியிலும் பெண்கள் தாலிப் பிச்சை கேட்டுத் தினந்தோறும் கதறிக்கொண்டேயிருக் கிறார்கள். இவற்றைவிட ஆபாசமான காட்சிகளை நான் தியேட்டரில் 'பிட்' ஓட்டும்போதுகூடப் பார்த்ததில்லை. இன்று வரை தாலிப் பிச்சை கேட்ட எந்தப் பெண்ணையும் நான் பார்த்ததில்லை. அத்தகைய பெண்ணைப் பார்த்தவர்களையும் பார்த்ததில்லை. அத்தகைய பெண்ணைப் பற்றிக் கேள்விப்பட்டவர் களையும் பார்த்ததில்லை. ஆனால் அத்தகைய பெண்களை உருவாக்கும் பணியை இன்று நமது ஊடகங்கள் தீவிரமாக மேற்கொண்டு வருகின்றன. தமிழ் மீடியா, பெண்களைக் கண் காணிக்கும் ரகசிய போலீஸ் போல இன்று செயல்படுகிறது.

---

11. தொ. பரமசிவன், 'பண்பாட்டு அசைவுகள்', காலச்சுவடு பதிப்பகம், 2001.

தமிழ்ப் பெண் கண்காணிப்புக்கு உள்ளாகாத ஒரு இடமோ, ஒரு நொடியோ தமிழ் பேசும் நல்லுலகில் எங்குமே இல்லை. நாம் பின்பற்றும் இந்தப் போலிப் பண்பாடு எவ்வளவு பயங்கர மானது என்பதை இப்படிப் பார்த்தால் உணர்ந்துகொள்ள முடியும்.

கருத்துச் சுதந்திரம், வெளிப்பாட்டுச் சுதந்திரம் ஆகிய வற்றைத் தக்கவைத்துக்கொள்வதற்காக நாம் செயல்பட வேண் டியது அவசியம், அவசரம். ஆனால் அத்தகைய செயல்பாடு பலதரப்பட்டதாக இருக்க முடியும் என்பதையும் நாம் ஏற்றுக் கொள்ள வேண்டும். எழுதுவது, பேசுவது, பிரச்சாரம் செய்வது, போராட்டம் நடத்துவது எனப் பலவிதங்களில் செயல்பட முடியும். இவை போன்ற நேரடிச் செயல்பாடுகளாக அல்லாமல் படைப்பாளிகளும் கலைஞர்களும் தம் படைப்பின் மூலமும் ஒடுக்குமுறையை எதிர்கொள்ள முடியும். எதிர்ப்பின் எல்லா வெளிப்பாடுகளையும் நாம் வரவேற்கவும் அங்கீகரிக்கவும் வேண்டும். ஆத்மாநாமின் ஒரு கவிதை:

> எதிர்த்துவரும்
> அலைகளுடன் நான் பேசுவதில்லை
> எனக்குத் தெரியும் அதன் குணம்
> பேசாமல்
> வழிவிட்டு ஒதுங்கிவிடுவேன்
> நமக்கு ஏன் ஆபத்து என்று
> மற்றொரு நாள்
> அமைதியாய் இருக்கையில்
> பலங்கொண்ட மட்டும்
> வீசியெறிவேன் கற்பாறைகளை
> அவை மிதந்து செல்லும்
> எனக்குப் படகாக.[12]

●

இருபதாம் நூற்றாண்டுத் தமிழ் இலக்கியத்தில் மிக முக்கியமான எழுத்தாளர்களில் ஒருவர் ஜி. நாகராஜன். 1972ஆம் ஆண்டு ஒரு சிறுபத்திரிகையில் அவர் பத்து பொன்மொழிகளை வெளியிட்டிருந்தார். 33 ஆண்டுகளுக்குப் பிறகு இன்றும் இவற்றை எளிதில் வெகுஜன இதழ்களில் பிரசுரிக்க முடியாது. இப்பொன்மொழிகளில் ஏற்கவும் கடுமையாக மறுக்கவும் நம் எல்லோருக்கும் பலவும் இருக்கும். இச்சபையிலிருக்கும் கருத்துச் சுதந்திரத்தின் குறியீடாக ஜி. நாகராஜனின் பொன்மொழி களை வாசித்துவிட்டு என் உரையை முடித்துக்கொள்கிறேன்.

---

12. 'காரணம்', 'ஆத்மாநாம் படைப்புகள்', காலச்சுவடு பதிப்பகம், 2002.

பொன்மொழிகள்

சில எழுத்தாளர்கள் தங்கள் 'பொன்மொழிகளை'த் தங்கள் கதைகளிலேயே புகுத்திவிடுகின்றனர். என் கதைகளில் 'பொன் மொழிகளே' இல்லை என்று ஒரு நண்பர் குறைபட்டுக்கொண் டார். எனவே உதிரியாகவாவது சில 'பொன்மொழிகள்' உதிர்க்கிறேன்.

1. உண்மை நிலைத்திருக்கும் அளவுக்குத்தான் பொய்யும் நிலைத்திருக்க முடிகிறது. அதாவது இரண்டுக்கும் கிட்டத் தட்ட சம ஆயுள்.
2. மனிதர்களிடம் நிலவ வேண்டியது பரஸ்பர மதிப்பே தவிர, பரஸ்பர அன்பு அல்ல; அப்போதுதான் ஏமாற்றுக் குறையும்.
3. தன்மான உணர்வின் வெளிப்பாடாக விளங்கும் அளவுக்குத் தான் தேசபக்தியைப் பொறுத்துக்கொள்ள முடிகிறது.
4. தனிமனிதர்களை மதிக்கத் தெரியாதவர்கள்தான் மனிதாபிமானம் பேசுவார்கள்.
5. மனித குணங்களை மனிதர்கள் சிலாகித்துப் பேசுவதை விட கேலிக்கூத்து கிடையாது. ஏனெனில், சிந்திக்கும் நாய்கள் நாய்க் குணங்களையே உயர்வாகக் கருதுகின்றன.
6. எந்தச் சமுதாய அமைப்பிலும் சிறப்புச் சலுகைகள் அனுபவிக்கும் ஒரு சிறு கூட்டம் இருந்தே தீரும். இல்லை யெனில் அவ்வமைப்பு சிதைந்துவிடும்.
7. 'மனிதாபிமான' உணர்வில் மட்டும் உயர்ந்த இலக்கியம் உருவாவதில்லை. மனித துவேஷ உணர்வும் சிறந்த இலக்கியத்தைப் படைக்கவல்லது. இல்லையெனில் 'மெக்பெத்' என்ற நாடகமோ 'கலிவரின் யாத்திரை' என்ற நாவலோ உருவாகியிருக்க முடியாது.
8. இயற்கையிலேயே பீறிட்டு வெடிக்கும் சமுதாயப் புரட்சியை வரவேற்க வேண்டிய நாம், கனதனவான்கள் பதவியில் இருந்துகொண்டு 'புரட்சி' பேசுவதைச் சகித்துக்கொண் டிருக்கிறோம்.
9. தனது கலைப்படைப்புகள் மூலம் சமுதாய மாற்றங்களை நிகழ்த்துவதாக நினைக்கும் கலைஞனுக்கு, பனம்பழத்தை வீழ்த்திய காக்கையின் கதையைச் சொல்லுங்கள்.
10. மனிதனைப் பற்றிப் பொதுவாக எதுவும் சொல்லச் சொன்னால் 'மனிதன் மகத்தான சல்லிப்பயல்' என்று தான் சொல்வேன்.

இன்னும் தேங்காய் துவையல், பெண்ணின் கற்பு, உலக அமைதி, எள்ளுருண்டை, 'காலி சிந்த்' புடவை, பல்லாங்குழி ஆட்டம், பொய்ப் பல், இத்யாதி இத்யாதி பற்றியும் 'பொன்மொழிகள்' தர முடியும்.[13]

●

நவம்பர் 13, 2005 அன்று சென்னை சபரி விடுதியில் நடைபெற்ற 'கருத்து' அமைப்பின் துவக்க நிகழ்வில் வாசித்த உரை.

(இக்கட்டுரையின் உருவாக்கத்தில் உதவிய ஆ.இரா. வேங்கடாசலபதி, ரவிக்குமார், ஆ. சிவசுப்பிரமணியன், தொ. பரமசிவன், மாலதி மைத்ரி, டி.என். கோபாலன், கவிதா, அரவிந்தன், கனிமொழி ஆகியோருக்கு என் நன்றி.)

புதிய பார்வை: டிசம்பர் 1-15, 2005

13. *ஞானரதம்*, மே 1972; 'ஜி. நாகராஜன் படைப்புகள்', காலச்சுவடு பதிப்பகம், 1997.

சூரியன் விழுங்கும் நாடு

தினகரன் நாளிதழை சன் டி.வி. குழுமம் விலைக்கு வாங்கியிருக்கிறது. இந்நிகழ்வைத் தனிமைப்படுத்திப் பார்க்கும் போது இது ஒன்றும் தமிழ் உலகை உலுக்கும் செய்தியல்ல. வீழ்ச்சியடைந்த ஒரு குழுமத்தை அதிக உபரி மதிப்புள்ள மற்றொரு குழுமம் வாங்கிவிடுவது இயல்பு. ஆனால் இது தனிமைப்படுத்திப் பார்க்க வேண்டிய செய்தி அல்ல. பெருமளவு உருப்பெற்றுவிட்ட, ஒரு அரசியல் – மீடியா ஆதிக்க வரை படத்தின் ஒரு துண்டு இது.

வலுப்பெற்றுவரும் மாறன் குடும்பத்தின் மீடியா ஆதிக்கம், அரசியல் அதிகாரம், பொருளாதாரம் ஆகியவை தமிழகத் திற்கோ இந்தியாவிற்கோ சாதகமானவை அல்ல. தமிழகத்தின் இரண்டு பிரதான கட்சிகளில் ஒன்றான திமுகவில் சன் டிவியின் தாக்கம் அளவுக்கு அதிகமாக இருப்பதாகவே பொது வாகப் பார்க்கப்படுகிறது. திமுகவிற்குச் சமீபகாலத்தில் ஏற்பட்ட மிகப் பெரிய நெருக்கடியான கலைஞரின் நள்ளிரவுக் கைதுச் சம்பவத்தின்போது தலைவருக்கு அரண் அமைத்தது திமுகவின் கழகக் கண்மணிகள் அல்லர். சன் டிவியின் பிரச்சாரமும் மத்திய அரச அதிகாரமுமே. இரண்டுமே மாறன் குடும்பத்தின் சித்தத்தால் நிகழ்ந்தவை. திமுக தலைமையகம் இன்று சன் டிவியின் கீழ்த் தளத்தில் குடிவைக்கப்பட்டுள்ளது என்பதே யதார்த்த நிலைமை.

திமுகவின் வழியாக மத்திய அரசில் மாறன் குடும்பம் வலுவான இடத்தைப் பெற்றுள்ளது. மாறன் குடும்பம் மத்திய அரசில் அதிகாரம் பெற்று, அதன் மூலமாகத் தங்கள் மீடியா மற்றும் தொலைத்தொடர்பு நிறுவனங்களை வளர்ப்பதற்கு ஏற்பவே திமுகவின் அரசியல் வியூகம் அமைக்கப்படுகிறது என நம்பப் பல காரணங்கள் உள்ளன.

உதாரணமாக, திமுகவின் மீது அழியாத களங்கமாக என்றுமே இருக்கப்போகின்ற (தற்போது முறிந்துவிட்ட) பா.ஜ.க.

வுடனான கூட்டணி அக்கட்சிக்கு எந்த அரசியல் லாபத்தையும் ஈட்டவில்லை என்பது மட்டுமல்ல, கணிசமான இழப்பையே ஏற்படுத்தியது. இது முன் ஊகிக்க முடியாத பின்விளைவு அல்ல. இருப்பினும் முரசொலி மாறன் மத்திய அரசில் அதிகாரம் வகிப்பதற்காகத் திமுகவின் நலன் பலியிடப்பட்டது. இன்று மத்திய தொலைத்தொடர்புத் துறையைக் கைப்பற்றியிருக்கும் மாறன் குடும்பம் தங்கள் குடும்ப நிறுவனங்களுக்குச் சாதகமாகவும் போட்டியாளர்களுக்கு எதிராகவும் இயங்கி வருகிறது.

மிக வலுவான கூட்டணியுடன் அடுத்த தேர்தலைச் சந்திக்கவிருக்கும் திமுக, ஆட்சிக்கு வருவதற்கான வாய்ப்புகள் கணிசமாக உள்ளன. அவ்வாறு ஏற்படும் பட்சத்தில் மாநில அரசிலும் மாறன் குடும்பத்தின் தாக்கம் வலுவாக இருக்கும் என எதிர்பார்க்கலாம். தமிழக முதல்வர் பதவி மாறன் குடும்பத்தின் அதிகார வரம்பிற்கு அப்பால் இல்லை. தமிழக அரசியலையும் அதிகாரத்தையும் அவர்கள் எளிதில் ஸ்டாலினுக்கு விட்டுக் கொடுக்கப்போவதில்லை. ஸ்டாலினிடம் இல்லாத மீடியா பலம், அகில இந்தியத் தொடர்புகள் ஆகியவற்றோடு அதிக பணபலமும் மாறன் குடும்பத்திடம் உள்ளது. மேலும் மாறன் மகன்கள் போல ஸ்டாலின் கான்வென்ட் பள்ளிகளில் படித்தவர் அல்ல என்பதால் நுனி நாக்கு ஆங்கிலமும் மேட்டுக்குடித் தளுக்கும் அவரிடம் இல்லை. நமது மத்திய தர வர்க்கத்தையும் மீடியாவையும் அதிகாரிகளையும் கவர இவை மிக அவசியம். திமுக இன்று ஒரு குடும்பக் கட்டுப்பாட்டுக் கட்சி என்பதால் முதலமைச்சர் பதவி என்பது ஒரு கட்டத்தில் குடும்பப் போராட்டமாகவே முடியும்.

மாறன் குடும்பம் போல இந்தியாவில் பல்வேறு காலகட்டங்களில் பல்வேறு குடும்பங்களுக்குப் பரந்துபட்ட அதிகார வீச்சும் பணபலமும் இருந்துள்ளது; இருந்துவருகிறது. எனவே இதை ஒரு பேராபத்தாகப் பார்ப்பதற்கில்லை. ஆனால் மாறன் குடும்பத்தின் அரசியல் அதிகாரம் வலுவான மீடியா அதிகாரத்துடன் இணைந்துள்ளது. இது தனி கவனிப்பிற்குரிய செய்தி.

முரசொலி மாறனின் வியாபார தீர்க்கதரிசனத்தால் கேபிள் தொலைக்காட்சி மீடியா உருவாக்கத்தின் ஆரம்ப கட்டத்திலேயே அதில் நுழைந்த மாறன் குடும்பம் தங்கள் செயல் திறனாலும் அரசியல் பலத்தாலும் கொள்கை நீக்கம் செய்யப்பட்ட தூய வியாபார உத்திகளாலும் இன்று தமிழகக் கேபிள் வலைப்பின்னலில் வலுவான இடத்தைப் பிடித்துள்ளது. சன் டிவி, சன் மியூசிக், சன் நியூஸ், கே டிவி என அதன் ஆதிக்கம் மேலும் மேலும் வலுப்பெற்றுவருகிறது. தமிழகத்திற்கு அப்பாலும்

இன்று உலகெங்கும் தமிழர் வாழும் பகுதிகளில் சன் டிவி நுழைந்துள்ளது.

அத்தோடு கேரளம், கர்நாடகா, ஆந்திரா போன்ற மாநிலங்களில் சூர்யா, கிரண், தேஜா, ஜெமினி, ஆதித்யா போன்ற சன் டிவியின் சானல்கள் இயங்கிவருகின்றன. வங்காளத்தில் இப்போது புதிய சானல் தொடங்கப்பட உள்ளது (இந்த வளர்ச்சி மத்திய அரச அதிகாரம் இன்றி சாத்தியமில்லை). வெகுஜனப் பண்பாடு சார்ந்த சன் டிவி குழுமத்தின் பண் பாட்டுச் சுரண்டல் அணுகுமுறை பிற மொழிகளிலும் கேடு விளைவித்துவருவதை அறிய முடிகிறது.

தமிழகத்தின் கேபிள் டிவி வலைப்பின்னல் மாறன் குடும்பத் தினரின் கைவசமே உள்ளது. தமிழகத்தில் கேபிள் டிவி சேவைத்துறையில், உள்ளூர் விற்பன்னர்களால் உருவாக்கப்பட்ட விநியோக நிறுவனங்கள் அனைத்தும் இன்று கைவிடப்பட்டு விட்டன. சன் டிவி குழுமம் தன் பணபலத்தால், கட்டணச் சானல்களுக்கான உரிமைகளை ஒட்டுமொத்தமாக வாங்கி விட்டது. இந்தச் சானல்கள் இன்று தமிழகமெங்கும் மாறன் குடும்பத்தின் மறைமுக ஆதரவு பெற்ற நபர்களாலேயே விநியோகிக்கப்படுகின்றன. (அடிக்கடி உள்ளூரில் கேபிள் அறுக்கப்படுவது இந்த ஆதிக்கப் போக்கிற்கு எதிரான 'கலக' நடவடிக்கை.)

அச்சு ஊடகங்களைப் பொறுத்தவரையில் நேற்றுவரை மாறன் குடும்பம் வசம் *குங்குமம்* மட்டுமே இருந்தது (தற்போது *தினகரன்* இணைக்கப்பட்டுள்ளது). மோசமான உள்ளடக்கத் துடன் திமுகவின் சகல போலி மதிப்பீடுகளின் ஆவணமாக வெளிவந்துகொண்டிருந்த *குங்குமம்* சமீபத்தில் பெரிய வளர்ச்சி கண்டுள்ளது. ஆனால் இந்த வளர்ச்சி உள்ளடக்கத்தில் உழைத்து உருவாக்கிய வளர்ச்சி அல்ல. 'இலவச' வளர்ச்சி. *குங்குமம்* இலவசப் பொருட்களுக்காகவே வாங்கப்படுகிறது. சில பலசரக்குப் பொருட்கள் வாங்கினால் *குங்குமம்'* இலவசம் என்றும் இந்தப் போக்கைப் புரிந்துகொள்ளலாம். அரசியல், அதிகாரம் மற்றும் மீடியா பலத்தைப் பயன்படுத்தி இணைக்கப்படும் இந்த இலவசப் பொருட்களுக்குப் போட்டியாகக் *குமுதமோ ஆனந்த விகடனோ* இறங்க முடியாது. மேலும் *குங்குமத்திற்கு* சன் டிவியில் கொடுக்கப்படும் விளம்பரங்களை ஈடு செய்ய வேண்டு மெனில் போட்டி இதழ்கள் வாரத்திற்குப் பல லட்சங்கள் செலவு செய்ய வேண்டியிருக்கும். எனவே *குங்குமம்* ஏற்படுத்தும் இந்தப் போட்டி ஒரு நியாயமான போட்டி அல்ல. இதே போன்ற அநீதியான போட்டியை இனி *தினகர*னும் ஏற்படுத்தும் என்று நம்பலாம்.

பல நாடுகளில் அச்சு ஊடகத்தையும் காட்சி ஊடகத்தையும் ஒரே குழுமம் நடத்துவது தடை செய்யப்பட்டிருக்கிறது. மீடியா ஆதிக்கத்தைத் தடுக்கப் பல விதிகளும் கட்டுப்பாடுகளும் உள்ளன. சில உதாரணங்கள்:

அமெரிக்காவில் *Federal Communication Commission (FCC)* விதித்திருக்கும் கட்டுப்பாடுகள் சில:

1. ஒரே சந்தையில் ஒரு தொலைக்காட்சி நிறுவனம் இரண்டு சானல்கள் மட்டுமே நடத்தலாம், இரண்டு நிபந்தனைகளுக்கு உட்பட்டு:

    (அ) அந்தச் சந்தையில் எட்டு வேறு சானல்கள் செயல்பட வேண்டும்.

    (ஆ) மேற்படி இரண்டு சானல்களும் பார்வையாளர் விகிதத்தில் முதல் நான்கு இடத்தில் இடம் பெறக் கூடாது.

2. ஒரு நிறுவனத்தின் கேபிள் வலைப்பின்னல் அமெரிக்காவில் 30% இல்லங்களுக்கு மேல் சென்றடையக் கூடாது.
3. ஒரே நிறுவனம் ஒரே சந்தையில் தொலைக்காட்சியும் நாளிதழும் நடத்தக் கூடாது.

ஆஸ்திரேலியாவில்:

1. ஒரு நபர் மொத்த ஆஸ்திரேலியாவிலும் தான் பெற்றிருக்கும் ஒளிபரப்பு உரிமங்களின் மூலம் அதிகபட்சமாக அந்நாட்டின் 75% மக்களை மட்டுமே சென்றடையலாம். ஒரு பிராந்தியத்திற்குள் ஒன்றுக்கு மேற்பட்ட உரிமங்கள் பெற முடியாது. அதாவது ஒன்றுக்கு மேற்பட்ட சானல்களை ஒரே பிராந்தியத்தில் நடத்த முடியாது.
2. தொலைக்காட்சி ஒன்றை நடத்திவரும் ஒரு நபர் நாளிதழ் ஒன்றையும் துவங்கினால் அந்நாளிதழின் விற்பனையில் 50% அத்தொலைக்காட்சி பார்க்கப்படும் வட்டத்திற்கு அப்பால் இருக்க வேண்டும்.

இது போன்ற பாதுகாப்புச் சட்டங்கள் நமக்கு அவசியம் தேவை. இதைப் பற்றிய விரிவான விவாதமும் செயல்பாடும் மிக அவசரம். ஏனெனில் நான் அறிந்தவரை உலக அளவில் எந்த ஜனநாயக நாட்டிலும் ஒரு குடும்பத்திடமும் இத்தகைய அரசியல் மற்றும் மீடியா அதிகாரம் ஒருசேர இல்லை. ஒரே நபரிடமோ குடும்பத்திடமோ மீடியா சக்தி ஒருசேரக் குவியும் போது மக்கள் மத்தியில் ஒரு கருத்தை உருவாக்குவதும் அவர்கள் பார்வையைத் திசை திருப்புவதும் ஒரு நிகழ்வை இருட்டடிப்பு

செய்வதும் பெருமளவுக்குச் சாத்தியப்படுகிறது. ஒரு மொழியில் அல்லது நாட்டில் அல்லது பிரதேசத்தில் மீடியா ஆதிக்கம் உருவாவதன் ஆபத்து இதுதான். இத்தகைய மீடியா சக்தி அரசியல் சக்தியுடன் இணையும்போது இந்த ஆபத்து இரட்டிப் பாகிறது. உதாரணமாக சன் டிவியை மட்டுமே பார்க்கும் ஒரு பார்வையாளருக்குத் தமிழகத்தில் வைகோ என்ற ஒரு தலைவர் இருப்பது தெரிய வாய்ப்பில்லாமல் போகிறது.

தீவிர இதழியல் என்னும் மிகச் சிறிய வட்டத்திற்குள் நிகழும் வளர்ச்சியை, அதிகாரம், அபாயம் என்றெல்லாம் பல ஆண்டுகளாகப் பதறிவருபவர்கள் மேற்படி அபாயம் பற்றி ஒரு சொல்லும் பேசாமல் மௌனம் காப்பதை எப்படித் தான் புரிந்துகொள்வது? நமது சாதிய அறிவுஜீவிகளின் பகுத்தறியாமையின் வீச்சு ஜெயலலிதாவோடும் சங்கர மடத் தோடும் நின்றுவிடுவது துரதிர்ஷ்டவசமானது என்றுதான் சொல்ல வேண்டும். 'வணக்கம் தமிழக'த்தில் அழைத்த விசுவாச மும் அழைக்கப்படலாம் என்ற சபலமும் இத்தனை வலு வானவையா?

'கோணங்கள்', *காலச்சுவடு*, இதழ் 68, ஆகஸ்ட் 2005

டேவிட்டின் உருமாற்றம்

கொடூரக் கொலை செய்தவனை (ஜான் டேவிட்டை) நடுத்தெருவில் நிறுத்திக் கல்லால் அடித்தே கொல்ல வேண்டும்.[1]

அண்ணாமலைப் பல்கலைக்கழகச் சாலையில் நாவரசு சிலை நிறுவி, அனைவரும் நாள்தோறும் வணங்கித் தொழுதிடச் செய்தல் வேண்டும்.[2]

1

தமிழகத்தைப் பதற வைத்த பொன். நாவரசு கொலை வழக்கில் மார்ச் 1ஆம் தேதி (1998) தீர்ப்பு வழங்கப்பட்டது. *நக்கீரன்* 'மகத்தான தீர்ப்பு' என்று தலைப்பிட்டு வரவேற்றது. கொலையாளி ஜான் டேவிட்டுக்கு (வயது 19) 36 ஆண்டுகள் சிறைத் தண்டனையும் அபராதமும். குற்றங்களுக்கு ஒன்றன்பின் ஒன்றாகத் தண்டனை அனுபவிக்க வேண்டும் என்று விசேஷமாகக் குறிப்பிட்டு, தண்டனையின் நீண்ட ஆயுளை நீதிபதி சாதித்திருந்தார். நூறு ஆண்டுகளுக்கு முன்னர் வழங்கப்பட்ட தீர்ப்பு ஒன்றில் 'சந்தர்ப்ப சாட்சியங்களின் அடிப்படையில் தீர்ப்பு வழங்கும்போது தூக்குத்தண்டனை அளிக்கக்கூடாது' என்று உத்தரவிட்டுள்ளது தன் கையைக் கட்டிப்போட்டு விட்டதைத் தீர்ப்பில் நீதிபதி எஸ்.ஆர். சிங்காரவேலு சுட்டிக் காட்டியிருந்தார். இல்லாவிட்டால் ஜான் டேவிட்டுக்குத் தூக்கு மேடை. (*சரித்திர முன்னேற்றம் வாழ்க!*)

நாவரசு துணைவேந்தர் மகன் என்பதால் ஊடகங்கள் உணர்ச்சிமயமான செய்திகளை வெளியிட்டன என்று வழக்கறிஞர் விருத்தாசலம் ரெட்டியார் வாதிட்டதை நீதிபதி

1. வாசகர் கடிதம் (*நக்கீரன்*, டிசம்பர் 1, 1996)
2. வி. ஞானசேகரன் கடிதம், 'நாவரசு', பொன் நாவரசு அறக்கட்டளை வெளியீடு 1997, பக். 190, தொகுப்பாசிரியர்: சிற்பி பாலசுப்பிரமணியம்.

ஏற்கவில்லை. ‘நீதி நிறைந்த உள்ளத்துடன்’ இந்த வழக்கை அணுகுவது கடினமான ஒன்றல்ல என்று நீதிபதி கூறினார். நீதியின் பாரபட்சமற்ற தன்மையைக் குலைத்துவிட முடியாது என்றும் அவர் குறிப்பிட்டார்.[3]

இதைக் கேட்க நமக்குத் தெம்பாக இருந்தாலும் சில ஐயங்கள் எழாமல் இல்லை. இந்த வழக்கின் தீர்ப்பு, கொலை நடந்த ஒரு வருடம் ஐந்து மாதங்களுக்குள் விதிக்கப்பட்டுள்ளது. இது இந்தியப் புலனாய்வுத் துறைக்கும் சரி, நீதித் துறைக்கும் சரி அசுர வேகம் என்பதைச் சொல்ல வேண்டியதில்லை. ஊடகங்களின் கவனத்தை ஈர்க்காத ஆளும் வர்க்கத்தைச் சேராதவர்களின் (அதாவது அரசு உயர் அதிகாரிகள், அரசியல்வாதிகள், அரசியல் தொழிலதிபர்கள், கீர்த்தி பெற்ற தாதாக்கள், சாமியார்கள், நடிகர் – நடிகைகள் தவிரப் பிறரின்) வழக்குகளை ‘நீதி நிறைந்த உள்ளங்கள்’ ஏன் இவ்வளவு சுறுசுறுப்பாகக் கவனிப்பது இல்லை என்பது ஒரு ஐயம். பிற ஐயங்களை விவாதிக்க இக்கொலை பற்றி மேலும் அறிவது அவசியம்.

2

சென்னைப் பல்கலைக்கழகத் துணைவேந்தர் பி.கே. பொன்னுசாமியின் மகன் நாவரசு, 1996 நவம்பர் 6ஆம் தேதி, தீபாவளிக்குச் சில நாட்கள் முன்னர், கொலை செய்யப்பட்டான். வயது 17. இந்தக் கொலை இந்தியாவில், குறிப்பாகத் தமிழகத்தில், அசாதாரணமான எதிர்வினைகளை ஏற்படுத்தியது.

பொன். நாவரசு அண்ணாமலைப் பல்கலைக்கழகத்தில் எம்.பி.பி.எஸ். முதலாம் ஆண்டு மாணவன். அவனைக் கொலை செய்ததாகக் குற்றம் சாட்டப்பட்ட ஜான் டேவிட் அதே பல்கலைக்கழகத்தில் மூன்றாம் ஆண்டு மாணவன். தீபாவளிக்காக நவம்பர் 8ஆம் தேதி சென்னையில் உள்ள தனது வீட்டுக்கு வருவதாக நாவரசு கூறியிருந்தான். ஆனால் அவன் சென்னை செல்லவில்லை. பொன்னுசாமியின் புகாரின்பேரில் போலீஸ் விசாரணையைத் துவக்கியது. விசாரணையின்போது ஜான் டேவிட் தலைமறைவானான். பின்னர் மன்னார்குடி கோர்ட்டில் சரணடைந்தான். ஜான் டேவிட் தனது வாக்குமூலத்தில் :

> நான் கரூரைச் சேர்ந்தவன். எனது தந்தை மாரிமுத்து, தாய் எஸ்தர். 2 பேரும் டாக்டர்கள். 6.11.96ந் தேதி மாணவர் நாவரசை எங்கள் பல்கலைக்கழகத்தில் பார்த்தேன். அவரை என்னுடன் வருமாறு கூறினேன். அவரும் என்னுடன் வந்தார். அவரை எனது அறைக்கு அழைத்துச் சென்றேன். அவரிடம் செருப்பைக் கொடுத்து

---

3. *தினமணி* 12.3.98

வாயில் கவ்வச் சொன்னேன். அவரும் வாயில் கவ்வினார். பின்னர் செருப்பின் பின்பக்கத்தில் நாக்கால் நக்கச் சொன்னேன். அதைச் செய்ய நாவரசு மறுப்பு தெரிவித்து விட்டு, "நான் துணைவேந்தர் மகன், உன்னைப் பற்றி என் அப்பாவிடம் சொல்லிக் கல்லூரியில் இருந்து டிஸ்மிஸ் செய்துவிடுவேன்" என்று மிரட்டினார். உடனே நான் அவரைச் சரமாரியாகத் தாக்கினேன். அதனால் நாவரசு கீழே விழுந்தார். பாவனை செய் கிறார் என்று நினைத்து மேலும் அடித்தேன். அதன் பிறகு நாவரசு எழுந்திருக்க முடியவில்லை. உடனே அவருடைய கையைப் பிடித்து நாடித் துடிப்பைப் பார்த்தேன். நாடித் துடிப்பு குறைந்துகொண்டே வந்தது. சிறிது நேரத்தில் இறந்துவிட்டார். எனக்கு என்ன செய்வது என்று புரியவில்லை. பதற்றமாக இருந்தது. பின்னர் என்னிடம் உள்ள கத்தியைக் கொண்டு அவருடைய தலையைத் தனியாக அறுத் தேன். பின்னர் கை, கால்களையும் தனித்தனியாக வெட்டி எடுத்தேன். தலையை பிளாஸ்டிக் பையில் வைத்து மூடி அறையின் ஜன்னல் வழியாக விடுதியின் பின்பக்கம் உள்ள முள் புதரில் வீசினேன். பின்னர் கீழே இறங்கி அந்தத் தலையை எடுத்து அருகில் உள்ள வாய்க்காலில் போட்டேன். பின்னர் கை கால்களைத் தனித்தனிப் பார்சல் பண்ணி ஒரு சூட்கேசிலும், உடலை (முண்டம்) மட்டும் ஒரு சூட்கேசிலும் எடுத்துக் கொண்டு 6ஆந் தேதி இரவு ஒரு ஆட்டோ பிடித்துச் சிதம்பரம் ரெயில் நிலை யத்துக்குச் சென்றேன். இரவில் சென்னை செல்லும் செங்கோட்டைப் பாசஞ்சர் ரயிலில் சென்னைக்குப் பயணம் செய்தேன்.

போகும் வழியில் கை கால்கள் உள்ள பார்சல்கள் ஒவ்வொன்றையும் ரெயிலில் இருந்தபடியே வெளியே வீசி எறிந்தேன். அதன் பின்னர் சென்னைக்குச் சென் றேன். நள்ளிரவில் ரெயில் தாம்பரம் சென்றது. அங்கு ரெயிலில் இருந்து இறங்கித் தாம்பரம் பஸ் நிலையம் சென்றேன். அங்கு ஒரு டவுன் பஸ் நின்றது. அதில் உடல் இருந்த சூட்கேசைத் திறந்து தலை யில்லா முண்டத்தைப் பஸ்சில் இருக்கைக்குக் கீழே வைத்தேன். மீண்டும் 8ஆந் தேதி சென்னையில் இருந்து புறப்பட்டு இரவில் சிதம்பரம் வந்து எனது அறையில் தங்கிக்கொண்டேன் . . .

என்று கூறியதாகப் போலீசார் தெரிவித்தனர் (*தினத்தந்தி 21.11.96*).

நாவரசு மருத்துவ மாணவன் என்பதும், கொலைக்கு முகாந்திரம் ராகிங் என்பதும், கொலை செய்யப்பட்டு உடல் துண்டாக்கப்பட்ட கொடூரமும் இக்கொலை பரவலான கவனம் பெறுவதற்குக் காரணம் என்றாலும், முக்கியக் காரணம், "நாவரசு ஒரு பல்கலைக்கழகத்தின் துணைவேந்தர் மகன் என்பதால்தான் அது வெளிச்சத்துக்கு வந்திருக்கிறது. ஒரு சாமானியனின் பிள்ளை என்றால் இந்த வழக்கு 'காணவில்லை' என்ற புகார் வடிவிலேயே புதைந்து போயிருக்கலாம்." *(இந்தியா டுடே, டிசம்பர் 6–20, 1996)*

வெகுஜன ஊடகங்களில் நாவரசு மற்றும் ஜான் டேவிட் ஆகியோரின் பிம்பங்களும் அவர்களுடைய குடும்பத்தினரின் பிம்பங்களும் எவ்வாறு கட்டமைக்கப்பட்டன? இக்கொலை தொடர்பாக விவாதிக்கப்பட்ட கேள்விகள் எவை? மௌன மாகக் கனன்றுகொண்டிருந்த கேள்விகள் எவை? இக்கொலைக் கான எதிர்வினையின் தன்மைகள் என்ன?

நாவரசு கொலைக்குக் கண்டனம் தெரிவித்துத் தலை யங்கம் எழுதாத இதழ்களோ, தினசரிகளோ அனேகமாக இல்லை. (ஒரு சில எழுதாமல் விட்டதற்குக் காரணம் அவற்றில் தலையங்கப் பகுதி இல்லை என்பதே.) துக்ளக்கிலிருந்து விடுதலை வரை 'ஒழுக்கம் ஒழுக்கம்' என்று புலம்பித் தள்ளின. பல்வேறு கட்சியினர் ஆர்ப்பாட்டத்தில் ஈடுபட்டனர். ஆசிரியர், ஊழியர், மாணவர் சங்கங்கள் இக்கொலையைக் கண்டித்துத் தீர்மானங் கள் நிறைவேற்றின. ஆர்ப்பாட்டம் நடத்தின. ஊர்வலம் சென்றன. கவிஞர்கள் கண்ணீர்க் கவிதைகள் புனைந்தனர். தில்லியில் நாடாளுமன்றத்திலும் எதிரொலிகள் எழுந்தன. தமிழகத் திலும், அண்டை மாநிலங்களிலும் ராகிங்கைத் தடைசெய்து சட்டங்கள் இயற்றப்பட்டன. 'பொது மக்கள்' ஆர்ப்பாட்டம் செய்தனர்.

இந்த எதிர்வினைகளின் அசாத்தியமான தன்மையைத் தெளிவுபடுத்திக்கொள்ள சமகாலத்தில் ஈழத்தில் நடந்த 'சூரியக் கதிர்' தாக்குதலால் ஏற்பட்டிருந்த தமிழர்களின் உயிர்ப் பிரச்சனைக்கு, அங்கு கண்டதுண்டமாக்கப்பட்ட உடல்களுக்கு எழுந்த எதிர்வினைகளோடு ஒப்பிடலாம். அப்போது ஆசிரியர் கள், மாணவர்கள் அமைதி காத்தனர். கவிஞர்களின் பூப்போன்ற உள்ளங்கள் இன்னும் திடமாக இருந்தன. 'பொது மக்கள்' எதையும் இம்முறை கண்டுகொள்ளவில்லை. 'தாய்த் தமிழகத்திலும்' பிற பிரதேசங்களிலும், நாடாளுமன்றத்திலும் இப்பொருள் பற்றிக் கிட்டத்தட்ட மயான அமைதி நிலவியது. தலையங்கங்களும் அதிகமாக எழுதப்பட்டதாகத் தெரிய வில்லை. தமிழகத்தில் இக்காலத்தில் எழுந்த ஒரு சில எதிர்

வினைகள் விடுதலைப் புலிகளின் ஆதரவாளர்களாக அறியப் பட்டவர்களிடமிருந்து எழுந்தவை மட்டுமே. இதற்கு மாறாக நாவரசு கொலை ஏற்படுத்திய எதிர்வினைகளைத் தொகுத்துப் பார்ப்போம்.

- முதலமைச்சர் கருணாநிதி, வாழப்பாடி ராமமூர்த்தி, பி.சி. சாக்கோ (இ. காங்), டாக்டர் ராமதாஸ் (பா.ம.க.), வை. கோபால்சாமி (ம.தி.மு.க.), சங்கரய்யா (சி.பி.எம்.), நல்லகண்ணு (சி.பி.ஐ.), கோவை செழியன் (தமிழ் தேசியக் கட்சி) ஆகியோர் கண்டன அறிக்கை வெளியிட்டனர்.
- *முரசொலி, ஆனந்த விகடன், கல்கி, குமுதம், துக்ளக், விடுதலை, வாசுகி, தமிழன் எக்ஸ்பிரஸ், சக்தி சுகர்ஸ் செய்தி மடல், கண்ணியம், தீன் தமிழ், ஓம் சக்தி, தினமணி, இந்தியன் எக்ஸ்பிரஸ்* ஆகியவை கண்டன/கண்ணீர் தலையங்கம் எழுதின.
- சென்னைப் பல்கலைக்கழக ஆசிரியர்களும் பணியாளர் களும் மாணவர்களும் ஆர்ப்பாட்டம் நடத்தினர்.
- சென்னைப் பல்கலைக்கழக ஊழியர் சங்கம் இரங்கல் கூட்டம் நடத்தியது.
- *Forum of Madras University Academics* குற்றவாளிகளை விரைவில் தண்டிக்கும்படி அரசுக்கு வேண்டுகோள் விடுத்தது.
- சென்னை மாநிலக் கல்லூரி மாணவர்கள் ஆர்ப்பாட்டம் நடத்தினர்.
- பல்கலைக்கழக ஊழியர் சங்கம் இந்தக் ‘கொடுஞ் செய’லைக் கண்டித்தது.
- *Federation of College Students* ஊர்வலம் நடத்தினர்.
- பச்சையப்பன் கல்லூரி ஊழியர்களும் மாணவர்களும் கடும் கண்டனம் தெரிவித்தனர்.
- சாந்தோம் உயர்நிலைப் பள்ளி ஆசிரியர்களும் மாணவர் களும் விரைந்து நடவடிக்கை வேண்டி அறிக்கை வெளி யிட்டனர்.
- சென்னை மற்றும் கடலூர் வக்கீல் சங்கங்கள் ராகிங்கைத் தடைசெய்து சட்டம் இயற்ற அரசுக்கு வேண்டுகோள் விடுத்தன.
- நாவரசு இஸ்லாமியர் அல்ல (இந்து) என்பதால் பாரதிய ஜனதா கட்சியின் மாணவர் அமைப்பான *ABVP* விசாரணை கமிஷன் அமைக்கக் கோரியது.

- நாவரசு பிராமணர் அல்ல என்பதால் திருச்சியில் நடந்த தி.க. பெண்கள் பேரணியில் அணித்தலைவி திருமகள் இரங்கல் தீர்மானம் நிறைவேற்றினார்.
- சென்னைப் பல்கலைக்கழக ஓய்வூதியர் சங்கம் கண்டனம் தெரிவித்தது.
- கரூர் நகர்மன்றம் நாவரசு குடும்பத்தினருக்கு ஆழ்ந்த அனுதாபம் தெரிவித்துத் தீர்மானம் நிறைவேற்றியது
- சென்னை கொங்கு நண்பர்கள் சங்கம் அவசரமாகச் செயற்குழுவைக் கூட்டி இந்தப் படுகொலையைக் கண்டித்தது.
- எழுத்தாளர் ஆர்.கே. நாராயண் ராஜ்ய சபாவில் இக்கொலைக்குக் கண்டனம் தெரிவித்தார்.

நாவரசு கொலை வழக்கில் அரசு தீவிர ஆர்வம் காட்டியது. சிதம்பரம் மாவட்ட டி.எஸ்.பி. அசோக் குமார் தலைமையில் மூன்று போலீஸ் படைகள் உருவாக்கப்பட்டன. அரசு தரப்பு வக்கீலாக முன்னாள் முதன்மை நீதிபதி நியமிக்கப்பட்டார். இதுபற்றி அரசின் செய்திக் குறிப்பு கூறியதாவது :

> அண்மைக் காலத்தில் சென்னை மாணவர் ஸ்ரீராம் கொலை வழக்கில் திறம்பட வாதாடி நான்கு குற்றவாளிகளுக்கு மரண தண்டனை வாங்கிக் கொடுத்துப் புகழ்பெற்ற அரசுத் தரப்பு சிறப்பு வழக்கறிஞரும், ஓய்வுபெற்ற முன்னாள் முதன்மை நீதிபதியுமான கந்தசாமி அவர்கள், அண்ணாமலைப் பல்கலைக்கழக மாணவர் நாவரசு கொலை குறித்த வழக்கிலும் சிறப்பு அரசுத் தரப்பு வழக்கறிஞராக முதலமைச்சர் கலைஞர் அவர்களின் உத்தரவின்படி நியமிக்கப்பட்டுள்ளார். இந்த வழக்குத் தொடர்பாகக் காவல் துறையினரும் முதலமைச்சர் அவர்களின் உத்தரவுப்படி மிகத் தீவிரமாகப் புலன் விசாரணை செய்து வருகிறார்கள் (*தினத்தந்தி 1.12.96*).

அதாவது டேவிட்டுக்குத் தூக்குத் தண்டனை கிடைக்கச் செய்யக்கூடிய வழக்கறிஞரை அவர்மீது அரசு ஏவிவிட்டது. இக்கொலை விவகாரத்தில் அப்போதைய கவர்னர் சென்னா ரெட்டியும் தனிக் கவனம் எடுத்துக்கொண்டார்.

மேற்படி செய்திகளிலிருந்து ஒரு முக்கியமான விஷயம் புலப்படுகிறது. யாரையும் புண்படுத்தாத, எந்த இழப்புகளும் நேர வாய்ப்பில்லாத, ஆளும் வர்க்கத்திற்கு ஏற்புடைய விஷயங்களில் 'பொது மக்கள்' போட்டி போட்டுக்கொண்டு ஊர்வலம்

நடத்துகின்றனர், அறிக்கை வெளியிடுகின்றனர், ஆர்ப்பாட்டம் செய்கின்றனர். ஊடகங்களும் சேர்ந்துகொண்டு ஒப்பாரி வைக்கின்றன. அரசு அதிரடி நடவடிக்கைகளில் இறங்குகிறது. தமிழக, இந்திய ஆளும் வர்க்கத்திற்கு இன்று உவப்பில்லாததாகப் போய்விட்ட ஈழப் பிரச்சனையில் 'பொது மக்கள்' மௌனமாக ஆளும் வர்க்கத்திற்கு இணங்குகின்றனர். எந்தக் கல்லூரியிலும் மாணவர்கள் ஈழப் போராட்டத்திற்கு இக்காலத்தில் ஆதரவு எதுவும் தெரிவிக்கவில்லை என்பதும், வழக்கறிஞர்களோ, பேராசிரியர்களோ ஒரு அறிக்கைகூட வெளியிட்டதாகத் தெரியவில்லை என்பதும் அவ்வாறு ஏதேனும் எங்காவது நடைபெற்றிருந்தால் ஊடகங்கள் அவற்றைப் பெருமளவுக்கு இருட்டடிப்பு செய்துவிட்டன என்பதும் கவலையளிக்கும் விஷயங்கள். ஆளும் வர்க்கத்திற்கு மௌனத்தையும் தேவைப் படும்போது ஆர்ப்பாட்டத்தையும் 'தயாரிப்பது' என்பது எவ்வளவு எளிதான காரியமாக இருக்கிறது என்பது மிகுந்த கவலையளிக்கும் செய்தி.

ராகிங்கைத் தடைசெய்து கடும் தண்டனைக்கு வழிசெய்யும் சட்டத்தைத் தமிழக அரசு பத்திரிகைகள், அரசியல்வாதிகள், பிற அறிஞர்கள் ஆகியோரின் ஏகோபித்த வரவேற்புடன் நடைமுறைப்படுத்தியது. ஒவ்வொரு புதிய சட்டமும் குற்றங் களைத் தடுப்பதைவிடவும் போலீஸ் அடக்குமுறைக்கும் மேல் வரும்படிக்குமே வழி செய்கின்றன என்பதையோ, சகட்டு மேனிக்கு அடிப்படை வசதிகள்கூட இல்லாமல் கல்லூரிகள் துவங்கப்படும் சூழலில், இச்சட்டம் மாணவர்களின் அவசிய மான போராட்டங்களைக்கூட ஒடுக்க மோசமான கல்லூரி நிர்வாகத்திற்குப் பயன்படலாம் என்பதையோ யாரும் கணக்கில் கொள்ளவில்லை. நிர்வாகத்தால் சரியாக அமல்படுத்த முடியும் பட்சத்தில் அமலில் இருக்கும் சட்டங்களே போதுமானவை தானா என்பதையும் யாரும் விவாதிக்கவோ கவனப்படுத்தவோ இல்லை.

இப்போது நாவரசு மற்றும் ஜான் டேவிட்டின் பிம்பங்கள் எவ்வாறு வெகுஜன இதழ்களால் செதுக்கப்பட்டன என்பதைப் பார்ப்போம்.

இக்கொலை பற்றிய பதிவுகளில் வெகுஜன இதழ்கள் ஜான் டேவிட்டை 'பால்யத்திலிருந்தே விபரீத குணங்களோடு' வளர்ந்தவனாகச் சித்தரித்தன. டேவிட் தினமும் குளிக்கமாட்டான் என்பதைத் *தமிழன் எக்ஸ்பிரஸ்* கண்டுபிடித்து வெளியிட்டது. அவன் ஒருபால் உறவில் நாட்டமுள்ளவன் என்ற வதந்தியைக் குறிப்பிடாத இதழ்களே இல்லை. அவன் பிறவிக் குற்றவாளி, மிகக் கேவலமானவன் என்பதற்கான இறுதி ஆதாரமாகவே

இச்சார்பு கையாளப்பட்டது. இவ்வதந்தியைச் செய்திகளுடன் சேர்த்துப் பின்னி நீண்ட ஊகங்களை இவ்விதழ்கள் வளர்த்தன. ஆண் / பெண் பாலுறவு ஒருபாலுறவைவிட ஆயிரம் மடங்கு அதிகமாக வன்முறைக்குக் காரணமாகிறது என்பது வெளிப் படையான செய்தியாக இருந்தாலும் டேவிட்டின் இச்சார்பு பற்றிய வதந்தி எப்போதும் அவனது வன்முறைக் குணத்துடன் இணைத்துப் பேசப்பட்டது. 'ஹோமோ செக்ஸ் வெறி' அல்லது 'ஹொமோ செக்ஸ் வெறியன்.'

> சிதம்பரத்தில்கூட இரண்டாம் ஆண்டு போனதுமே டேவிட் சூப்பர் சீனியர் ஆகிவிட்டான். உடன் படிக்கும் மாணவர்களோ இவனைவிடச் சீனியர்களோ கூடப் பெயர் சொல்லிக் கூப்பிட்டால் முறைப்பானாம்! டாக்டர் ஜான் என்றுதான் கிளாஸ்மேட்ஸ் கூப்பிட வேண்டும்! மருத்துவக் கல்லூரியின் சீனியர் மாணவர் களுக்கான குமாரராஜா முத்தையா ஹாஸ்டலில் இவன்தான் ஹீரோ. ஏதாவது வாக்குவாதம் ஏற்பட் டால் சீனியர் என்றுகூடப் பார்க்காமல் எல்லோரை யும் சகட்டுமேனிக்கு அடித்துவிடுவான் என்பதால் மூன்றாம் ஆண்டு மாணவனான இவனுக்கு இவனை விடச் சீனியர்களே பயப்படுவார்கள்! இதனால் ஹாஸ்டலில் ஒரு குட்டி தாதா மாதிரி இருந்திருக் கிறான்.
>
> திடீரென யாராவது ஒரு மாணவனைக் கூப்பிட்டு "சீக்கிரமாப் போய் ஒரு பீர் வாங்கிட்டு வா!" என்று கட்டளை இடுவானாம்! காசு மட்டும் கேட்டுவிடக் கூடாது! ரௌத்திரமாகிவிடுவான். அந்த மாணவன் சொந்தக் காசைப் போட்டுத்தான் வாங்கி வர வேண்டும்!
>
> ஹாஸ்டல் கிச்சனுக்குப்போய் அங்கிருந்து எலி, பூனை என்று எதையாவது பிடித்து அறைக்கு எடுத்துக் கொண்டு வருவான்! "இப்போ இந்த சர்ஜன் ஓப்பன் ஹார்ட் சர்ஜரி செய்யப் போகிறார்" என்று சொல்லிய வாறே சர்ஜிக்கல் கத்தியை எடுத்து அதைப் பார்ட் பார்ட்டாக அறுத்துக் குடல், ஈரல் என்று எல்லா வற்றையும் அறையில் பரப்பிவிடுவானாம்! அறை முழுக்க ரத்தம் தெறித்திருக்க, அவன் கைகளும் ரத்தவெள்ளத்தில் இருக்கும்! அரை நாளாவது அது அப்படியே கிடந்த பிறகுதான் நிதானம் வந்து எல்லாவற்றையும் கழுவிவிடுவான்.
>
> பல்கலைக்கழகத்திலேயே ஒரு பெண்ணுடன் டேவிட்டுக்குக் காதல் ஏற்பட்டிருக்கிறது. இவன்

என்ன முரட்டுத்தனமான முயற்சியில் ஈடுபட்டானோ தெரியவில்லை, சீக்கிரத்திலேயே காதல் முறிந்து விட்டது! அந்தக் கோபத்தில் ஹாஸ்டல் வளாகத்தில் சுற்றித் திரியும் ஒரு நாயின் கழுத்தில் அந்தப் பெண்ணின் பெயரை ஒரு சீட்டில் கட்டித் தொங்கவிட்டுத் தினந்தோறும் அதைத் தேடிப் பிடித்துக் கல்லால் அடித்துக்கொண்டிருந்தானாம்! ஹோமோ செக்ஸ் வெறியோடு இப்படி குரூரமான மற்றவகைக் குணங்களும் அவனிடம் தொற்றிக்கொண்டிருந்தது. ராகிங் செய்யும்போதுகூட ஜூனியர் மாணவர்களிடம் அந்த உறவுக்கு முயன்றிருக்கிறான்! ஏற்கெனவே இரண்டு முறை இப்படி முயன்றும் அதற்கு மறுத்த மாணவர்களைச் சரமாரியாக அடித்து நொறுக்கியிருக்கிறான். இதில் ஒரு மாணவனுக்கு வாங்கிய அடியில் பல்கூட விழுந்துவிட்டது! நாவரசு அவனது மூன்றாவது குறிதான்! எதிர்பாராமல் அது கொலையில் முடிந்து விட்டது! (*ஜூனியர் விகடன்*, 27.11.96)

அடிக்கடி ஹாஸ்டல் அடுப்பறைக்குச் சென்று பூனையையும் எலியையும் பிடித்துவந்து டேவிட் அறுப்பான் என்பதை விரிவாகவும் தத்ரூபமாகவும் விவரித்த *ஜூனியர் விகடன்* அடுப்பறையில் அவை சகஜமாக உலாவிக்கொண்டிருந்த சுகாதாரமற்ற நிலையைக் கேள்வி கேட்கவில்லை.

ஒரு கொலைக் குற்றவாளியிடமிருந்து, அதுவும் ஜான் டேவிட் போன்ற கொடுங்குற்றவாளியிடமிருந்து தகவல் பெறுவது காவல்துறைக்குக் கடினமான வேலை இல்லைதான். ஆனால் 'தகுந்த சிகிச்சையளித்தால்' கோர்ட் மூலம் விஷயம் விவகாரமாகி விடும் என்ற பயம் போலீஸாருக்கு. போலீஸாருக்கு தெம்பூட்டும் இன்னொரு விஷயம்... மருத்துவக் கல்லூரி மாணவர்கள் சிலர் மாஜிஸ்திரேட்டிடம் கொடுத்துள்ள வாக்குமூலங்கள். வாக்குமூலத்தில், ஜான் டேவிட்டைக் குறிப்பிடும்போது 'அது' என்கிற வார்த்தையைப் பயன்படுத்தி உள்ளார்கள் அவர்கள். 'அது அனிமல் ஸார். மனுஷ ஜென்மமே இல்லை' என்று சொல்லி இருக்கிறார்களாம் அந்த மாணவர்கள்.

எவ்வளவு சுத்தமாக வைத்திருந்தாலும் அறையைச் சகட்டு மேனிக்குக் கலைத்துப் போடும் பழக்கம் ஜான் டேவிட்டுக்கு உண்டு. அவன் அறை எப்போதும் நாற்றமடித்தபடிதான் இருக்கும். அதையும் தாண்டி அடித்த நாற்றம்தான் எங்களுக்குச் சந்தேகத்தைக்

கிளப்பியது என்று அந்த மாணவர்கள் போலீஸிடம் சொல்லியிருக்கிறார்கள். அவர்கள் சொன்ன இன்னொரு தகவல், ஜான் டேவிட்டுக்கு தினமும் குளிக்கிற வழக்கம் கிடையாது. எப்போதும் அவன் மீது ஒருவித துர்நாற்றம் வீசியபடி இருக்குமாம்... (*தமிழன் எக்ஸ்பிரஸ், டிச. 4–10, 96*).

ஜான் டேவிட் தாழ்த்தப்பட்டவன், கிறிஸ்தவன் என்பதும் இவற்றுடன் தொடர்புடைய அவனது தோற்றமும் செய்திகளிலும் பின்னணியிலும் உலாவியபடி இருந்தன.

ஜான் டேவிட் தாழ்த்தப்பட்ட கிறிஸ்தவராக இருந்தும், மருத்துவக் கல்லூரியில் கொடுத்துள்ள ஜாதிச் சான்றிதழில் தாழ்த்தப்பட்ட இந்து எனக் கொடுக்கப்பட்டுள்ளதாகப் பல்கலைக்கழக அதிகாரி ஒருவர் தெரிவித்தார். இதன் மூலம் இட ஒதுக்கீடு முறை மருத்துவக் கல்லூரியில் ஒழுங்காகக் கடைபிடிக்கப்பட்டுள்ளதா என்ற சந்தேகம் எழுந்துள்ளது (*தினமணி, 24.11.96*).

ஜான் டேவிட்டின் தாய் எஸ்தரும் தந்தை மாரியப்பனும்... பத்திரிகை நிருபர்களைக் கடும் வார்த்தைகளால் சாபம்விட்டார்கள். "நீங்கள் எல்லாம் நல்லாயிருப்பீங்களா? உங்கள் குழந்தைகள் நன்றாயிருப்பார்களா?"... இதேபோல் சாபம்தான் (*நக்கீரன், மார்ச் 17, 1998*).

(டேவிட்டுக்கு) 20 வயது என்று சொல்லமுடியாத திடகாத்திரமான எக்சர்சைஸ் பாடி. இறுகிய முகம். கண்களில் எப்போதும் குடிகொண்டிருக்கும் குரூரம் (*தேவி, 4.12.96*).

12.1.97 சனியன்று விஜய் டி.வி.யில் 'சொல் புதிது பொருள் புதிது' நிகழ்ச்சியில் வழக்கறிஞரும் திராவிடக் கழகப் பிரமுகருமான அருள்மொழி இட ஒதுக்கீட்டின் தேவையை வற்புறுத்திப் பேசினார். இத்திட்டத்தின் போதாமைகளைக் கேள்வி கேட்ட ஒரு பெண்மணி ஒரு கட்டத்தில் சற்றுப் பதற்றமடைந்து இட ஒதுக்கீட்டினாலேயே ஜான் டேவிட் போன்றவர்கள் கல்லூரிக்குள் நுழைகிறார்கள் என்று பேசியது இங்கு கவனிக்கப்பட வேண்டியது.

அதேபோல டேவிட் சான்றிதழில் ஏமாற்றி மருத்துவக் கல்லூரியில் நுழைந்தாரா என்று சர்ச்சை எழுப்பிய இதழ்கள் நாவரசு துணைவேந்தர் கோட்டாவில் அனுமதி பெற்றவரா என்பதைத் தெளிவுபடுத்தவில்லை.

டேவிட்டின் தாய் டாக்டர் எஸ்தர் தாழ்த்தப்பட்ட வகுப்பைச் சேர்ந்தவர், தந்தை கோனார் என்று விவரித்த *நக்கீரன்* நாவரசின் சாதிப் பின்னணியை ஆராயவில்லை. டேவிட் பிறவிக் குற்றவாளி என்பதை உறுதிப்படுத்த அவன் குடும்பத்தை அவதூறு செய்தன பத்திரிகைகள். டாக்டர் எஸ்தருக்கு 'அபார்ஷன் டாக்டர்' என்ற அடைமொழியைக் கொடுத்தது *நக்கீரன்*. அவர் 'சாக்கடை வார்த்தைகள்' பேசுபவராகவும் டேவிட்டைக் குற்றவாளி ஆக்கியவராகவும் சித்தரிக்கப்பட்டார்.

> அப்பா டேவிட் மாரியப்பன் சதாசர்வகாலமும் போதையில் மிதப்பவர். அம்மா எஸ்தர் லட்சுமி ஒரு முரட்டுத்தனமான அபார்ஷன் ஸ்பெஷலிஸ்ட். ரகசிய அபார்ஷன் கொள்ளையில் சம்பாதித்த பணத்தில்தான் கரூர் ராஜீவ் காந்தி நகரில் ஒரு வீடும், வெங்கமேடு மெயின் ரோட்டில் 15 லட்சம் மதிப்பில் ஒரு மாளிகையும் கட்டியிருக்கிறார் எஸ்தர் . . . வயிற்றைக் கிழிக்காமல் ஒரு பிரசவமும் பார்த்திராத டாக்டர் என்ற பெயர் எஸ்தருக்கு. கணவனுக்கும் மனைவிக்கும் சண்டை நடக்காத நாளே இருக்காது என்கிறார்கள் அக்கம்பக்க வீட்டுக்காரர்கள்... டேவிட்டின் அம்மா, நாவரசின் உடலை அப்புறப்படுத்துவதில் உதவியிருப்பாரோ என்ற சந்தேகம் போலீஸிடம் இன்னமும் உள்ளது (*நக்கீரன்* டிசம்பர் 1–7, 1996).

டேவிட்டின் தம்பி ஜாம் டேவிட் ஹாஸ்டலிலிருந்து அனுமதி பெற்று சினிமாவுக்குப் போய்விட்டுத் திரும்பத் தாமதமானது கூட *நக்கீரனுக்குச்* செய்தியாயிற்று.

கரூரில் ஜான் டேவிட்டுடன் படித்த பள்ளித் தோழர்களிடமிருந்து 'அதிர்ச்சியூட்டும் தகவல்க'ளைச் சேகரித்து வந்தது *தமிழன் எக்ஸ்பிரஸ்*.

1. ஜான் டேவிட் சிறுவயதில் தவறு செய்யும்போது தந்தை கண்டிப்பார். ஆனால் தாய் அவனை ஆதரிப்பார்.
2. டேவிட்டின் தந்தை தன் மனைவிக்கு அடங்கியவர்.
3. பள்ளியில் ஜான் டேவிட் மாணவிகளுக்குக் காதல் கடிதம் எழுதுவான்.
4. ஜான் டேவிட் க்ரைம் நாவல்கள் படிப்பான்.

ஜான் டேவிட்டை 'சைக்கோ' என்ற *நக்கீரன்* அதற்குத் தந்த சான்றுகளில் ஒன்று அவன் முன்னர் பள்ளியில் சக மாணவனைக் காம்பஸ்ஸால் குத்த முயன்றது!

செய்திகளுக்குப் பதிலாகக் கிளுகிளுப்பான கற்பனைகளை எந்தச் சமூக உணர்வுமின்றிப் பிரசுரிக்கும் நம் இதழ்களைப் பற்றி மீண்டும் வலியுறுத்திக் கூற வேண்டியதில்லை. இருப்பினும் ஒரு பல்கலைக்கழக மாணவ – மாணவியர் அனைவரது வாழ்வையும் பாதிக்கும், மேல் படிப்புக்கு, குறிப்பாக மாணவி களை அனுப்பும் பெற்றோர்களின் கலக்கத்தைத் தூண்டிச் சுரண்டும் ஆதாரமற்ற, மிகைப்படுத்தப்பட்ட, கற்பனையும் வக்கிரமும் கலந்த *தமிழன் எக்ஸ்பிரஸின்* 'செய்தி' ஒன்றைத் தனித்துக் குறிப்பிட வேண்டும்.

சில பகுதிகள்:

> **ஹோமோ செக்ஸ் - போதை மருந்து கருக்கலைப்பு உள்ளிட்ட கல்லூரிக் கலாச்சாரம்**
>
> நல்ல குடும்பத்தில் இருந்து இங்கு வரும் பலர் தாங்கள் விரும்பாமலேயே இந்தக் கோரச் சூழலில் சிக்கி நடைப்பிணமாக வாழ்ந்துகொண்டிருக்கிறார் கள்... "ஒரு மணி நேரத்திற்கு ரூம் புக்கிங் இங்கே சர்வ சாதாரணம்" என்கிறார் ஒரு ஹோட்டல் மேனேஜர். "மின்சார செலவுகூடக் கிடையாது. அந்த ஒரு மணி நேரமும் ஜீரோ வாட்ஸ் பல்பு மட்டுமே ரூமில் ஒளிரும்" என்கிறார் அவர்... "சாதாரணமாக ரெய்டுக்குப் போனால் ஒரு லாட்ஜில் இருந்து மட்டுமே நான்கைந்து ஜோடிகளைப் பிடிக்க முடியும். அவர்களின் எதிர்காலம் கருதி கேஸ் போடாமல் தவிர்த்துவிடுகிறோம். என்ன செய்ய?" என்கிறார் ஒரு போலீஸ் அதிகாரி நம்மிடம்!... "ஒரு லாட்ஜில் ரெய்டுக்குப் போன போது ஒரு பெண்ணுடன் மூன்று இளைஞர்கள் இருந்ததைக் கண்டு அதிர்ச்சி அடைந்தேன். அவர்களிடம் விசாரித்தபோது நான் உறைந்துபோனேன் ..." "மாணவர்களில் பாலினப் பாகுபாடு இன்றி இருசாராரும் குடிப்பழக்கத்திற்கு அடிமையாகி இருப்பதும் இன்னொரு அவலம். சிதம்பரம் பஸ் நிலையம் அருகே உள்ள பிரபல பார் ஒன்றில் இரவு எட்டு மணிக்கு மேல் இன பேதமின்றி ஒருவர் மேல் ஒருவர் குவியலாக விழுந்து கிடப்பது சர்வ சாதாரணம் என்கிறார்கள். இந்த ஹோட்டலில் இருந்து அண்ணாமலை நகரில் உள்ள பெண்கள் ஹாஸ்டலுக்கு தினமும் ஒரு கேஸ் பீரும் மூன்று ஃபுல் பாட்டில்களும் ஒரு ஆட்டோவில் போவது வாடிக்கை" என்கிறார் ஆட்டோ டிரைவர்... (*தமிழன் எக்ஸ்பிரஸ்,* நவம்பர் 27, 1996).

இது ஒரு வக்கிரம் பிடித்த பத்திரிகைச் சூழலில் உருவாகி யிருக்கும் மிகை எழுத்து என்பது சற்றுக் கூர்ந்து படித்தாலே புலப்படக்கூடியது. லாட்ஜில் பிடிபடும் மாணவிகளை எதிர் காலம் கருதி விட்டுவிடும் (லாட்ஜில் பிடிபடும் பிறருக்கு எதிர்காலம் தேவையில்லைபோலும்) (கற்பனை) போலீஸ் அதிகாரிக்கு இருக்கும் 'மனிதாபிமானம்' இந்த இதழ்களுக்கு இல்லை என்பது தெளிவு.

*கல்கி*யிலிருந்து துவங்கி தங்கள் தொடர்கதைகள் மூலம் இதழ்களின் விற்பனையை அதிகரிக்கும் எழுத்தாளர்கள் வரிசை – அகிலன், நா. பார்த்தசாரதி, லக்ஷ்மி, ஜெயகாந்தன், சாண்டில்யன், சுஜாதா, சிவசங்கரி – இப்போது முறிந்துவிட்டது. தொடர்கதை களின் இடத்தை இப்போது தொலைக்காட்சித் தொடர்கள் பெருமளவுக்கு எடுத்துக்கொண்டுவிட்டன. வாசகர்களுக்குத் திகில் மற்றும் பாலியல் கிளுகிளுப்பூட்டத் தொடர்கதைகள் எடுபடாமல்போய்விட, வெகுஜன இதழ்கள் 'உண்மை'த் தொடர்களுக்கும் உளவியல் ஜோஸியத்திற்கும் மாறிவிட்டன. *குமுதத்*தில் வெளிவந்த 'ஒரு நடிகையின் கதை', *நக்கீர*னில் வெளிவந்த 'ஷீலாவின் லீலைகள்', *ஜூனியர் விகட*னில் வெளிவந்த 'சீரழிகிறதா சென்னை', *நக்கீர*னில் வெளியான டாக்டர் நாராயண ரெட்டியின் 'உணர்ச்சிகள்', டாக்டர் மாத்ரு பூதத்தின் உண்மை விவரணைகள் போன்றவை உதாரணங்கள்.

இவையனைத்தும் பெண்களைக் காப்பது, விஞ்ஞான அறிவை வளர்ப்பது போன்ற முற்போக்கான கோஷா அணிந்தே பிரசுரமாகின்றன. 'ஒரு நடிகையின் கதை'க்கும் டாக்டர் நாராயண ரெட்டியின் 'உணர்ச்சிக'ளுக்கும் பெரிய வேறுபாடு இல்லை – நோக்கத்திலும் உள்ளடக்கத்திலும். *குமுதம்* திரைப்பட உலகிலிருந்து இளம் பெண்களைக் காப்பாற்றவே இத்தொடரை வெளியிடுவதாக அறிவித்தபோது சூழலில் அது எடுபடவில்லை. ஏனெனில் கடந்த அரை நூற்றாண்டாகத் திரைப்பட உலகினுள் இளம் பெண்களை ஈர்க்கும் காந்தங்களில் ஒன்றாகக் *குமுதம்* செயல்பட்டுவந்துள்ளது என்பதால். ஆனால் 'உணர்ச்சிகள்' விஞ்ஞான அறிவு, உளவியல், பாலியல் கல்வி முதலிய கோஷாக் களை அணிந்திருப்பதாலும் அப்பாவி நோயாளிகளையே பலிகடா ஆக்குவதாலும் – *குமுதத்*திற்கு அரசைவிட சக்தி வாய்ந்த திரைப்பட உலகை எதிர்கொள்ள வேண்டிவந்தது – எந்த எதிர்ப்பையும் சந்திக்கவில்லை.

உளவியல் நிபுணர்கள் எழுதும் உண்மைத் தொடர்கள் சார்ந்து இரண்டு பிரச்சனைகள் உள்ளன. அவை உண்மை எனில் இவர்கள் செய்வது குற்றம். நோயாளிகளை, ஆலோசனை பெற வருபவர்களைச் சமூகத்திற்குக் காட்டிக்கொடுக்க இவர்களுக்கு உரிமை இல்லை. இவ்வாறு அல்லாமல் இவற்றில்

ஊர், பெயர், சமூக அடிப்படை எல்லாம் யார் என அடையாளம் காண முடியாதவாறு மாற்றப்பட்டிருப்பின் அவை வெறும் புனைவுகளே. இங்கு ‘உண்மை’ என்பது வெறும் வணிகத் தந்திரம் மட்டுமே – மேலும் ஒரு உளவியல் நிபுணரின் பார்வைக்குப் பல்வேறுவிதமான பிரச்சனைகளும் பிறழ்வுகளும் வருகின்றன. இவற்றிலிருந்து அவர்கள் பெரும் பகுதி ருசிகரமான பாலியல் தொடர்பான பிரச்சனைகளை, பிறழ்வுகளையே தமது தொடர்களுக்காகத் தேர்வு செய்கின்றனர். விவரணையை அடுத்த இதழுக்குத் தொடரவேண்டி வரும்போது தொடர்கதை களைப் போலவே திகிலான புள்ளியில் அவற்றை நிறுத்து கின்றனர் – திகில் அசல் அனுபவத்தில் இல்லாத பட்சத்தில் எழுத்தில் அதைக் ‘கண்டுபிடித்து’விட்டால் போயிற்று – என்பதும் இவை புனைவுகளே என்பதை உறுதிப்படுத்தும். எனவே நாவரசு, ஜான் டேவிட் தொடர்பான ‘புலனாய்வு’ இதழ்களின் ‘செய்தி’களையும் இவற்றின் தொடர்ச்சியாகப் புனைவுகளாகவே பார்க்க வேண்டும்.

அடுத்து நாவரசு பற்றிய பதிவுகளைப் பார்க்கலாம்:

> நாவரசு கிரிக்கெட் ரசிகன். பாப் மியூசிக் விரும்பிக் கேட்பான் . . . நாவரசு பற்றி டீன் வேம்பர் சொன் னார், “அவன் துணைவேந்தர் மகன் என்கிற பெருமிதத்தோடு இருந்தவன் இல்லை. முதன்முதலாக அவன் கல்லூரியில் சேர்ந்தபோது தன்னைத்தானே அறிமுகப்படுத்திக்கொள்ளும் நிகழ்ச்சி நடந்தது. என் பேர் நாவரசு என்று சிம்பிளாகச் சொன்னான் . . .” *(ஜூனியர் விகடன் 4.12.1996).*
>
> பிளஸ்டூ முடித்துவிட்டு மருத்துவ, என்ஜினீயரிங் கல்லூரி அட்மிஷனுக்காக விண்ணப்பித்துக்கொண் டிருந்தான் நாவரசு. அப்போது அவன் சொன்னான், “அப்பா! எனக்கு அட்மிஷனுக்காக யாரிடமும் போய் நிற்காதீர்கள். என் மார்க்கிற்கு எனக்கு என்ன கிடைக்கவேண்டுமோ அது கிடைக்கட்டும்”. . . நாவரசுக்குப் பொய் சொல்லப் பிடிக்காது . . . படிப்பில் வெகு சுட்டி . . . அதிலும் ஆங்கிலத்தில் சாதனை புரிந்ததற்காகப் பள்ளியில் பரிசுகள் பெற்றிருக்கிறான் . . . படம் வரைவதிலும் அரசு கெட்டிக்காரன். திருச்சிப் பள்ளியில் ஓவியப் போட்டியிலும் பரிசுகள் பெற்றிருக்கிறான் . . . உழைப்பு படிப்பு இவற்றில் தன் எதிர்காலம் இருக்கிறது என்று நம்பும் தலை முறையின் பிரதிநிதி அவன் . . . ஆறடி ஓரங்குல உயரத்திற்கு வளர்ந்துவிட்டாலும் நாவரசு சில விஷயங்களில் குழந்தைதான் . . . *(குமுதம் 12.12.96).*

மருத்துவப் படிப்பில் சேர்ந்தவுடன் நாவரசு அடிக்கடி 'உலகில் பசிக்காமல் இருக்கவும் பிணியே வராமல் தடுக்கவும் பெரிய அளவில் ஆராய்ச்சி செய்தால் எப்படி இருக்கும்' என்று கூறுவான் ... நாவரசு தனக்கு எந்தக் கெட்ட பெயரும் வராமல் பார்த்துக் கொள்வதில் குறியாக இருப்பான் ... எந்தக் கெட்ட பழக்கமும் கிடையாது ... (*ஜூனியர் விகடன் 17.12.1996*).

கவிஞர் சிற்பி பாலசுப்பிரமணியம் நாவரசு பற்றி இரண்டு கவிதைகள் எழுதினார். அவற்றில் நாவரசை,

அளவான பேச்சு ... அழகான அழகு / வளமான அறிவு ... மணியான பண்பு ...[4]

என்றும்

பிஞ்சு வயது பிறைநிலா / நம்பிக்கை அரும்புகளின் / நறுமணச் செண்பகம் / அன்புக் குடும்பத்தின் ஆசைபிள்ளை[5]

என்றும் வருணித்திருந்தார்.

பொன்மணி வைரமுத்து,

நீ / கண்ணியத்தின் புத்திரன் கடமை வீரன் / பண்பின் வார்ப்பு / பாசத்தின் பெட்டகம் அடக்கத்தின் சித்திரம் / அறிவின் வாரிசு[6]

என்று புகழ்ந்திருந்தார்.

கவிஞர் வைரமுத்து, நாவரசு பற்றிய கவிதையில் அவனைத் 'தங்கத் திருமகன்' என்று வருணிக்கிறார்.[7]

இனி நாவரசின் குடும்பத்தைப் பற்றி உருவாக்கப்பட்ட சித்திரங்களைப் பார்ப்போம்.

திருச்சியில் மிகவும் புகழ்பெற்ற பள்ளிக்கூடம் அது. அங்கே அட்மிஷன் கிடைக்க வேண்டுமானால் மணிக்கணக்கில் க்யூவில் நின்றாக வேண்டும். பொன்னுசாமியோ பேராசிரியர், கல்வியாளர்கள் மத்தியில் நன்கு அறிமுகமானவர். பாரதிதாசன் பல்கலைக்கழகத்தில் மிக உயர்ந்த பதவி வகித்து வந்தார். மகனைப் பள்ளியில் சேர்க்கக் க்யூவில் நின்றுகொண்டிருந்தார் பொன்னுசாமி. அந்தப் பக்க மாக வந்த பள்ளிக்கூடத்துப் பாதிரியார் ஒருவரது கண்ணில் பட்டுவிட்டார். "என்ன புரபசர், நீங்க வந்து க்யூவில் நிற்கறீங்க?" என்றார்.

---

4. 'நாவரசு', பொன் நாவரசு அறக்கட்டளை வெளியீடு 1997
5. *தினமணி* 23.11.96 வாசகர் கடிதம் பகுதி
6, 7. 'நாவரசு', பொன் நாவரசு அறக்கட்டளை வெளியீடு 1997

"பையனை ஸ்கூலில் சேர்க்க வந்தேன்."

"அதற்கு நீங்க வருவானேன்? போன் பண்ணிச் சொன்னா அட்மிஷன் தர மாட்டேனா?"

"என்னுடைய பதவியை வைத்து என் மகனுக்கு எந்தச் சலுகையும் பெற நான் விரும்பவில்லை" என்றார் பொன்னுசாமி (மாலன், *குமுதம்* 12.12.96).

நாவரசனின் தந்தையும் சென்னைப் பல்கலைக்கழகத் துணைவேந்தருமான டாக்டர் பி.கே. பொன்னுசாமி கல்வித் துறையில் உலகமே போற்றும் மேதை. ஆனால் பழகுவதற்கு இனியவர், எளியவர். பொன்னுசாமியின் சொந்த ஊர் கோவை மாவட்டம் உடுமலைப் பேட்டை அருகிலுள்ள பள்ளபாளையம் கிராமம். கோவை பி.எஸ்.ஜி. கல்லூரியில் எம்.எஸ்சி. இயற்பிய லில் முதல் வகுப்பில் தேறியதும் சென்னைப் பல்கலைக்கழகத்தில் பிஎச்.டி முடித்து டாக்டர் பட்டம் பெற்றார் ... ஆனால் டாக்டர் பொன்னுசாமி தன் ஆராய்ச்சித் திறமையினால் சென்னைப் பல்கலைக்கழகத்தில் இணைப் பேராசிரியராக (ரீடர்) நேரடியாகவே நியமனம் பெற்றது கல்வித்துறை வரலாற்றில் சிறப்புக்குரிய ஒன்றாகும். இவரது கண்டு பிடிப்பு ஒன்று உலக அளவில் இன்றும் 'பொன்னு சாமி அளவுகோல்' என்ற பெயரில் குறிப்பிடப்படுகிறது. இலக்கியம், கவிதை, சிறுகதைகள் போன்றவற்றிலும் டாக்டர் பொன்னுசாமி ஆர்வம் கொண்டிருந்தார். 1967இல் இவர் எழுதிய சிறுகதை ஒன்று முதன் முதலாக *மாலைமுரசு* நாளிதழின் வாரமலர்ப் பகுதியில் வெளியானது (*தேவி* 4.12.96).

குற்றவாளியின் குடும்பத்தைப் பற்றி ஆதாரமின்றி இகழ்ச்சிச் சித்திரங்கள் வரைவதும், பலியானவரையும் அவரது குடும்பத் தினரையும் பற்றி மிகையான புகழாரங்களைப் பிரசுரிப்பதுமான மிகப் பிற்போக்கான மனோபாவம் அனைத்துப் பதிவுகளிலும் விதிவிலக்கின்றிக் காணக் கிடைப்பது கவனத்துக்குரியது. இதன் பின்னணியில் செயல்படும் கருத்தியல் பிறப்பு, பெற்றோரின் குணங்கள் ஆகியவையே ஒருவருடைய செயல்முறைகளை முழுமையாகத் தீர்மானிக்கின்றன என்பதே.

குற்றவாளிகளுக்கும் 'சாதாரண' மனிதர்களுக்கும் இடையே உள்ள வேறுபாடு பெருமளவிற்குக் கற்பனையானது என்பது தான் உளவியலின் புரிதல். குற்றவாளிகள் அனைவருக்கும் ரத்தம் சொட்டும் நீண்ட பற்கள் இருப்பதில்லை என்பதைக்

குற்றவியல் சரித்திரம் எளிதில் உறுதிப்படுத்தும். குற்றவாளியை மிருகமாக்குவது, அவனைச் சித்திரவதை செய்ய வேண்டும் என்று தூண்டுவது, அடிப்படை மனித உரிமைகள்கூட அவனுக்குத் தேவையில்லை என்ற பொருள்பட எழுதுவது, குற்றவாளியைப் பிறவியிலிருந்தே தீமைக்கான கருவைச் சுமந்து வளர்ந்தவனாகச் சித்தரிப்பது, எல்லாவற்றிலும் வெகுஜனப் புனைவுக்கான கூறுகள் இருப்பதை எளிதில் அடையாளம் காணலாம். புராணங்களி லிருந்து நாட்டுப்புறக் கதைகள் வரையிலான தாக்கம் இவற்றில் உண்டு. ஜான் டேவிட் – நாவரசு விவகாரத்தில் இருவரைப் பற்றியும் கறுப்பு வெள்ளை பிம்பங்கள் உருவாக்கப்பட்டன. நாவரசு வீட்டிற்குத் துக்கம் கேட்க வந்த சென்னைப் பல்கலைக் கழகப் பேராசிரியர் டாக்டர் டி. பழனி அங்கேயே மரணமடைந் தது, நாவரசுவின் முண்டத்தைத் தாங்கிச் சென்ற பேருந்து அவனுடைய சென்னை வீட்டைத் தாண்டிப் பயணித்ததாகக் கூறப்பட்டது போன்ற இயற்கையான, கற்பனையான கூறுகளும் – ஜான் டேவிட் நாவரசைக் கொலை செய்த தன் ஹாஸ்டல் அறைக்கதவில் எழுதி வைத்திருந்த வாசகம்: *Peace to all who enter here* – சேர்ந்துகொண்டு இச்சம்பவத்தை, சமீப காலத்தில் தமிழில் வெளிவந்த வெற்றிகரமான வெகுஜனப் புனைவாகப் பரிமளிக்கச் செய்தன.

பின்குறிப்பு

ஒரு சில வருடங்களுக்கு முன்பு ஓமனை என்ற பெண் டாக்டர் தன்னுடன் உறவுகொண்டிருந்த ஒருவரை ஊட்டியில் வைத்துக் கண்டந்துண்டமாக்கிப் பெட்டியில் போட்டு பஸ்ஸில் ஏற்றியதைப் பற்றிப் பரவலாகச் செய்திகள் வந்தன. இந்தச் சம்பவங்களில் கொலையாளிகள் மருத்துவ அறிவு பெற்றவர்கள் என்பது கவனத்துக்குரியது. நவீன மேற்கத்திய மருத்துவத்தின் உடல் தொடர்பான அணுகுமுறையை இச்சம்பவங்களின் பின்னணியில் விவாதிக்கலாம். நாவரசு உடலைக் கூறுபோட்டது பற்றி டேவிட் *நக்கீர*னுக்கு அளித்துள்ள பேட்டியில் ‘விஞ்ஞான அணுகுமுறை’யைத் தெளிவாகக் காணலாம்.

> நக்கீரன் : ஒரு பெட்டிக்குள் எப்படி கைகாலையும், மற்றொரு பெட்டியில் எப்படி உடல் பகுதிகளையும் கொண்டுபோக முடியும்?
>
> “கைகால்களை இணைப்பு எலும்புகளிடமிருந்து பிரித்துவிட்டால் அவற்றை கிழிந்துபோன காகிதம் மாதிரி எப்படி வேண்டுமென்றாலும் மடிக்கலாம். கால்களை நெடுக்காகவும், கைகளைக் குறுக்காக மடித்த நிலையில் வைத்துக் கொண்டுபோனேன்.”

நக்கீரன் : நம்ப முடியவில்லையே?

"நீங்கள் வேண்டுமென்றால் கைகால்களைக் கொண்டு வாருங்கள், நான் மடித்து வைத்துக் காட்டுகிறேன்."

காலச்சுவடு 24, ஜனவரி - மார்ச், 1999

○

ஜான் டேவிட் : தொடரும் உருமாற்றம்

தமிழகத்தை உலுக்கிய நாவரசு கொலை வழக்கில் ஊடகங்களின் அநீதியான நடைமுறைகள் பற்றிய ஒரு கட்டுரையைக் *காலச்சுவடு (24)* ஜனவரி–மார்ச் 1999 இதழில் எழுதியிருந்தேன்.

கட்டுரை பரவலான விமர்சனத்தையும் கவனத்தையும் கண்டனத்தையும் பெற்றது. நாவரசு கொலை வழக்கில் டேவிட்டை ஆதரித்து எழுதுவதா என்ற திகைப்பும் கோபமும் பலரிடமிருந்து வெளிப்பட்டன. இலங்கை அறிவுஜீவி ஒருவர் இந்தக் கட்டுரையைப் படித்த பின்னர் *காலச்சுவடை* இனித் தீண்டுவதில்லை எனச் சபதம் எடுத்ததாக அறிந்தேன். தீவிர இலக்கியத்தின் குகைவாசியாக நான் கருதியிருந்த யூமா. வாஸுகி இக்கட்டுரை பற்றி ஆர்வத்துடன் என்னிடம் பேசியது நூதனமான அனுபவமாக இருந்தது.

1998 டிசம்பரில் நடந்த புதுமைப்பித்தனின் 'அன்னை இட்ட தீ' உள்ளிட்ட நூல் வெளியீட்டு அரங்கைத் தமிழ் வெகுஜன இதழ்கள் அதிக கவனம் கொடுத்து ஒரு நிகழ்வாக மாற்றியிருந்தன. சந்தர்ப்பவசமாக, இடமின்மையால் இரண்டு இதழ்களாகத் தள்ளிவைக்கப்பட்டுவந்த இந்தக் கட்டுரை 1999 ஜனவரி இதழில் வெளியானது. அந்தக் கட்டுரையில் இதே இதழ்கள் கடுமையாக விமர்சிக்கப்பட்டிருந்தன. (வெகுஜன ஊடகங்களைப் பற்றிய பொதுவான விமர்சனம் இதற்கு முன்னரும் பின்னரும் *காலச்சுவடி*ல் தொடர்ந்து இடம்பெற்று வரும் விஷயம்.) இதை வெகுஜன இதழாளர்கள் ஒரு துரோகமாகவே கண்டனர். ("தோளில் தூக்கி உக்கார வைத்தோம்; நம் காதையே கடிக்கிறார்கள்".) அதன் பின்னர் இன்றுவரை *காலச்சுவடு* நிகழ்வுகளை இவர்கள் விரோதத்துடனேயே அணுகி வருகின்றனர். குஜராத் படுகொலை தொடர்பான *காலச்சுவடின்*

பல்வேறு நடவடிக்கைகளுக்கு ஆங்கில இதழ்கள் கொடுத்த கவனத்தைத் தமிழ் ஊடகங்களோடு ஒப்பிட்டால் இது தெளிவுபெறும். 'நிகழ்ச்சிகள்' பகுதியில் இந்நிகழ்வுகளைக் குறிப்பிட்ட இதழ்கள்கூடக் *காலச்சுவடு* பெயரைக் குறிப்பிடு வதைத் தவிர்த்தன.

○

2001 அக்டோபர் 7ஆம் தேதி பகல் 12 மணிக்கு ஜான் டேவிட் கடலூர் மத்திய சிறையிலிருந்து வெளியே வந்தார். அவர் சிறையிலிருந்த காலம் ஆறு ஆண்டுகள். அவரது குடும்பம் உயர் நீதிமன்றத்தில் செய்திருந்த மேல் முறையீட்டின் தீர்ப்பு அவருக்குச் சாதகமாக இருந்தது. உயர் நீதிமன்றம், 'டேவிட்டுக்கு எதிராகப் போதுமான ஆதாரம் இல்லை' என்றும், 'கீழ்கோர்ட் டேவிட்டைக் குற்றவாளி என்று தீர்ப்பு வழங்கக் குறிப்பிட்ட காரணங்களை ஏற்க முடியவில்லை' என்றும் குறிப்பிட்டது.

ஜான் டேவிட் குற்றவாளி என்பதற்குப் போதுமான சாட்சியங்கள் இல்லாத நிலையில் அவர் ஆறு ஆண்டுகள் சிறையிலிருந்ததற்குக் காரணம் என்ன? அவர் மட்டுமல்ல அவர் குடும்பத்தினரும் இந்தப் பிரச்சனையில் மிகப் பெரிய பாதிப்புகளுக்கு ஆளானார்கள். இந்தச் சிறைவாசத்தின் தாக்கத்திலிருந்தும் ஊடகங்கள் அவர் குடும்பத்தைப் பற்றி செய்த அவதூறுகளிலிருந்தும் அவர்கள் எப்போதுமே மீண்டு வரமுடியும் என்று தோன்றவில்லை. இதற்கு யார் பொறுப்பு?

பரபரப்பான செய்திகளை வழங்கி விற்பனையைப் பெருக்கும் வியாபார நோக்கில் ஊடகங்கள் மேற்கொண்ட ரத்த வெறியாட்டம் ஒரு பிரதானமான காரணம். இந்தியா முழுவதும் அவர் குற்றவாளி என்பதை ஒரு நிரூபிக்கப்பட்ட உண்மையாகப் பரப்பி ஒரு கொந்தளிப்பான சூழல் உருவாக அவை காரணமாக இருந்தன.

டேவிட்டின் வழக்கறிஞர் பத்மனாபன்,

> பத்திரிகைகள், மாதர் சங்கங்கள், சமூகநல அமைப்பு கள் என்று எல்லாமே ஜான் டேவிட்தான் நாவரசுவைக் கொலை செய்தான் என்று முடிவுகட்டி, உணர்ச்சிக் கொந்தளிப்போடு இருந்த சூழ்நிலையில், நான் நீதிபதி யாக இருந்தாலும் ஜான் டேவிட்டைத்தான் தண்டித் திருப்பேன். அதைத்தான் (நீதிபதி) சிங்காரவேலுவும் செய்துவிட்டார்

என்று கூறியிருக்கிறார்.

○

சிறையிலிருந்து நீண்ட தாடியும் பைபிளுமாக வெளியே வந்த டேவிட், இனி இறைப் பணியில் வாழ்வைச் செலவிடப் போவதாகத் தெரிவித்தார். (சமூகத்திலிருந்து ஒதுக்கப்பட்டவர்கள் மீண்டும் சமூகத்தோடு தங்களை இணைத்துக்கொள்ள இந்தியச் சமூகத்திலிருக்கும் பிரதானமான பாதை மதம்தான்.) அவருடைய அனுபவம் ஊடகங்களைப் பற்றிய ஒரு புரிதலை அவரிடம் ஏற்படுத்தியிருந்தது. சிறைக்கு வெளியே இரண்டு நாட்களாகக் காத்திருந்த – இந்தப் பிரச்சனையைக் கடைசி வரை கறந்துவிடும் நோக்கோடு – நிருபர்களைச் சந்தித்த அவர் கூறியதாவது:

> பீரங்கியைவிடப் பேனா வலிமையானது. சாதாரண குடும்பமான எங்கள் மீது அதைத் திருப்பாதீர்கள். எங்களையும் வாழவிடுங்கள்.

தமிழ் ஊடகங்களின் ரத்த வெறியாலும் போலீசின் அராஜகத்தாலும் அவர் குடும்பத்தில் ஏற்பட்ட கஷ்டநஷ்டங்கள் பற்றி அவருடைய தாயார் டாக்டர் எஸ்தர் கூறியதாவது:

> ஜான் டேவிட் மீது வீண்பழி சுமத்தப்பட்டதால் அவனது வாழ்க்கை மட்டுமல்லாமல் ஒட்டுமொத்த குடும்பமே பாதிக்கப்பட்டது. கணவருக்கு நெஞ்சு வலி ஏற்பட்டு உடல்ரீதியாகவும் மனரீதியாகவும் பாதிக்கப்பட்டார். இளைய மகன் படிப்பைத் தொடர முடியாமல் வீட்டில் முடங்கிக் கிடக்கிறான். என் மகன் நிரபராதி என்று கூறியபோது யாருமே நம்ப மறுத்தார்கள். என் கணவரைக் குடிகாரன் என்று எழுதினார்கள். என்னை அபார்ஷன் செய்யும் டாக்டர் என்று இட்டுக்கட்டி வீண்பழி சுமத்தினார்கள். இத்தனை வேதனைகளையும் சுமந்துகொண்டு தான் நான் வழக்கை நடத்தி வந்தேன். நிறைய செலவாகிவிட்டது. கடன் வாங்கித்தான் வழக்கை நடத்தினோம். என் மகன் உயிரோடு கிடைத்தானே, அதுவே போதும். (இந்தப் பதிவு ஜான் டேவிட் வழக்கிற்குப் பிறகு புதிதாகத் தோன்றிய 'புலனாய்வு' இதழில் மட்டும் இடம் பெற்றது).

உயர் நீதிமன்றத் தீர்ப்பைக் கேட்டதும் ஜான் டேவிட் இவ்வாறு கூறியதாக ஒரு 'புலனாய்வு' இதழ் பதிவு செய்தது:

> எனது ஐந்தாண்டுக் கால வாழ்க்கை, எனது படிப்பு இதெல்லாம் எனக்கு இனிமேல் எப்படி திருப்பிக் கிடைக்கப்போகிறது? கரூரில் பிரபலமாக இருந்த எனது அம்மா, புகழ் இழந்து உடல்நிலை பாதிக்கப்

> பட்டு பண்ருட்டிக்கு இடம் பெயரும் சூழ்நிலை உருவானது. செய்யும் தொழிலும் போச்சு. அப்பாவின் உடல்நிலையிலும் இந்த வழக்கின் வேதனையால் ஏகப்பட்ட பாதிப்பு. இதெல்லாம் இனிமேல் யாரால் சரிசெய்ய முடியும்?

அந்த இதழ் மேற்கொண்டு, "அந்தக் கேள்விகளுக்கெல்லாம் யாரிடமும் பதில் இல்லை என்பதுதான் உண்மை" என்றும் எழுதுகிறது.

யாரிடமும் பதில் இல்லாத கேள்விகள் எத்தனையோ இருக்கின்றன. இங்கு பிரச்சனை அதுவல்ல; தமிழ்ப் 'புலனாய்வு' இதழ்களுக்குத் தாங்கள் எழுதும் எதைப் பற்றியும் யாரிடமும் பதில் சொல்ல வேண்டிய அவசியம் இல்லை என்பதுதான். ஜேம்ஸ் பாண்ட் போலக் கொல்வதற்கான உரிமம் அவர்களுக்கு வழங்கப்பட்டுள்ளது. ஒருவரைப் பற்றி – பரபரப்பாக எழுதினால் விற்பனை அதிகமாகும் என்ற வணிக நோக்கத்தினால் – அவை பிரசுரித்த எந்த அவதூறுக்குமே இன்றுவரை அவை வருத்தம் தெரிவித்ததாகவோ மன்னிப்புக் கேட்டதாகவோ சரித்திரம் இல்லை.

இன்று தமிழகத்தில் சிறந்த புலனாய்வு இதழுக்கான தேவை உள்ளது. களத்தில் தகவல்களைச் சேகரித்து அவற்றை உறுதிப்படுத்தித் துணிச்சலாக வெளியிடும் இதழ்கள் இயங்குவது மிக அவசியம். மாறாகக் கதாசிரியர்களை வைத்துச் செய்திப் பத்திரிகை நடத்தும் போக்கு ஒழிய வேண்டும்.

○

பி.கு: மேற்படி வழக்கில் தொடர்புகொண்டிருந்த அரசு டாக்டர் ஒருவர் ஜான் டேவிட்டுக்கு எதிரான சாட்சியங்கள் எல்லாம் போலீசால் ஜோடிக்கப்பட்டவை; அபத்தமானவை என்று ஒரு சிறுகூட்டத்தில் பேசியதாக மதுரை சோக்கோ டிரஸ்ட் மெஹபூப் பாஷா என்னிடம் குறிப்பிட்டார். நண்பர் அய்யனார் மூலமாக அந்த டாக்டரைத் தொடர்புகொண்டபோது அவர் தான் பேசியதை உறுதிப்படுத்தியபோதிலும் அதிகாரபூர்வமாக அதைப் பதிவு செய்ய மறுத்துவிட்டார்.

உலகத்தமிழ்.காம் 5, ஆகஸ்ட் 16 - 31, 2002

உடன்படுக்கை மீடியா

'இலக்கியத் திறனாய்வு' என்ற தலைப்பிட்ட இக்கருத்தரங்கில் மீடியா எழுத்துகள் பற்றிக் கட்டுரை வழங்குவதன் பொருத்தம் பற்றி முதலில் யோசிக்கலாம். பல்வேறு வகை எழுத்துகளுக்கிடையிலான வேறுபாடுகள் நவீன கோட்பாடுகளால் தகர்க்கப்பட்டுவிட்டன என்று நாம் பேசினாலும் எந்த உன்னதப் பத்திரிகையாளனும் பாரதிக்கும் புதுமைப்பித்தனுக்கும் இணையான இடத்தைத் தமிழ்ப் பண்பாட்டில் பெறவில்லை. டி.எஸ். சொக்கலிங்கம், ஏ.என். சிவராமன் போன்றோர் மீது இருக்கும் மரியாதைக்கும் முன்னோடிப் படைப்பாளிகள் பெறும் முக்கியத்துவத்திற்கும் இடையே வேறுபாடு உள்ளது. படைப்பூக்கம்மிக்க பத்திரிகையாளனுக்கு இலக்கியப் பரிசுகள் கொடுக்கப்படுவதில்லை.

அதே நேரத்தில் இலக்கியத்தையும் இதழியலையும் இணைக்கும் கண்ணிகள் பல உண்டு. தமிழின் முன்னணிப் படைப்பாளர்கள் பலர் இதழியலாளர்களாகப் பணியாற்றியுள்ளனர். பாரதி, புதுமைப்பித்தன் என்று துவங்கும் இந்த வரிசை இன்றுவரை அறுபடாமல் தொடர்ந்து வந்துகொண்டிருக்கிறது. இந்த நூற்றாண்டின் முற்பகுதியில் இயங்கிய பல படைப்பாளிகளிடம் காணக்கிடைக்காத அரசியல் பிரக்ஞை பாரதியிடமும் புதுமைப்பித்தனிடமும் இருந்ததற்கு அவர்களின் இதழியல் துறை அனுபவங்களும் துணை நின்றிருக்கும். (இன்று பெரும்பான்மையான இதழியலாளர்களுக்குக்கூட அரசியல் பிரக்ஞை இல்லை.) மேலும் அவர்களுடைய உரைநடையின் உருவாக்கத்திலும் இதழியல் துறை அனுபவத்தின் தாக்கத்தைக் காணலாம்.

ஹெமிங்வேயின் விறுவிறுப்பான நடைக்கு அவரது பத்திரிகைத்துறை அனுபவமே காரணமாகச் சொல்லப்படுகிறது. ஜார்ஜ் ஆர்வல் படைப்புகளில் அவர் இரண்டாம் உலகப் போர் காலகட்டத்தில் இதழியலாளராகப் பணியாற்றிய அனுபவத்

தின் தாக்கம் வெளிப்படுகிறது. போர்க் காலப் பிரச்சாரத்தின் பொய்ம்மையை அணுகிக் கண்ட அனுபவம் ஆர்வலின் படைப்பு களில் தாக்கம் ஏற்படுத்தியுள்ளது தெளிவு.[1] இதழியலுக்கும் படைப்புக்கும் இடைப் பிரதேசத்தில் பல வித்தைகளை நிகழ்த்திக் காட்டியிருப்பார் மார்க்குவஸ்.

உலகின் முன்னணி இதழ்களில் ஒன்றான *'Granta'* வில் *1983*க்கும் *1992*க்கும் இடையில் பிரசுரிக்கப்பட்ட நீண்ட செய்திக் கட்டுரைகள் ஒரு நூலாகத் தொகுக்கப்பட்டுள்ளன.[2] இதிலுள்ள சில கட்டுரைகள் இதழியல், இலக்கியம் ஆக முடியும் என்பதற்கு உதாரணமாக உள்ளன. இந்திய இதழ்களில் இலக்கியத் தரம் வாய்ந்த இதழியல் கட்டுரைகளை வெளியிடும் இதழ்கள் இன்று கிட்டத்தட்ட இல்லை. அத்தகைய சில பதிவுகள், இப்போது நின்றுவிட்ட, *The Illustrated Weekly of India* இல் வெளிவந்துள்ளன.

❍

போலிஷ் திரைப்பட இயக்குனர் ஸானூசி *(Krzysztof Zanussi)* தன்னுடைய சமீபத்தியத் திரைப்படம் ஒன்றிற்கு வைத்திருந்த தலைப்பு சுவாரசியமானது. இத்தலைப்பை ஐரோப்பாவில் தாம் கண்ட ஒரு சுவரெழுத்திலிருந்து எடுத்தாண்டதாக ஸானூசி குறிப்பிடுகிறார்.[3] அந்தத் தொடர் 'Life as a Fatal Sexually Transmitted Disease (2000)' என்பது. 'மனித இனம் பாலுறவின் வழி பரவுகிற ஒரு நோய்.' மிகவும் மனவிரக்தியடைந்த நிலையிலிருக்கும் ஒருவர் எழுதிய வாசகம் இது என்பது வெளிப்படை. இன்று மீடியாவை அதிலும் குறிப்பாகத் தமிழ் மீடியாவைத் தொடர்ந்து கவனித்துவரும் ஒருவருக்கு மேற்படி சுவரெழுத்து வாசகத்தை எழுதியவரின் உணர்வுகளை ஒத்த ஒரு மனநிலை ஏற்படக்கூடும். எனவே இன்றைய மீடியாவை வாசிப்பின் வழி அல்லது பார்த்தலின் வழி பரவும் ஒரு நோயாகவும் அணுகலாம். இன்று ஊடகங் களின் நிலை அவ்வளவு மோசமானதாகவும் ஆபத்தானதாகவும் இருக்கிறது.

---

1. இந்தியாவில் பிறந்த ஆர்வல் பின்னர் நேதாஜி இரண்டாம் உலகப் போர்க் காலத்தில் ஜெர்மனிய ரேடியோவில் செய்த உரைகளுக்கு *BBC*இல் பதில் வழங்கும் பணியைச் செய்துவந்தார் என்பது ஒரு ஆர்வமூட்டும் செய்தி. 'விலங்குப் பண்ணை' என்ற நாவல் மூலம் உலகப் புகழ்பெற்ற ஆர்வலின் பூர்வீக இந்திய வீடு இப்போது ஒரு மாட்டுப் பண்ணையாக இருக்கிறது!
2. *The Granta Book of Reportage, Granta Publications, 1998.*
3. *Krzysztof Zanussi, The Dichotomy of Life and Death: The Death of Western and Eastern Worlds, The Katha Lecture, Katha Utsav 04.*

அர்ஜென்டீனா எழுத்தாளர் ஃபெர்னான்டோ ஸோரன் டினோ 'சின்னக்கிளிகளின் ராஜ்ஜியம்' *(Empire of Parakeets)* என்ற சிறுகதையை எழுதியுள்ளார்.[4] இக்கதையை ஊடகங்கள் பற்றிய விமர்சனமாக வாசிக்க இடமிருக்கிறது. உலகின் கலாச் சார மிக்க அனைத்து நாடுகளையும் இந்தச் சின்னக்கிளிகள் கைப்பற்றிவிட்டன என்றும் பின்தங்கிய நாடுகளிலும் ஏழை நாடுகளிலும் மட்டுமே இவற்றின் ஆதிக்கமில்லை என்றும் அவர் குறிப்பிடுகிறார். இதே நாடுகளை வெகுஜன ஊடகங் களும் அண்டவில்லை என அவர் குறிப்பிடுவது இந்த வாசிப் பிற்கான அடிப்படையாக அமைகிறது. இந்தச் சின்னக்கிளிகளின் தாக்கமாக அவர் குறிப்பிடுவது,

> ஐந்நூறு அல்லது ஆயிரம் சின்னக்கிளிகள் தொடர்ந்து ஒரு மனிதனை நச்சரிப்பது – கண் காதினுள் நுழை வது, கழுத்தில் ஊர்வது – மூலம் அவனைச் சிந்திக்க, எழுத, வாசிக்க, தூங்கவிடாமல் செய்ய முடியும். மூளை குழம்பிய நிலைக்கு அவனைத் தள்ள முடியும் – இதுதான் இப்போது நடந்துவருகிறது.

❍

மீடியா ஒரு ஜனநாயக அமைப்பின் நான்காவது தூண் என்ற ஒரு மூடநம்பிக்கை உண்டு. அரசின் வரம்பு மீறல்களை மக்கள் கவனத்திற்குக் கொண்டுவந்து, மக்கள் மத்தியில் ஒரு விழிப்புணர்வை உருவாக்கி ஜனநாயகத்தைப் பேணுவது மீடியா வின் கடமையாகக் கருதப்பட்டது. ஆனால் இன்று ஊடகங்கள் அந்தக் கடமையை ஆற்றுகின்றனவா என்பதை நாம் சிந்தித்துப் பார்க்க வேண்டும். இன்று அத்தகைய எந்தக் கடமையையும் மீடியா பொதுவாகப் பேணுவது இல்லை என்பது மட்டுமல்ல அவசரநிலை போன்ற இந்திய ஜனநாயகத்திற்கு மிகப் பெரிய நெருக்கடிகள் உருவான காலத்திலும் மீடியாவின் பெரும்பகுதி, அதிலும் குறிப்பாகத் தமிழ் மீடியா, ஜனநாயகத்தைப் பேணும் முகமாகச் செயல்படவில்லை. இது தமிழ் மீடியாவின் பிரச் சனை மட்டுமல்ல. பாபர் மசூதி இடிக்கப்பட்ட காலத்திலும் மும்பை குண்டுவெடிப்பின்போதும் குஜராத் கலவரத்தின் காலத்திலும் பிராந்திய மொழி மீடியாக்கள் மிகக் கொடூரமான முறையில் செயல்பட்டிருக்கின்றன.

இந்நிலைக்கு மிக முக்கியமான காரணம் நமது மீடியாவின் பெரும்பகுதி 'உடன்படுக்கை' மீடியாவாகவும் பெரும்பான்மை இதழியலாளர்கள் அதிகார வர்க்கத்துடன் சல்லாபிக்கத் துடிப் பவர்களாவும் இருப்பதுதான்.

---

4. *காலச்சுவடு* 43, செப். – அக். 2002

மக்களின் அடிப்படை உரிமைகளைப் பறிக்கும் தடா, பொடா போன்ற எல்லாச் சட்டங்களையும் மீடியா இன்று நேரடியாகவும் மறைமுகமாகவும் ஆதரிக்கிறது. பயங்கரவாதி களாகச் சித்தரிக்கப்படுவோரின் அடிப்படை மனித உரிமைகள் போலீசாரால் மீறப்படுவதை மீடியா ஆதரிக்கிறது. அவர்கள் சித்திரவதை செய்யப்படுவதை ஆதரிக்கிறது. போலீசாரின் 'என்கவுண்டர்' கொலைகளை மீடியா ஆதரிக்கிறது. அரசின் அராஜகத்தைக் கேள்வி கேட்போரைத் தேச விரோதிகளாக மீடியா சித்தரிக்கிறது.

தென்னாப்பிரிக்கா நிறவெறியைப் பேணும் நாடாக இருந்த காலத்தில் இந்தியர்களைச் சில குப்பங்களில் ஒதுக்கிவைத்திருந் தனர். அத்தகைய ஒரு குப்பத்திற்கு வைக்கப்பட்ட பெயர் முக்தி எனப் பொருள்படும் 'நிர்வாணா' என்பது. தனது வன் முறையை மறைக்க அதிகார வர்க்கம் செய்யும் பல தந்திரங் களில் ஒன்று சொற்களைச் சாதுர்யமாகப் பயன்படுத்துவது. இந்தத் தந்திரத்திற்கு மீடியா முழு ஆதரவு வழங்குகிறது. அதிலும் குறிப்பாகத் தமிழ் மீடியா. *V.D.* என்ற பாலியல் நோயின் மீடியா தமிழாக்கம் : இன்ப சுக நோய். பாலியல் தொழிலில் ஈடுபடும் பெண்கள் : அழகிகள். வன்முறையைச் சர்க்கரைச் சொற்களால் பொதிந்து நமக்கு உண்ணத் தருவது மீடியாவின் தந்திரமாக உள்ளது. போலீசார் சித்திரவதையைத் தமிழ் மீடியா 'லேசாக வாட்டினார்கள்', 'தகுந்த சிகிச்சை அளித்தார்கள்' போன்ற வருணனைகளின் மூலம் ஏற்கத்தக்க ஒன்றாக வாசகருக்கு வழங்குகிறது. பாலியல் தொழிலாளர்களை 'அழகிகள்' என்று வருணிப்பது அத்தொழிலின் கொடுமைகளை மழுங்கடித்து அவர்களைப் பற்றிய சுகந்தமான எண்ணங்களை வாசகர்கள் மனதில் உருவாக்குகிறது. 'இன்ப சுக நோய்' என்ற தொடருக்கு இணையான ஒரு தொடரை உலகின் வேறு எந்த மொழி மீடியாவும் உருவாக்கியிருக்கும் என்று தோன்றவில்லை. அ.தி.மு.க. ஆதரவாளராக இருந்த காலத்தில் தாமரைக்கனி பண்ருட்டி ராமச்சந்திரனை அடித்தபோது அதை சபாநாயகர் சேடப்பட்டி முத்தையா 'ஓங்கித்தட்டினார்' என்று கூறியது வன்முறையை மென்மையான சொற்களில் பொதிவதற்கு ஒரு சிறந்த உதாரணம்.

ஈராக்கிலும் ஆப்கானிஸ்தானிலும் போர்க் கைதிகளை அமெரிக்க ராணுவத்தினர் கையாண்ட முறைகளை மிகத் தத்ரூபமாகச் காட்சிப்படுத்தும் புகைப்படங்கள் வெளியான பின்னரும் அதைக் குறிக்கச் 'சித்திரவதை' என்ற சொல்லைப் பயன்படுத்தாமல் அமெரிக்க ஊடகங்கள், ஆங்கிலத் தொடர் களின் பெரும் ஊற்றையே கண்டெடுத்திருக்கின்றன.

சட்ட விரோதமாகச் சித்திரவதையில் ஈடுபடும் போலீ சாரை அம்பலப்படுத்தாமல் அவர்களின் வன்முறையை மக்களுக்கு ஏற்புடையதாக மாற்ற முயல்கின்றன நமது மீடியாக்கள். 'மயிலே மயிலே இறகு போடு என்றால் போடுமா' எனப் போலீசாரின் சித்திரவதைக்கு இவை வக்காலத்து வாங்கு கின்றன. உலகின் பல நாடுகளில் போலீசார் தடிக்குப் பதிலாக அறிவைப் பயன்படுத்தி நமது போலீசாரைவிட வெற்றிகரமாகக் குற்றவாளிகளைப் பிடித்து வருகின்றனர். அறிவுக்கு ஒருபோதும் தடி மாற்றாக அமைய முடியாது என்பதை நமது மீடியா சுட்டிக் காட்டுவதில்லை. தமிழ் இதழ்களில் போலீஸ் சித்திர வதையை வெளிப்படையாக ஆதரிப்பதில் *துக்ளக்*கின் பங்கைக் குறிப்பிட்டுச் சொல்ல வேண்டும்.

அரசின் வன்முறையை ஆதரிப்பதோடு ஊடகங்கள் நிற்ப தில்லை. தங்கள் வியாபார நலனுக்காக அரசுக்கு எதிரான, மக்களுக்கு எதிரான அனைத்து வன்முறைகளையும் அவை ஆதரிக்கின்றன. பயங்கரவாத நடவடிக்கைகளை மீடியா ஊதிப் பெருக்கி மக்கள் மத்தியில் பீதியைப் பரப்பவில்லையெனில் பயங்கரவாதிகளின் செயல்பாடுகள் அர்த்தமிழந்துவிடும். ஆக, பயங்கரவாதிகள் மக்களுக்கு எதிராகவும் அரசுக்கு எதிராகவும் மேற்கொள்ளும் படுகொலைகளை ஆதரிப்பது, அரசு மக்களுக்கு எதிராக ஈடுபடும் வன்முறைகளை ஆதரிப்பது எனத் தனது வியாபார நோக்கங்களுக்காக எல்லா வன்முறைகளையும் பரப்பும் விதமாக மீடியா செயல்படுகிறது. சமூகத்திற்குக் கேடான காலங்களில் – போர், தேர்தல், தொற்றுநோய், மதக்கலவரம் போன்றவைகளின் காலங்களில்தான் – மீடியா பரவலாக்கம் பெறுகிறது.

செப். 11 தாக்குதலுக்குப் பிறகு அமெரிக்காவில் பெரும் பொருளாதாரப் பின்னடைவு ஏற்பட்டது. பங்குச் சந்தையில் எல்லாப் பங்குகளின் விலைகளும் சரிந்தன. ஆயுதம் தயாரிக்கும் கம்பனிகளின் பங்குகளும் மீடியா கம்பனிகளின் பங்குகளும் மட்டும் உயர்ந்தன. சமூகத்தின் கேடுகாலம் மீடியாவின் பொற் காலம். அதேபோல சமூகத்தில் சிவில் யுத்தம், போர், மதக் கலவரம், சாதிக் கலவரம் போன்றவை இல்லாத சுபிட்சமான நிலை நிலவுமெனில் மீடியா பெரும் சரிவைச் சந்திக்கும். இலங்கையில் அமைதி உடன்படிக்கைக்குப் பிறகு நாளிதழ், இதழியல் விற்பனை கடுமையான சரிவைக் கண்டுள்ளது இதற்கு ஒரு நல்ல உதாரணம்.[5] அங்கு அமைதி நீடிப்பதில் மீடியாவின்

---

5. போர்ப் பிரதேசத்தில் அமைதி திரும்பிய பிறகு தமிழ் மீடியா பரவலாக்கம் பெற்றுவருவது தனியாகப் பார்க்க வேண்டிய செய்தி.

பங்கு என்னவாக இருக்கும் என்பதை ஊகிக்கக் கற்பனை வளம் அவசியமில்லை.

2004 நாடாளுமன்றத் தேர்தலில் எந்தக் கட்சிக்கும் கூட்டணிக்கும் பெரும்பான்மை இல்லாத குழப்பமான நிலை, மீடியாவுக்கு ஏற்படுத்திய குதூகலத்தை வெளிப்படையாகப் பார்த்தோம். 24 மணி நேரச் செய்தி நிலையங்கள் செய்திக்குப் பஞ்சமில்லாமல், நாட்டுக்கும் பங்குச் சந்தைக்கும் ஏற்பட்ட குறுகியகாலக் குழப்பநிலையை, திகட்டத் திகட்ட அனுபவித்தன. தேர்தலுக்கு முந்தைய நாள்களில், தொங்கு நாடாளுமன்றம் உருவாகும் என்று கருத்துக்கணிப்புகள் தெரிவித்த நிலையில் என்.டி.டி.வியில் அதன் நட்சத்திரங்களில் ஒருவரான ராஜ்தீப் சார்தேசாய் மீடியாவுக்கும் செய்தியாளர்களுக்கும் நல்ல காலம் வரப்போகிறது என்று வெளிப்படையாகவே தெரிவித்தார்!

குவைத் மீது ஈராக் படையெடுத்துப் பெரும் அழிவை ஏற்படுத்திய காலத்தில் அந்தப் போரை ஒரு காட்சிப் பொருளாக மாற்றி CNN உலகெங்கும் தொற்றுநோய் போலப் பரவியது. போரை ஒரு வீடியோ விளையாட்டுப் போல ரசனைக்கு உரிய ஒன்றாக மாற்றியது CNN. போரின் வன்முறையைவிட இரவில் ஏவுகணைகள் வாணவேடிக்கை போலச் சென்று வெடிக்கும் காட்சிகளிலும் பிற வண்ணமயமான காட்சிகளிலுமே CNN அதிக கவனம் செலுத்தியது. ஈராக் போரின் காட்சிப்படுத்தலை CNN குத்தகைக்கு எடுத்திருந்தது. இது ஒரு 'மீடியா போர்' என்று வருணிக்கப்பட்டதையும் அமெரிக்க நேரப்படி தொலைக் காட்சிகளின் *prime time* இல் போர் துவங்கியதையும் நாம் நினைவுப்படுத்திக்கொள்ளலாம். ஈராக்கிய ஏவுகணைகளை அமெரிக்க ஏவுகணைகள் நடுவானில் சந்தித்துச் சிதறடிக்கும் – நமது 'இராமாயண', 'மகாபாரத' சின்னத்திரைத் தொடர்களை நினைவூட்டும் – காட்சிகள் பல *computer graphics* பயன்படுத்தித் தயாரிக்கப்பட்டவை என்பது பின்னர் வெளிப்பட்டது.

'ஸ்டார் வேல்ட்' சானலில் அமெரிக்கப் 'போலீஸ் வீடியோ' ஒளிபரப்பப்படுவதைப் பார்த்திருப்பீர்கள். மேற்படி வீடியோக் களில் பார்வையாளர்களுக்கு மிகவும் பிடித்தவை அனுமதிக்கப் பட்ட வேக அளவைத் தாண்டிச் செல்லும் கார்களைப் போலீ சார் விரட்டிப் பிடிப்பது. ஹாலிவுட் படங்களின் புகழ்பெற்ற 'சேஸ்' காட்சிகளை நினைவூட்டும் பதிவுகள் இவை. மேற்படி வீடியோக்கள் ஒளிபரப்பப்படுவது துவங்கிய பின்னர் டி.வி.யில் 'ஹீரோ'வாக விரும்பும் பலர் இக்குற்றத்தில் ஈடுபடுவது அதிகரித்துள்ளது. ஊடகக் கவனம் பெற்றுத்தரும் சில்லறைப் 'புகழுக்காக' இதில் பலர் விளையாட்டுப் போல ஈடுபடத் துவங்கியிருப்பது பொதுமக்களுக்கு ஆபத்தானது என்பது

வெளிப்படை. மீடியா எப்படிக் குற்றத்தைத் தூண்டுகிறது என்பதற்கு இது ஒரு நேரடி உதாரணம்.

அதேபோல 2002ஆம் ஆண்டு வாஷிங்டன் பகுதியில் மறைந்து நின்று அப்பாவிகளைச் சுட்டுக் கொல்லும் தொடர் '*sniper*' கொலைகள் நடைபெற்றன. இதை அடுத்து மீடியா மிகப் பெரிய அளவில் அமெரிக்க மக்களிடையே பீதியைத் தூண்டிவிட்டது. மிகப் பெரிய மீடியா கவனம் காரணமாக அமெரிக்காவின் வேறு பகுதிகளில் மேற்படி கொலையாளியை நகல்செய்யும் கொலையாளிகள் *(copy cats)* உருவாயினர். இவர்களின் வருகை, மீடியா கவனத்திற்காக மீடியா கவனத்தால் மீடியாவே ஏற்படுத்திய நிகழ்வு.

❍

மீடியா, மதத்திற்குப் பதிலீடாக உருவாகி வருகிறது என்கிறார் பேராசிரியர் ஜான் காரே.[6] இது எவ்வாறு என்பதையும் அவர் விளக்கியுள்ளார்.

- நவீன மனிதனுக்கு அவனுக்கு 'அப்பாலான' நடப்புகள் பற்றிய செய்திகளைத் தொடர்ந்து அளிப்பதன் மூலம் ஒருவிதப் பாதுகாப்பு உணர்வை மீடியா ஏற்படுத்துகிறது.
- அன்றாட உழலுதலின் அற்பத்தனத்திலிருந்து மனிதனை விடுவித்துப் 'பேருண்மை'யுடன் தொடர்பு கொண்டுள்ள மாயையை மீடியா ஏற்படுத்துகிறது.
- மீடியா மதத்தைப் பதிலீடு செய்வதால்தான் அது மரணத்தைப் பற்றி பெரும் கரிசனம் கொள்கிறது. கொலை, படுகொலை, விபத்து, பேரழிவு, போர் என மரணத்தின் எல்லாப் பரிமாணங்களையும் மதத்தைப் போலவே மீடியாவும் பிரதானப்படுத்துகிறது.

இப்போது தமிழ்ப் புலனாய்வு இதழியலின் செயல்பாடுகளைப் பார்க்கலாம்.

புலனாய்வு இதழியலின் அசலான நோக்கம் ஊழல்களை, சீர்கேடுகளை அம்பலப்படுத்துவது. தமிழ் இதழியலில் இது அந்தரங்கங்களை ஆராயும் இதழியலாகச் சுருங்கிவிட்டது. நடிகையின் 'உண்மை'த் தொடர், மனோதத்துவ அறிஞரின் பாலியல் 'அறிவியல்' கிளுகிளுப்பு ஆகியவற்றோடு இணைத்துப் படிக்கத்தக்கதாக இந்தப் புலனாய்வு இதழியல் செயல்பட்டு

---

6. *John Carey, Faber Book of Reportage, 1997*

வருகிறது. மர்மமான முறையில் இறந்துகிடந்த ஒரு அடாவடி நபரைப் பற்றிய நமது ஒரு புலனாய்வு இதழ்ச் செய்தியின் தலைப்பு 'செத்து ஒழிந்தான் செக்ஸ் சைக்கோ'.

புலனாய்வு இதழியலில் எல்லோரும் அறிந்த ஆனால் எங்குமே பதிவு செய்யப்படாத ஒரு முக்கியமான பகுதி அவ்விதழாளர்கள் ஈடுபடும் பிளாக்மெயில் குற்றம். பல புலனாய்வு இதழ்கள் பணக்காரர்களையும் முன்னணி கம்பெனிகளையும் மிரட்டிப் பணம் பிடுங்குகின்றன. பணம் தர மறுப்பவர்களின் உண்மையான மற்றும் கற்பனையான இரகசியங்களை இவ்விதழ்கள் அம்பலப்படுத்துகின்றன. சில இதழ்கள் தமது இதழியலாளர்களுக்கு அடையாள அட்டையை மட்டும் வழங்குகின்றன. சம்பளம் தருவதில்லை. மாறாக இதழியலாளர் பிளாக்மெயில் மூலம் பெறும் பணத்தில் ஒரு பகுதியை இதழ் உரிமையாளருக்குக் கொடுக்க வேண்டும் என்பதே ஏற்பாடு. புலனாய்வு இதழியல் இதைவிடச் சீரழிவது சாத்தியமில்லை. மேற்படி நடவடிக்கைகள் மதம், ஆன்மீகம் போன்ற புனிதச் சொற்களின் ஒளிவட்டத்தின் கீழ் நடைபெறும் அராஜகங்களுக்கு இணையாக இருப்பது வெளிப்படை. மீடியாவும் ஒரு புனிதச் சொல்லாகிப் பல அநீதிகளுக்குக் கவசமாக மாறி வருவதையே இது உணர்த்துகிறது.

> மக்கள் கேள்விகள் எதுவும் கேட்காமல் தொடர்பு ஊடகங்கள் சொல்வதை நம்புகின்றனர். ஏற்றுக் கொள்கின்றனர். முஸ்லீம்கள் தீவிரவாதிகள் எனத் திரும்பத் திரும்பச் சொல்லப்படும்போது அவர்களை அவ்வாறே பார்க்கத் தோன்றுகின்றது . . .
>
> ஒரு இனத்தவருக்கு எதிராக இன்னொரு இனத்தை, ஒரு மதத்தவருக்கு எதிராக இன்னொரு மதத்தவரை, ஒரு சாதியினருக்கு எதிராக இன்னொரு சாதியினரை மோதவிடுவது நாளடைவில் சமூக அளவில் பெரும் முரண்பாடுகள் தோன்ற வழிவகுக்கும். இந்தியாவைப் பொறுத்த அளவில் இத்தகைய மீடியா சித்தரிப்புகள் சமூக சீர்கேட்டையே தூண்டிவிட்டு வந்துள்ளது.[7]

தமிழ் மொழி உரைநடையின் வளர்ச்சிக்கு நேற்றைய தமிழ் இதழியலின் பங்களிப்பு குறிப்பிடத்தகுந்தது. ஆனால் இன்றைய மீடியா தமிழ் மொழிமீது பெரும் அராஜகத்தைக் கட்டவிழ்த்துள்ளது என்றுதான் சொல்ல வேண்டும். தமிழ் மொழியின் பிராந்திய வேறுபாடுகளும் அழகுகளும் நறுமணங் களும் சென்னையை மையப்படுத்தி இயங்கிவரும் மீடியாவின்

---

7. 'தொடர்பு சாதனங்கள்', *அரும்பு*, மார்ச் 2004 இதழின் இலவச இணைப்பு.

தாக்கத்தில் சிதைந்து வருகின்றன. தமிழில் ஆங்கிலக் கலப்பு என்பது புற்றுநோய் போல் மீடியாவழி இன்று பரவி வருகிறது. ஒரே பொருளைத் தமிழிலும் பின்னர் ஆங்கிலத்திலும் மீண்டும்மீண்டும் கூறியவாறு பேசும் சென்னை மேட்டுக்குடியினருக்குரிய, உலகில் வேறு எங்குமே நாம் காணமுடியாத, நகைப்புக்குரிய, நேரத்தையும் ஊக்கத்தையும் விரயப்படுத்தும் பழக்கமும் தமிழ் ஊடகங்களின் வழி பரவிவருகிறது. எல்லோரும் மேஜர் சுந்தரராஜன் போலப் பேசும் காலத்தை நினைத்தாலே மனம் பதறுகிறது.

❍

உலக மீடியாவிலும் அகில இந்திய மீடியாவிலும் ஆதிக்கம் செலுத்தத் துவங்கியிருக்கும் இன்னொரு போக்கு *'feel good journalism'*. குஷிப்படுத்தும் இதழியல். இதற்குத் தமிழில் இன்னும் சரியான உதாரணம் இல்லை. ஆனால் அமெரிக்காவில் வெற்றிபெறும் எந்த ஒரு போக்கும் இங்கு பின்னர் நகல் செய்யப்படும் என்பதால், ஒரு முன்னெச்சரிக்கையாக இதைப் பற்றிப் பார்க்கலாம். அமெரிக்காவில் வெகுஜன இதழியலின் ஒரு பெரும்பான்மைப் போக்கு இதழியலை ஒரு கேளிக்கையாகப் பார்க்கிறது. அதாவது இதழியலாளன், மக்களைக் குஷிப்படுத்தும் பட்டிமன்றப் பேச்சாளர், நகைச்சுவை நடிகர், கனவுக்கன்னி போன்ற ஒரு பிரகிருதி. அவர்களுக்குச் சமூகப் பிரக்ஞையோ அரசியல் பிரக்ஞையோ தேவையில்லை என்பது மட்டுமல்ல இருக்கக் கூடாது என்பதும் ஆகும். இந்தப் போக்கைப் பின்பற்றும் நாளிதழ்களில் அதிகம் 'கெட்ட' செய்திகள் இடம் பெறுவதில்லை. காலையில் நாளிதழைப் படிப்பவர்கள் நாட்டில் எல்லாம் சுபிட்சமாக உள்ளது என்றே நினைக்க விரும்புகின்றனர் என்றும் அவர்கள் உணர்விற்குத் தீனி போடுவதே பத்திரிகையாளனின் வேலை என்றும் இந்தக் 'குஷிப்படுத்தும் இதழியல்' போக்கு போதிக்கிறது. மரணம், கொலை, சாவு, தற்கொலை போன்ற செய்திகள் நாளிதழில் அதிகமாக இடம் பெறுவதை இப்போக்கு தவிர்க்கிறது. இவர்களுக்கு 'மக்கள் தீர்ப்பே மகேசன் தீர்ப்பு.' இந்தியாவில் *Times of India* இந்தப் போக்கைப் பின்பற்றி விற்பனையில் பெரும் சாதனை படைத்து வருகிறது.

கடந்த பதினைந்து ஆண்டுகளில் இந்தியாவின் 80 சதவீதம் மக்களின் வருமானம் அதிகரிக்கவில்லை. ஆனால் நமது தேசம் எங்கும் நம்பிக்கையும் புத்துணர்ச்சியும் பொங்கி வழிவதாகவும் இந்தியா சுடர்விட்டுப் பிரகாசிப்பதாகவும் நமது ஆளும் வர்க்கம் அறிவுறுத்தி வருகிறது. இந்தியர்கள் என்பதற்காக நாம் பெருமைப்படலாம் எனவும் இவர்கள் போதிக்கின்றனர். இந்தக் குஷியான நேரத்தில் பட்டினிச் சாவு, குடிநீர்ப் பிரச்சனை,

லாக்கப் மரணம் என்றெல்லாம் அபச்சாரமாகப் புலம்பிக் கொண்டிருக்காமல் உற்சாகமான ‘வெற்றி’ச் செய்திகளை வெளியிடுவது மேட்டுக்குடி மற்றும் நடுத்தர வர்க்க மக்களைக் கவர்வதோடு அரசியல்வாதிகளையும் திருப்திப்படுத்துகிறது.

❍

வெகுஜன மீடியாவின் எல்லா அம்சங்களும் கண்டனத் திற்கு உரியவையா என்றால் இல்லை. *NDTV* குஜராத் படு கொலையின்போது செய்த பணி ஆக்கபூர்வமானது. செப். 11க்குப் பிறகு அல் ஜஸீரா என்ற கத்தார் நாட்டு அரபிக் சானல் பிரபலமடைந்துள்ளது. மேற்கத்திய மீடியாவிற்கு மாற்றான செய்திகளை அரபுலகிற்கு வழங்கிவரும், பெருமளவிற்குச் சுதந்திர மாகச் செயல்பட்டுவரும் இதன் பரவலாக்கத்தை வரவேற்கலாம்.

The Hindu நாளிதழை *Times of India* வுடன் ஒப்பிட்டு, பிரிட்டானிய இதழியல் முறையைப் பின்பற்றி நடக்கும் ஒரு பொறுப்பு மிக்க இதழுக்கும் ‘குஷிப்படுத்தும் இதழியல்’ என்ற தூய வணிகப் போக்கிற்கும் இடையிலுள்ள வேறுபாட்டை நாம் உணரலாம். *The Hindu* அதன் வாசகர்களின் உணர்வு களுக்குத் தீனிபோடுவதையே தன் கடமையாக நினைப்பதில்லை. *த ஹிண்டு* மேட்டுக்குடியைச் சார்ந்த அதன் பெரும்பான்மை வாசகர்களால் அது *The Anti-Hindu* என்றே கருதப்படுகிறது. இருப்பினும் தன் வாசகர்களின் பார்வையில் ஒரு மாற்றத்தை, ஒரு தாக்கத்தை ஏற்படுத்த வேண்டும் என்ற அணுகுமுறையை *The Hindu* பின்பற்றி வருகிறது. *The Hindu* வின் பல அம்சங்கள் பழைமைவாதக் கறைபடிந்தவையாக இருந்தாலும் தமிழ்ப் பண்பாட்டிலிருந்து அது பெருமளவிற்கு அந்நியப்பட்டு நின்றா லும், ஈழப் பிரச்சனையில் அதன் நிலைப்பாடு சகித்துக்கொள்ள முடியாததாக இருந்தாலும் இந்திய நாளிதழ்களின் வரிசையிலும் உலக நாளிதழ்களின் வரிசையிலும் முழுவதுமாக வியாபார நலன்களை மையப்படுத்தி இயங்காத ஒரு சில நாளிதழ்களில் *The Hindu* வும் ஒன்று.

தமிழ் நாளிதழ்களில் *தினமணி* பலவிதங்களிலும் ஆக்க பூர்வமாக இயங்கிவருகிறது. *தினத்தந்தி*யில் ஏற்பட்டுவரும் மாற்றங்கள் நம்பிக்கை ஏற்படுத்தக்கூடியவை. வெகுஜன இதழ் களில் *கல்கி*யின் தலையங்கங்கள் பொருட்படுத்தக் கூடியவை.

தினமலர் அதன் செய்திகளில் இயங்கும் கருத்தியலுக்காக விமர்சிக்கப்பட்டாலும், இன்று தமிழ் நாளிதழ்களில் போலீஸ் செய்தியை மட்டும் நம்பாமல் நேரடியாகக் களத்திலிருந்து ஆய்வுச் செய்திகளை வெளியிடும் நாளிதழ் அது என்பதையும் குறிப்பிட வேண்டும்.

கடந்த தேர்தல் மீடியாவின் வரையறைகளைத் துலக்கமாக வெளிப்படுத்தியுள்ளது. நமது மீடியா நிபுணர்கள் யாருக்குமே வாக்காளர் மனப்போக்கை அறியமுடியவில்லை என்பது மீடியா எந்த அளவுக்கு மக்களிடமிருந்து அன்னியப்பட்டு நிற்கிறது என்பதற்கான சான்றாகும். அத்தோடு திட்டமிட்டு மீடியாவை அரசு கைவசப்படுத்தினாலும் ஒரு அளவுக்குமேல் வாக்காளர்களைத் திசை திருப்ப முடியாது என்பது நம்பிக்கை அளிக்கும் செய்தி.

ஆனால் பொதுவாக மீடியாவின் தாக்கம் சமூகத்தில் ஒரு இருளாக வலுத்து வருகிறது. இதழியலின் ஆக்கபூர்வமான அம்சங்கள் தொடர்ந்து பலவீனப்பட்டு வருகின்றன. மராத்திய தலித் எழுத்தாளர் ஊர்மிளா பவார் தன் தாயாரைப் பற்றிக் கூறுகையில் இவ்வாறு குறிப்பிடுகிறார்:

> அம்மாவிடம் ஒரு குணம்: யாரிடமாவது ஒரு விஷயம் கேட்டால் அதை அடுத்த ஆளிடம் சொல்லவே மாட்டாள். (அவள்) ஒரு நியூஸ் பேப்பர் அச்சகம் மாதிரி. எல்லா விஷயமும் வரும். ஆனால் வெளியே சொல்லாது.[8]

மீடியா, கருத்துகளின், செய்தியின் வெளிப்பாட்டுக் களமாக அல்லாமல் ஒரு சுயத் தணிக்கை மையமாக மாறிவருகிறது.

மீடியாவின் வழி பிரசுரமாகும் செய்திகளும் மீடியா முதலாளிகளின் கொள்கைக்கு ஏற்ப பிறழ்வுபட்டே பிரசுரம் பெறுகின்றன. உதாரணமாக, இன்று ஆங்கிலத்திலோ தமிழிலோ வெகுஜன மீடியாவில் காஞ்சி சங்கராச்சாரியாரை விமர்சனம் செய்வது கிட்டத்தட்ட சாத்தியமில்லை.[9]

இந்நிலையில் இணையம் ஒரு சுதந்திரமான மாற்று மீடியாவாக உருப்பெற்றுள்ளது. செப். 11க்குப் பிறகு அமெரிக்கா வின் செயல்பாடுகள் பற்றிய விமர்சனபூர்வமான கருத்துகளுக்கு இணையத்தையே நாட வேண்டியிருந்தது. இலங்கையின் மறைக்கப் பட்ட மனித உரிமை மீறல்கள், படுகொலைகள் பற்றி உலகம் அறிவது அதிகமும் இணையம் மூலமே சாத்தியப்பட்டு வருகிறது. சிங்கப்பூர், மலேசியா போன்ற மீடியா சுதந்திரமற்ற நாடுகள் பற்றிய செய்திகளுக்கும் விவாதங்களுக்கும் இணையத்தையே நாட வேண்டியிருக்கிறது.

அதே நேரத்தில் ஆதாரமற்ற செய்திகள், அவதூறுகள், வசைகள், கற்பனைச் செய்திகள் எல்லாம் இணையத்தில் கருத்துச் சுதந்திரம் என்ற ஜனநாயக வேடத்தில் நடமாடி வருகின் றன. இணையத்தில் செயல்படும் போலி ஜனநாயகமும் போலிக்

---

8. சொல்லாத கதைகள், ஸ்பாரோ, ஜூலை 2001.
9. 2004இல் ஜெயேந்திரர் கைதுக்கு முந்தைய நிலை இது.

கருத்துச் சுதந்திரமும் ஆபத்தானவை. இணையம் யாராலும் இன்னும் குத்தகைக்கு எடுக்கப்படவில்லை என்பதால் அவ் வூடகத்தைப் பொறுப்புணர்வுடன் கையாண்டு, ஒரு மாற்று மீடியா வாகத் தக்கவைத்துக்கொள்ளும் பிரக்ஞை சுதந்திரச் செயல் பாட்டில் அக்கறை உள்ள அனைவருக்கும் இன்றியமையாதது.

'அக்கறைகொள்ளும் இதழியல்' இதழியலின் ஆரோக்கியத் திற்கு இன்றியமையாதது. சமூகத்தின் கேடுகளை – பேரழிவுகள் முதல் சாதிய ஒடுக்குமுறை வரை – விற்பனையைப் பெருக்கு வதற்கானப் பரபரப்பான செய்தியாகப் பார்க்காமல், இருப்பு நிலையைப் பரிசீலிப்பதற்கான ஒரு கருவியாக இதழியலைப் பார்க்கும் அணுகுமுறையை அக்கறைகொள்ளும் இதழியல் என்று நாம் வரையறுக்கலாம். அரசாங்கத்தை இயங்கவைக்கவும் சமூக நீதியைச் சட்டமாக்கவும் சட்டத்தை அமல்படுத்தவும் வாசகர்களின் பிரக்ஞையை வளர்க்கவும் அவசியமான அதிகாரம் நமது ஊடகங்களுக்கு உண்டு. ஆனால் இன்று அந்த அதிகாரம் பெருமளவிற்குப் பயன்படாமலேயே உள்ளது.

மீடியாவைப் பற்றிய நுட்பமான நேரடியான நேர்மையான விமர்சனங்களின் மூலம் அதை வளப்படுத்த முடியும். நுண் ணுணர்வு கொண்ட மீடியா ஒரு ஆக்கபூர்வமான சக்தியாகவும் செயல்படும் என நம்பலாம்.

❍

(சாகித்திய அக்காதெமியும் மனோன்மணியம் சுந்தரனார் பல்கலைக்கழகமும் நெல்லையில் 2004 ஜனவரி 20, 21 மற்றும் 22 தேதிகளில் நடத்திய கருத்தரங்கில் படித்த கட்டுரையின் விரிவுபடுத்திய வடிவம்)

காலச்சுவடு 55: ஜூலை 2004

தலைப்பிலுள்ள 'உடன்படுக்கை' என்ற சொல்லை *embedded* என்ற பதத்தின் கேலியான தமிழாக்கமாகவே பயன்படுத்தியிருக்கிறேன். ஆங்கில ஊடகங்களில், ஈராக் போர் தொடர்பில் இந்தச் சொல் அதிகம் பயன்படுத்தப்பட்டது. வியட்நாம் மற்றும் முதல் ஈராக் போர் போன்ற அமெரிக்கா நடத்திய யுத்தங்களில் தங்குதடையற்ற மீடியாவின் செயல்பாடுகள் பலவிதங்களிலும் அமெரிக்க ராணுவ அராஜகங்களை அம்பலப்படுத்தியதால் இம்முறை ஈராக் போரின்போது அமெரிக்க ராணுவம் மீடியாவை ஈராக் போர்க்களத்தில் வழிநடத்தும் பொறுப்பைத் தானே எடுத்துக்கொண்டது. இவ்வாறு அழைத்துச் செல்லப்பட்ட மீடியா *embedded media* எனக் குறிப்பிடப்பட்டது. *embedded* என்ற சொல்லுக்கு 'பதிக்கப்பட்ட' என்ற பொருளைத் தருகிறது சென்னைப் பல்கலைக் கழக ஆங்கிலம் – தமிழ் அகராதி. நமது மீடியா பணத்திற்கும் அதிகாரத் திற்கும் சோரம்போகத் தயாராக இருப்பதைச் சுட்டவே 'உடன்படுக்கை மீடியா' என்ற தொடரைப் பயன்படுத்தியிருக்கிறேன்.

ஜனநாயகவாதிகள் இருக்க வேண்டிய இடம்

நக்கீரன் கோபால் 'பொடா' சட்டத்தின் கீழ் கைது செய்யப்பட்டபோது பத்திரிகையாளர் மத்தியிலிருந்து போதுமான எதிர்ப்பு எழவில்லை. கோபால் கைது செய்யப் படும்வரை இந்திய ஜனநாயகத்தின் இந்த 'நான்காவது தூண்' ஜனநாயகத்தைப் பாதுகாக்கும் முகமாகப் 'பொடா'வுக்குத் தீவிர எதிர்ப்பு எதுவும் காட்டவில்லை. கோபால் கைதுக்குச் சில நாட்களுக்கு முன்னர் சென்னையில் தமிழ் எழுத்தாளர்கள் 'பொடா'வை எதிர்த்துக் கூட்டம் நடத்தியபோது ஊடகங்கள் அக்கூட்டத்தைப் புறக்கணித்தன. கோபால் கைதுக்குப் பிறகு பத்திரிகையாளர்கள் மத்தியில் சின்ன சலசலப்பும் பயமும் எழுந்தன.

இன்று ஊடகங்கள், பொதுவாக இந்தியாவிலும் உலக அளவிலும், ஜனநாயக அமைப்பிற்குப் பதிலாக அரசு அமைப் பின் தூணாகச் செயல்படுகின்றன. இந்திய மக்கள் மீதும் ஜனநாயக அமைப்பின் மீதும் மனித உரிமை மீதும் அரசு தாக்குதல் நடத்தும்போது 'உடன்படுக்கை' பத்திரிகையாளர்கள் மௌனம் பழகுகின்றனர். எனவே அரசு ஆட்டைக் கடித்து மாட்டைக் கடித்துப் பின்னர் பத்திரிகையாளர்களைக் கடிக்கும் போது அவர்கள் ஒன்றுபட்டுக் குரல் எழுப்பும் திறனிழந்து நிற்கின்றனர்.

கோபால் கைது விஷயத்தில் பத்திரிகையாளர்களின் எதிர்ப்பு பலவீனமாக இருப்பதற்கும் சில பத்திரிகைகள் எதிர்ப்பு நடவடிக்கைகளில் பங்கெடுக்க மறுப்பதற்கும் காரணமாக அவருடைய பல குறைபாடுகள் சுட்டிக்காட்டப்படுகின்றன. வீரப்பன் விவகாரத்தில் அவர் பத்திரிகையாளர் என்ற வரம்பை மீறிச் செயல்பட்டதாகக் குற்றஞ்சாட்டப்படுகிறது. இந்திய ராணுவம் இலங்கையில் தமிழர்களோடு போர்புரியவும், மாநில

அரசை டிஸ்மிஸ் செய்ய மத்திய அரசுக்குச் சதி ஆலோசனை வழங்கவும் துணைபோகும் பத்திரிகையாளர்களை 'நடுநிலை' யாளர்களாகவும், அரசின் கட்டாயத்தின் பேரில் வீரப்பனிடம் தூதுபோன கோபாலை 'வரம்பு மீறி' விட்டதாகவும் பேசுவது நகைப்பிற்கு உரியது. பத்திரிகையாளராக கோபாலின் குறை பாடுகள் தனி விவாதத்திற்கு உரியவை. அவற்றைக் காரணம் காட்டிப் பத்திரிகைச் சுதந்திரத்தை அடக்க முயலும் அரசுக்கு எதிராகக் குரல் கொடுக்க மறுப்பது என்பது கோழைத்தனத்தைக் கோவணம் கட்டி மறைப்பதேயன்றி வேறல்ல. அரசுக்கு எதிர்ப்பைக் காட்டச் சில பத்திரிகையாளர்கள் புனிதக் காரணங் களுக்காகக் காத்திருப்பது என்பது யதார்த்தத்தை மறுப்பதேயாகும்.

கோபால் இன்று பொடாவின் கீழ் இட்டுக்கட்டிய குற்றச் சாட்டுகளின் அடிப்படையில் கைது செய்யப்பட்டிருப்பதற்குக் காரணம் அவர் பின்பற்றும் செய்திக் கோட்பாட்டின் குறை பாடுகள் அல்ல. அவர் வீரப்பனிடம் தூது போனதும் அல்ல. மாறாகத் தமிழக அரசின் அராஜகங்களையும் ஊழல்களையும் துணிச்சலுடன் அவர் அம்பலப்படுத்தி வருவதே.

கோபால் மீது போலீஸ் பதிவுசெய்துள்ள வழக்கில் அவரிடமிருந்து கைப்பற்றப்பட்ட ஆயுதத்தைப் 'பிஸ்டல்' என்றும் 'கன்' என்றும் 'ரிவால்வர்' என்றும் விதவிதமாகப் போலீஸ் குறிப்பிட்டிருப்பதன் அடிப்படையில், உண்மையில் ஆயுதம் கைப்பற்றப்பட்டதா என்று சந்தேகித்த உயர் நீதிமன்றம், கோபாலுக்கு பெயில் வழங்கியது. இதை ரத்து செய்து உச்ச நீதிமன்றம் வழங்கியுள்ள தீர்ப்பு விசித்திரமானது. கோபால் பெயிலில் வெளியே வந்தால் வீரப்பனிடம் ஓடிப்போய்விடுவார் என்றும் சாட்சியங்களை அழிப்பார் என்றும் தமிழக அரசு கூறிய பல அபத்தமான வாதங்களை உச்ச நீதிமன்றம் ஏற்றுக் கொண்டு இத்தீர்ப்பை வழங்கியுள்ளது. ஒரு பிரதான தமிழ் இதழாசிரியர் பற்றிய உச்ச நீதிமன்றத்தின் இந்தக் கணிப்பு தமிழ் இதழியலாளர்களுக்குப் பெரும் அவமானமாகும். ஒரு ஆங்கில இதழின் ஆசிரியர் பற்றி இத்தகைய சந்தேகம் எழுப்பப் பட்டால் அதை உச்ச நீதிமன்றம் ஏற்றுக்கொள்ளுமா? நமது ஊடகங்களைப் போலவே நமது நீதிமன்றங்களும் ஜனநாயகத் தின் தூணாக அல்லாமல் அரசு அமைப்பின் தூணாகவே பல சமயங்களில் செயல்படுகின்றன.

ஒரு பத்திரிகையாளராக, அபூர்வமாகவே காணக்கிடைக் கும் துணிச்சலுடன் கோபால் செயல்பட்டதே இன்று பொடா வின் கீழ் அவர் சிறையிலிருப்பதன் உண்மையான காரணம் என்று கொண்டால், ஒரு அராஜக அமைப்பில் ஒரு ஜனநாயக வாதி இருக்கவேண்டிய சரியான இடம் சிறைச்சாலைதான்

என்பது தெளிவுபெறும். எனவே தமிழக சிவில் சமூகத்தைப் பாதுகாக்கும் முகமாக நாம் துணிச்சலுடன் செயல்பட வேண் டும். தமிழகத்தில் இன்று ஜனநாயகவாதிகள் இருக்கவேண்டிய இடம் சிறைச்சாலைதான்.

காலச்சுவடு 50, நவ. - டிச. 2003

ஆ

இதழியல் பயணம்	103
ஒடுக்குமுறையின் அரங்கேற்றம்	108
போலீஸ் செய்தி	112
வன்முறையைத் தூண்டும் ஊடகங்கள்	115
அடிமையின் மோகம்	117
மேற்கோள் இதழியல்	120
வார்த்தைகள்	123
ஒரு ரத்தக்காட்டேரியின் எளிமை	125
கண்ணோட்டம்	132
சிற்பி என்றால் இசைஞானி	148
தமிழ் இணைய இதழியல்	151
தீவிர இதழியல் பிரச்சனைகள்	153
தமிழ் வீரம்	155

இதழியல் பயணம்

எழுபதுகளின் இறுதியில் சுமார் பதின்மூன்று பதினான்கு வயதில் பத்திரிகை படிக்கும் பழக்கம் எனக்கு ஒரு வெறியாக மாறத் தொடங்கியது. தமிழின் வெகுஜன இதழ்களும், அரசியல் மற்றும் செய்தி ஏடுகளில் *துக்ளக்*, எழுபதுகளின் இறுதியில் வெளிவந்து நின்றுவிட்ட *விசிட்டர்*, எண்பதுகளின் துவக்கத்தில் வெளிவந்த ஞாநியின் *தீம்தரிகிட* போன்றவையும் ஆர்வத்தைக் கிளறியபடி இருந்தன. 'சோ' ராமசாமி ஓர் உன்னத பிம்பமாக மனதில் இடம்பிடித்திருந்தார். எனது உறவினரும் நாகர்கோவில் *துக்ளக்* ஏஜென்டுமான திரு. கண்ணனுடன் மதுரையில் *துக்ளக்* ஆண்டு விழாவுக்குச் சென்றிருந்தேன். அங்கு 'சோ'வை நெருங்க முடியவில்லை. ஆனால் 'சோ'வுக்கு நெருக்கமாக இருந்த எழுத்தாளர்கள் பரந்தாமன் (என் பாட்டியின் சகோதரர் இவர்), வண்ணநிலவன் ஆகியோருடன் பழக முடிந்தது. அன்றைய கூட்டத்திற்குச் 'சோ' ஒரு வெளிநாட்டுக் காரில் வந்து இறங்கியது எனக்கு மிகுந்த அதிர்ச்சியைக் கொடுத்தது. அவரது மேடைச் சேட்டைகளை, நகைச்சுவையை ரசிக்கவிடாமல் அது என்னை உறுத்திக்கொண்டிருந்தது.

அவசரநிலைக் காலகட்டத்தில் *இந்தியா டுடே* (ஆங்கிலம்) துவங்கப்பட்டு ஒரு பெரும் நிகழ்வாக ஆங்கிலப் பத்திரிகை உலகை ஆட்கொள்ளத் தொடங்கியது. 1978இலிருந்து எண்பதுகளின் இறுதிவரை *இந்தியா டுடே*யின் ஒரு இதழ் விடாமல் பாராயணம் செய்திருப்பேன். அடுத்த இதழில் என்ன 'கவர் ஸ்டோரி' வரும், ஒரு பிரச்சனையை அது எந்தக் கோணத்தில் அணுகும் என்று பெரும்பகுதிக்குச் சரியாக அனுமானிக்கும் அளவு அதில் ஆழ்ந்திருந்தேன். *சண்டே, டெபனேர், ஜென்டில் மேன், அசைட், அப்சர்வர், தி வீக், பிரன்ட்லைன்* என வெளிவந்த அனைத்து இதழ்களையும் படிக்கத் துவங்கினேன்.

இடையில் நின்றிருந்த *இல்லஸ்ட்ரேடட் வீக்லி ஆப் இந்தியா* பிரித்திஷ் நந்தியை ஆசிரியராகக் கொண்டு, தாரிக் அலியின் 'காந்தி *vs* காந்தி' என்ற கவர் ஸ்டோரியுடன், 1984இல்

கல்லூரியில் சேர நான் பெங்களூர் சென்றிருந்த புதிதில் மீண்டும் வெளிவரத் துவங்கியது. பிரித்திஷ் நந்தி அதில் செய்து காட்டிய சாகசங்கள் – அற்புதமான நேர்காணல்கள் – ஒரு 'விபத்'தில் மறைந்த திரன் பகத் என்.டி.ராமராவைக் கண்ட பேட்டி, பாடகர் கிஷோர் குமாரின் பித்துக்கொண்ட முகங்களை வெளிப்படுத்திய நேர்காணல் போன்றவை – இன்றளவும் மனதில் நிற்கின்றன. ஜெர்மேன் கிரேர், கிளாட் அல்வாரிஸ், அஷிஸ் நந்தி, மது கிஷ்வர் போன்றவர்களுடைய இருபது பக்கக் கட்டுரைகளைக்கூடத் தயக்கமின்றி வெளியிட்டுவந்தார் நந்தி.

அசோகமித்திரன் தனது திரையுலக அனுபவங்கள் பற்றி அதில் எழுதிய ஐந்தாறு கட்டுரைகள் அற்புதமானவை. *வீக்லி* நின்றுபோன பின்னர் இன்றுவரை அந்த இடம் காலியாகவே உள்ளது. (பிரித்திஷ் நந்தியின் *வீக்லி*யைப் போல் தீவிரமான விஷயங்களைப் பரந்த வாசகர்வட்டத்திற்கு எடுத்துச் சென்ற ஒரு ஆங்கில இதழ் உலக அளவில்கூட இல்லை என்று சமீபத்தில் கிளாட் அல்வாரிஸ் ஒரு பேட்டியில் குறிப்பிட்டிருந்தார்.) தற்போது *அவுட்லுக்* இதழின் ஆசிரியராக இருக்கும் வினோத் மேத்தா எனக்குப் பிரியமான இன்னொரு பத்திரிகையாளர். *டெபனேர், இந்தியன் போஸ்ட், இன்டிபென்டென்ட்* போன்ற இதழ்களில் அவர் நிலைக்காமல் மாறிமாறிப் பணியாற்றிய காலங்களில் அவரைப் பின்தொடர்ந்திருக்கிறேன். மிகத் தாமதமாகவேனும் அவரது திறமைக்கும் சுதந்திர உணர்வுக்கும் ஏற்ற பணி இப்போது அமைந்திருப்பது மகிழ்ச்சியைத் தருகிறது. செய்திகளின் பல பரிமாணங்களைச் சுருக்கமாகத் தந்து முன்மாதிரியான ஓர் இதழாக அவரது ஆசிரியத்துவத்தில் *அவுட்லுக்* வெளிவந்து கொண்டிருக்கிறது.

தமிழில் இத்தகைய ஒரு இதழ் வெளிவருவது மிக அவசியம். *விண்நாயகன்* என்ற இதழியல் முயற்சி இத்தகைய ஓர் இதழைத் தமிழுக்குக் கொண்டுவரும் ஆசையில் துவங்கப்பட்டு நின்று போன கதை தமிழகத்தின் சீரழிக்கும் முனைப்பிற்குச் சான்று.

எண்பதுகளின் முற்பகுதியில் பொறியியல் படிப்பு நிமித்த மாக பெங்களூரில் சில ஆண்டுகள் இருந்தேன். அப்போது கல்லூரி நூலகத்திற்கு *டைம், நியூஸ்வீக், ஏசியா வீக்* எனப் பல அயல் இதழ்கள் வந்துகொண்டிருந்தன. இவை இதழியலின் பல புதிய சாத்தியங்களைக் காட்டுவதாக அமைந்தன. பிரிட்டிஷ் கவுன்சில் நூலகத்தில் உறுப்பினரானேன். மிகப் பயனுள்ள அனுபவமாக இது இருந்தது. பிரிட்டிஷ் தினசரிகள், இதழ்களின் தலைப்புச் செய்திகளிலும் தலையங்கங்களிலும் காணப்படும் நகைச்சுவையும் கிண்டலும் விமர்சனமும்! வாரம் ஒரு முறை பி.பி.சி.யின் செய்தித் தொகுப்பொன்றை அரைமணிநேர

ஒளிப்பேழையாக பி.சி.எல். அறை ஒன்றில் காட்டுவார்கள். இதற்கு நேரம் ஒதுக்கிப் பத்து கி.மீ. பயணம் செய்து சென்றது, இன்றைய கேபிள் யுகத்தில் நினைக்கவே தமாஷாக இருக்கிறது.

பிரிட்டிஷ் தினசரிகளான *டைம்ஸ், இன்டிபென்டன்ட்* போன்றவை அவை வெளியிடும் கட்டுரைகளின் கோவைகளை வெளியிடும் மரபை உடையன. இந்தக் கட்டுரைகளின் – அரசியல், கலைகள், நூல் விமர்சனம், இலக்கிய விமர்சனம் – தரம் தமிழின் தீவிர வெளிப்பாடுகளின் தரத்திற்குச் சற்றும் குறையாதவை. பிரிட்டிஷ் மரபின் தூண்களில் ஒன்றான *பஞ்ச்* என்ற நகைச்சுவை இதழை நான் பார்த்ததும், அது சுமார் 150 வருடங்கள் தொடர்ந்து வெளிவந்த பிறகு நின்று போனதும் (தற்போது மீண்டும் துவக்கப்பட்டுள்ளது) இந்தக் காலகட்டத்தில்தான்.

இதற்குச் சமாந்திரமாகத் தமிழ்ச் சிற்றிதழ்களின் தொகுதிகளை ஆர்வத்துடன் படித்து வந்தேன். அவற்றின் தீவிரம் மனதைக் கவர்ந்தபோதும் அவற்றில் வெளிப்பட்ட கவனமின்மையும் சுருங்கிய தளமும் என்னை உறுத்தின. இலக்கியப் படைப்பாக்கத்தை இரண்டாந்தரச் செயல்பாடாக நினைக்கும் இயக்கங்களின் பார்வைக் குறைபாட்டிற்கு – இலக்கியத்தை மட்டும் முன்னிலைப்படுத்தும் – இலக்கிய அடிப்படைவாதம் ஒருபோதும் நேரான பதிலாக அமையாது. உலக இதழ்கள் உருவாக்கிய இதழியல் சாத்தியப்பாடுகளின் முன்னர் தமிழ்ச் சிற்றிதழ்கள் சற்று மங்கியே அப்போது தெரிந்தன.

உலக அளவில் வெளிவந்த விஞ்ஞானம், பொருளாதாரம், அரசியல், கலைகள் பற்றிய பத்திகளைப் படிக்கும் தணியாத ஆர்வம் இருந்தது. இந்த வெளிப்பாடுகளில் இருந்த தெளிவும் நேர்த்தியும் மொழியும்! இந்திய இதழ்களில் அப்போது புரியாத பாசாங்கான பத்திகளை எழுதுவதில் சிலர் தேர்ச்சியுடன் விளங்கினர். ஒருவர் மலையாளப் படைப்பாளி ஓ.வி. விஜயன். இவர் *ஸ்டேட்ஸ்மென்* இதழில் எழுதிவந்த பத்தி மிகவும் பாசாங்கானது. மற்றொருவர் இக்பால் மசூத். *இந்தியன் எக்ஸ்பிரசில்* இவர் எழுதி வந்த பத்தி – இவரது பல் வைத்தியருடன் அமைப்பியலையும் திரைப்படக் கலையையும் விவாதித்ததை இன்றும் மறக்க முடியவில்லை. மூன்றாமவர் நாகார்ஜுனன் – *பாலம்* இதழில் எழுதி வந்தார். ஒரு பத்திரிகைப் பத்தி என்ற தெளிந்த வடிவம்கூட அதில் கோணலுடன் வெளிவந்தது தமிழின் தவப்பெருமை.

இந்த அனுபவங்கள் ஒரு சிறந்த பத்திரிகை வாசகனாக விளங்கும் ஆசையை, அதிகபட்சமாக எனது பகற் கனவுகளில் ஒரு ஆங்கிலப் பத்திரிகையில் பணியாற்றும் பேராசையைத்

தூண்டுபவையாக இருந்தன. ஒரு பத்திரிகையை நடத்துவது பற்றி அப்போது எண்ணியதுகூட இல்லை. இந்நிலையில் 1987 கோடையில் சென்னை வந்தேன். மருத்துவம் பயின்றுவந்த என் நண்பன் மோகனுடன் ஸ்டான்லி விடுதியில் தங்கிக் கொண்டு, ஒரு பகுதி நேரக் கணினிப் படிப்பில் இணைந்து கொண்டு, சென்னையில் கொஞ்சம் சுற்றிக்கொண்டிருந்தேன். *புதுயுகம் பிறக்கிறது* என்ற இதழ் – அதன் தடாலடி விளம்பரங் கள், ஆளுயரச் சுவரொட்டிகளுடன் – தமிழ் அறிவுலகத்தைக் கலக்கிக்கொண்டிருந்தது. அந்தக் குழுவில் இருந்த சி. மோகனுடன் சிறுவயதிலிருந்தே பழக்கம் என்பதால் அவர்களுடைய அலுவல கத்திற்குப் போவது முன்னுரிமையாக இருந்தது. சி. மோகன் இராயப்பேட்டையில் முதல் மாடியில் வாடகைக்கு இருந்த வீட்டின் முன்னறைதான் 'அலுவலகம்'. பந்தாவாக வெளிவந்த ஒரு பத்திரிகையின் அலுவலகம் பந்தாவே இல்லாமல் இருந்தது மிகுந்த வியப்பையும் ஒருவிதத்தில் நம்பிக்கையையும் அளித்தது.

அங்கு வசந்தகுமார் (தமிழினி), பஷீர் (பைன் லைன்), சேஷையா ரவி, காசி போன்ற நண்பர்கள் அறிமுகமானார்கள். 'குட்டி உ.வே.சா.' என்று பின்னாட்களில் போற்றப்பட்ட 'இளம் அறிஞ'ரை அங்குதான் முதலில் சந்தித்தேன். தினம் அங்கு போகும் பழக்கம் ஏற்பட்டது. அந்த நண்பர்களுடன் திரைப்படங்கள், நாடகங்கள், ஓவியக் கண்காட்சிகள் எனச் சென்றதில் பல புதிய அனுபவங்கள் ஏற்பட்டன. ஒரு பத்திரிகை யின் அகச் செயல்பாடு உத்தேசமாகப் பிடிபட்டது அங்குதான். மிகப் பெரிய மூடுமந்திரமாக இருந்த இதழுருவாக்கம் கையகப் படக்கூடியதாகத் தோன்றியதும் அங்குதான். ஒரு பத்திரிகை நடத்த வேண்டும் என்ற எண்ணமும் அப்போதுதான் ஏற்பட்டது. மிகப் பெரிய விஷயமாகத் தோன்றுவதை மிக எளிதானதாக, ஒன்றுமில்லாத விஷயமாகக் காட்டுவதில் வசந்தகுமார் நிபுணர்.

ஒரு சில வாரங்களுக்குப் பிறகு *புதுயுகம் பிறக்கிறது* இதழின் அக இயக்கம் நண்பர்களினுள்ளே நிற்காவிட்டாலும் புற இயக்கம் நின்றுவிட்டது என்பது புலப்பட்டது. தமிழ் இலக்கியம், ஈழப் பிரச்சனை, திரைப்படக்கலை, அரசியல் எனப் பல விஷயங்களைப் பற்றி நீண்ட உரையாடல்கள் அன்றாடம் நடக்கும். வசந்தகுமாருக்கு அப்போது என்னை மிகவும் பிடித்துப்போய்விட்டது. கண்டபடி தூக்கிப் பேச ஆரம்பித்தார். மிகுந்த கூச்சமாகவும் சங்கடமாகவும் இருந்தது. உள்ளூர சந்தோஷமும் இருந்திருக்கலாம். பழகப் பழக அது அவருடைய இயல்பு என்பது புலப்பட்டது. இப்போது பதினைந்து வருடங்களுக்குப் பிறகும் வற்றாத உற்சாகத்துடன் புதிய இளைஞர்களை ஊக்கப்படுத்துவதைப் பார்க்கிறேன்.

பங்குச் சந்தையில் ஒரு பங்கின் மதிப்பு கூடிக் குறைவது போல இப்போது தமிழினி அலுவலகத்தில் பல எழுத்தாளர்களின் மதிப்பு திடீர் ஏற்றஇறக்கங்களுக்கு உள்ளாகி வருகிறது! பதினைந்து வருடங்களுக்கு முந்திய நிலையோடு ஒப்பிடும்போது எனது மதிப்பு இப்போது கணிசமாகக் குறைந்துவிட்டது என்றாலும் நட்பு பிசிறில்லாமல் இன்றும் தொடர்வதை எண்ணி மகிழ்கிறேன்.

காலச்சுவடை மீண்டும் துவக்கத் திட்டமிட்டபோது நண்பர் பஷீரைத் தொடர்புகொண்டு வடிவமைப்பில் உதவும் படிக் கேட்டுக்கொண்டேன். மதுரைக்கு வந்து பல நாட்கள் தங்கியிருந்து உதவினார். காலச்சுவடு பதிப்பகத்தைத் துவக்கிய பின்னர் பல நாட்கள் காலச்சுவடு அலுவலகத்தில் தங்கியிருந்து வெளியீடுகளை நெறிப்படுத்தி உதவியவர் சி.மோகன். இன்று *காலச்சுவடு* மற்றும் வெளியீடுகளின் அச்சாக்கப் பொறுப்பை முழுமையாக ஏற்றுக்கொண்டு உதவி வருபவர் வசந்தகுமார். *காலச்சுவடின்* இன்றைய செயல்பாடுகளுக்கான கனவை எண்பது களில் என் மனதில் விதைத்த நண்பர்களே பல ஆண்டுகளுக்குப் பின்னர் வெவ்வேறு காலங்களில் அதற்கு உதவிவருவதை வியப்புடனும் நன்றியுடனும் நினைத்துக்கொள்கிறேன்.

உலகத்தமிழ்.காம் 2, ஜூலை 1-15, 2002

ஒடுக்குமுறையின் அரங்கேற்றம்

நக்கீரன் கோபாலின் 'சேலஞ்ச்' நூலைப் படித்தபோது ஒரு சம்பவம் கவனத்தை ஈர்த்தது. 'ஜெ'யின் முதல் தர்பார் துவங்கியிருந்த காலகட்டம். மத்திய அமைச்சர் ப. சிதம்பரம் திருச்சி வந்தபோது அ.தி.மு.கவினரால் தாக்கப்பட்டார். இந்த நிகழ்வு பற்றி *நக்கீரனில்* அருமையான சில புகைப்படங்கள் பிரசுரிக்கப்பட்டன. தமிழ்ப் பத்திரிகைத் துறையில் *நக்கீரனின்* சாதனைகளின் வரிசையில் இடம்பெறத் தகுதியான ஒரு புகைப்படத் தொகுப்பு அது. சிதம்பரம் மீது நடந்த தாக்குதலின் ஒவ்வொரு கட்டமும் படம் பிடிக்கப்பட்டு, தாக்கிய நபரும் இனம் காட்டப்பட்டிருந்தார்.

ஒரு செய்தி இதழ் இத்தகைய ஒரு குற்றச் செயலை ஆதாரத்துடன் அம்பலப்படுத்துவதன் நோக்கம் நீதியின் கரத்தைப் பலப்படுத்துவது, வாசகர் கருத்தை அநீதிக்கு எதிராகத் திரட்டுவது, நடவடிக்கை எடுக்கவேண்டிய கட்டாயத்தை அரசுக்கு ஏற்படுத்துவது என விரிவு பெறுகிறது. *நக்கீரன்* வெளிவந்து பரபரப்பாக விற்பனையாகிறது. புகைப்படத்தில் இடம்பெற்ற ரௌடி *நக்கீரன்* அலுவலத்திற்கு போன் செய்து கோபாலுடன் பேசுகிறார். அவர் குரலில் மகிழ்ச்சி ததும்புகிறது. நக்கீரன் கோபாலுக்கு அவர் பலமாக நன்றி தெரிவிக்கிறார். தனது தீரச்செயல் அம்மாவின் கவனத்திற்கு வராமல் மறைக்கப்பட்டு விடுமோ என அஞ்சியிருந்தவரை *நக்கீரன்* செய்திப்படங்கள் மகிழ்ச்சிக் கடலில் ஆழ்த்திய காரணத்தாலேயே அவரது அட்டகாசமான தொலைபேசித் தொடர்பு ஏற்படுகிறது. மேற்படி ரௌடி பின்னர் அ.தி.மு.க. வேட்பாளராகத் திருச்சி தொகுதியில் நிறுத்தப்பட்டார். இங்கு இதழியலின் நோக்கம் தலைகீழாகிறது.

வாசகர் மத்தியில் இப்படத்தொகுப்பு ஏற்படுத்திய தாக்கம் அப்பட்டமான அநீதியை ஆதாரபூர்வமாகக் கண்டது ஏற்படுத்த வேண்டிய கோபமா அல்லது ஒரு வன்முறை காட்சிப் படுத்தப்பட்டதை நுகர்வதில் கிடைக்கும் இன்பமா?

இன்று நெசவாளர்களின் வாழ்க்கைப் பிரச்சனை, கஞ்சித் தொட்டி – முட்டை பிரியாணி பிரச்சனையாக உருமாறி மீடியாவில் வலம்வந்த காட்சியைப் பார்க்கும்போது வன்முறையைக் காட்சிப்படுத்தும் மீடியாவின் பங்களிப்பு பற்றிய ஐயங்கள் மீண்டும் எழுகின்றன.

நெசவாளர்கள் தம் பட்டினியைப் போக்கிக்கொள்ளவும் தங்கள் நிலைபற்றி அரசின் கவனத்தை ஈர்க்கவும் மேற்கொண்ட கஞ்சித் தொட்டி முறைமை தி.மு.கவால் கையிலெடுக்கப்பட்டது. இந்தியாவின் பல கைத்தொழில்களில் மிகுந்த படைப்பூக்கமும் பல சாதிகளின் பங்களிப்பும் நீண்ட பாரம்பரியமும் கொண்ட தொழில் நெசவுத்தொழில். ஓராண்டு தமிழக அரசு இலவச வேட்டி, சேலைத் திட்டத்தை நிறுத்திவிட்டால் அவர்கள் தெருவுக்கு வருவார்கள் என்றால் இது நிச்சயமாக ஒரு ஆட்சியின் குறைபாடு மட்டுமல்ல.

ஏழ்மையையும் பசியையும் அரசியல் காய்நகர்த்தல்களாக மாற்றுவது பற்றிய கண்டனம் அவசியமெனும்போதே இத்தகைய அரசியல் செயல்பாடுகள் ஜனநாயக அரசியலின் ஒரு பகுதியாகி விட்டன என்பதையும் கவனத்தில் கொள்ள வேண்டியுள்ளது. இப்போராட்டத்தைத் தி.மு.கவும் கலைஞரும் ஸ்டாலினும் நிதானமான முறையில் கையாண்டனர் என்றே கூறவேண்டும். இதற்கு 'ஜெ'யின் எதிர்வினையில் வழக்கமான வக்கிரமும் அராஜகமும் கலந்திருந்தன. கஞ்சி ஊற்றுவதற்குப் போட்டியாக முட்டை பிரியாணி போடுவது என்று நெசவாளர்களின் பட்டினிப் பிரச்சனையை நக்கல் செய்வதாக அது அமைந்தது.

மதுரையில் முறைப்படி அனுமதி பெற்று தி.மு.க. நடத்திய கஞ்சித்தொட்டி நிகழ்வையும் போராட்டத்தையும் மதுரை போலீஸ் கமிஷனர் எம். வி. என். சூர்ய பிரசாத் கடுமையாகத் தாக்கி ஒடுக்கிய காட்சிகள் சன் டிவியில் ஒளிபரப்பப்பட்டன. கமிஷனர் படமெடுக்கப்படுவதைத் தடுக்கவோ, அதனால் தயங்கவோ செய்யாதது மட்டுமல்ல, படமெடுக்கப்படுவதற்காக அதிகக் கடுமையுடன் நடந்துகொண்டார் என்றுகூடத் தோன்றுகிறது. இங்கு சன் டிவியின் நோக்கம் தலைகீழாக்கப் பட்டது. மேலிடத்து உத்தரவு நிறைவேற்றப்பட்டதற்கான ஆதாரமாகவும் அம்மாவின் ஆசிக்கு சூரிய பிரசாதைத் தகுதிப் படுத்தும் சான்றுகளை சன் டிவி வழங்குவதாகவும் அதன் ஒளிப்பதிவுகள் உருமாறிவிட்டன.

பயங்கரவாத நடவடிக்கைகளுக்கும் மீடியாவுக்குமான தொடர்பு பற்றி விரிவான ஆய்வுகள் வெளிவந்துள்ளன. மீடியா இன்றி பயங்கரவாதம் சாத்தியமே இல்லை என்றுகூடச் சில

ஆய்வுகள் குறிப்பிடுகின்றன. பயங்கரவாதிகளிடம் வெடி மருந்து இல்லாவிட்டாலும் கண்டிப்பாக மீடியாவின் தொலைபேசி எண்கள் இருக்கும்.

தற்போது பயங்கரவாதம் மட்டுமல்ல, போரும் ஒடுக்கு முறையும்கூட மீடியா இன்றி சாத்தியமில்லை எனும் காலத்தை நோக்கி நகர்ந்துகொண்டிருக்கிறோம். 1991இல் ஈராக் மீது அமெரிக்கா தாக்குதல் நடத்தியபோது அது அமெரிக்கத் தொலைக் காட்சிகளின் *prime time* இல் துவங்கப்பட்டது. ஒரு கிரிக்கெட் போட்டியைக் காட்ட தொலைக்காட்சி கம்பெனிகள் முழு உரிமை பெறுவது போல ஈராக் போருக்கு சி.என்.என். உரிமை பெற்று உலகெங்கும் பட்டிதொட்டியெல்லாம் நுழைந்தது. அமெரிக்காவில் நடந்த பயங்கரவாதிகளின் தாக்குதலை ஒட்டியும் அதைத் தொடர்ந்து ஆப்கானிஸ்தானில் நடந்த போரை அடுத்தும் ஃபாக்ஸ் நியூஸ், அல் ஜஸிரா போன்ற தொலைக்காட்சி கம்பெனிகள் உலகளாவிய விரிவு பெற்றுள்ளன. எப்படி மீடியா இல்லாமல் பயங்கரவாதம் சாத்தியமில்லையோ அதுபோல் பயங்கரவாதமும் வன்முறையும் போரும் ஒடுக்கு முறையும் காட்சிப்படுத்தப்படாமல் மீடியாவின் வளர்ச்சியும் சாத்தியமில்லை. கார்கில் போர், குஜராத் பூகம்பம், குஜராத் வன்முறை போன்ற நிகழ்வுகளால் இந்தியாவில் ஸ்டார் நியூஸ் பெற்ற வளர்ச்சியை நாம் கண்கூடாகக் கண்டோம். பயங்கர வாதமும் ஒடுக்குமுறையும் வன்முறையும் மீடியாவின் வளர்ச்சிக்கு உதவுகின்றன. மீடியாவின் இருப்பு இவற்றை உக்கிரப்படுத்துகிறது.

சமூகம் ஒடுக்குமுறையைக் காட்சிப்படுத்தி ரசிக்கும் போக் கிற்கு எல்லாச் சமூகங்களிலும் எல்லாக் காலகட்டங்களிலும் உதாரணங்கள் இருக்கும். குற்றவாளிகளைத் தண்டிப்பதைக் காட்சிப்படுத்தும் முறையைப் பல இஸ்லாமிய நாடுகள் சட்ட ரீதியான நடவடிக்கையாக இன்றும் மேற்கொண்டுள்ளன. ஆனால் நவீன மீடியாவின் வருகைக்கு முன்னர் ஒடுக்கு முறையை மக்கள் திரள் நுகரும் வாய்ப்புகள் அரிதானதாகவும் குறைவாகவும் அதன் தாக்கம் வரையறுக்கப்பட்டதாகவுமே இருந்திருக்கிறது.

உலக அளவில் புதுயுகத்தின் வருகையைப் பிரதிநிதித்துவப் படுத்திய விஷயம் அமெரிக்கா மீதான பயங்கரவாதிகளின் தாக்குதல்தான். ஒரு பயங்கரவாத நடவடிக்கையைக் காட்சிப் படுத்துதல் இதைவிட உக்கிரமாக வேறு எந்த நிகழ்விலும் சாத்தியப்படவில்லை. இந்தத் தாக்குதலை அடுத்து பங்குச் சந்தையில் எல்லாப் பங்குகளும் சரிந்தது இயற்கை. விதிவிலக்கு களாக ஆயுத கம்பெனிகளின் பங்குகளோடு மீடியா கம்பெனி களின் பங்குகளின் மதிப்பும் உயர்ந்தன.

இந்தியாவைப் பொறுத்தவரை குஜராத்தில் நடந்த கடும் ஒடுக்குமுறை வேறு எந்த நிகழ்வையும்விட அதிகமாகக் காட்சிப் படுத்தப்பட்டு ஆவணப்படுத்தப்பட்டுள்ளது. புதுயுகத்தில், தமிழகத்தைப் பொறுத்தவரை தாமிரபரணிப் படுகொலையில் துவங்கி, கலைஞர் கைதானதில் தீவிரம் பெற்று, இதுதான் ஒரு உச்சம் எனப் பதிவு செய்யத் தயங்கும் விதத்தில், ஒடுக்கு முறையின் மீடியா பதிவுகள், முடிவில்லாமல் காட்சிப்படுத்தப் பட்டு வருகின்றன.

புதுயுகம், ஒடுக்குமுறையை மீடியா அரங்கேற்றி நுகர் பொருளாக்கிய யுகமாக வரையறுக்கப்படும் சாத்தியங்கள் வலுப்பெற்றுவருகின்றன.

காலச்சுவடு 44, நவம்பர்- டிசம்பர், 2002

போலீஸ் செய்தி

> தாசில்தார் சங்கரலிங்கம் அந்த ஊருக்கு வந்து ஒரே வாரம்தான் ஆகியிருந்தது. வீட்டு முன்வாசலில் காற்றோட்டமாக உட்கார்ந்து அன்றைய பேப்பர் களைப் புரட்டிக்கொண்டிருந்தார். உள்ளே அவரது மனைவி சகுந்தலா குளித்துக்கொண்டிருந்தார்.

இது ஒரு *மணிக்கொடி* காலகட்டத்துச் சிறுகதையின் துவக்கம் அல்ல. பல 'கற்பழிப்பு'களிலும் பிற குற்றங்களிலும் ஈடுபட்டதாகக் குற்றஞ்சாட்டப்பட்டிருக்கும் ஒரு குற்றவாளி மர்மமான முறையில் இறந்து கிடந்தது பற்றிய பதிவின் துவக்கம். எந்தப் 'புலனாய்வு'ச் செய்தி இதழ் என்பது அவ்வளவு முக்கிய மல்ல. இவற்றுக்கிடையே சில வேறுபாடுகள் இருந்தாலும் செய்திக் கொள்கையைப் பொறுத்தவரை இவை எல்லாம் 'ஒரே குட்டையில் ஊறிய மட்டைகள்' தான். ஒரு சிறுகதைக்கும் இவற்றின் செய்திக் 'கதை'களுக்கும் இடையே படைப்புக் கூறுகளில், கலையம்சத்தில் கூடுதல் குறைவு இருக்கலாம். ஆனால் இரண்டிலுமே கற்பனை அம்சம் வளமானதாக இருக்கும். *மணிக்கொடி* இலக்கியவாதிகள் தங்கள் நேரடி அனுபவத்திற்கு அப்பாற்பட்டதைப் பெரும்பாலும் தம் சிறுகதை களில் கையாண்டதில்லை. நவீன தமிழகப் 'புலனாய்வு' இதழியல் பண்பாட்டில் திருக்கணங்குடியில் நடந்ததைப் பற்றி எழுதச் சென்னை அலுவலகத்தைவிட்டு வெளியே வர வேண்டிய தில்லை. காதில் விழுந்த வதந்தி, சில செய்தி நறுக்குகள், ஒரு தொலைபேசி உரையாடல் போதுமானது.

பெரும்பாலான செய்திக் கதைகளில் வரும் தகவல்களைத் திரட்டுவதிலும் சரி, உருவாக்குவதிலும் சரி, பத்திரிகையாளர் களைவிடவும் அதிகப் பங்கு போலீசாருக்கு உண்டு என்பதால் போலீசாரை இக்கதைகளின் இணையாசிரியர்களாகக் கருதி வாசிப்பது பொருத்தமானதாக இருக்கும்.

'உள்' செய்திகளையும், 'அரிய' புகைப்படங்களையும் பத்திரிகையாளருக்குக் கொடுக்கவெனப் போலீசில் ஒரு தனிப்பிரிவு இயங்குவதாக ஒரு மூத்த பத்திரிகையாளர் என்னிடம் குறிப்பிட்டார். அரசியல்வாதிகளின் அராஜகங்களிலிருந்தும் அரசின் ஊழல் மற்றும் நிர்வாகத் தோல்விகளிலிருந்தும் பத்திரிகையாளர்களின் கவனத்தைத் திசை திருப்ப 'வேட்டை நாய்களுக்கு இறைச்சித் துண்டுகளை வீசுவது போல'ப் போலீசார் பத்திரிகையாளர்களுக்குப் பரபரப்பான செக்ஸ் / வன்முறைச் செய்திகளைக் கொடுத்தவண்ணம் இருப்பதாகவும் அவர் குறிப்பிட்டார். இணக்கமான பத்திரிகை / பத்திரிகையாளர்களுக்கு 'எக்ஸ்குளூசிவ்' செய்திகள் / புகைப்படங்கள் வழங்கப்படும்.

○

பல வழக்குகளில் குற்றவாளியாக இருக்கும் திருப்பூந்துருத்தி காமராஜ் மர்மமான முறையில் இறந்து கிடந்ததை அடுத்து, அவரைப் பற்றிய 'சுவை'யான செய்திக் கதைகள் பல 'புலனாய்வு' இதழ்களில் வெளிவந்தன. விஷம் குடித்து அவன் இறந்திருக்கலாம், போலீஸ் அவனைக் கொன்றிருக்கலாம் எனப் பலவிதமான ஊகங்களை வெளியிட்ட இதழ்கள் மரணம் பற்றிய அரசு விசாரணை எதையும் கோரவில்லை. மரணத்தின் மர்மத்தை அவிழ்க்கும்முகமாகச் சுயமான விசாரணை எதையும் மேற்கொள்ளவும் இல்லை. காமராஜைப் போலீசே கொன்றிருந்தாலும் அது ஆதரிக்கப்பட வேண்டிய மிக நல்ல விஷயம் என்ற உட்கருத்து இந்தப் பதிவுகளிலும் அதன் தலைப்புகளிலும் வெளிப்படையாகவே உள்ளது. 'செத்துத் தொலைந்தான் செக்ஸ் சைக்கோ' – இது ஒரு இதழ் கொடுத்த தலைப்பு. (தமிழ் இதழியலில் 'சைக்கோ' எடுத்திருக்கும் விபரீத அவதாரம் ஆல்பிரட் ஹிச்காக்கிற்குக்கூட திகிலை ஏற்படுத்திவிடும்!) 'சின்னம்மாவையே சின்னாபின்னப்படுத்தியவன்' (எதுகை மோனையைக் கவனியுங்கள்) இது 'போட்டி' இதழின் தலைப்பு.

காமராஜ் மரணத்தைப் பற்றிய ஊராரின் உணர்வுகள் என்ன? 'ஏரியாலே தீபாவளி கொண்டாடாத குறைதான்' என்றது ஒரு இதழ். 'வெடி வைத்துக் கொண்டாடாத குறைதான்'– இது முன்னதன் 'போட்டி' இதழ். இது போன்ற ஒரே வகையான உருவகங்கள், ஆச்சரியங்கள், வக்கிரங்கள் எல்லாப் பதிவுகளிலும் இருப்பது ஒரே மனோபாவம் எல்லாப் 'புலனாய்வு' இதழ்களிலும் பரவி இருப்பதற்குச் சான்றாக உள்ளது. இந்த மனோபாவம் சிவில் சமூகத்தின் மீதான அரசு வன்முறைகளை அம்பலப்படுத்துவதற்கு மாறாக அவற்றை ஆதரிக்கிறது. போலீசாரின் வன்முறையை நியாயப்படுத்தும் மொழி எல்லா இதழ்களுக்கும் பொதுவாகச் செயல்படுகிறது.

உதாரணம்: போலீஸ் சித்திரவதைக்கு ஆளான குற்ற வாளியைப் பற்றிய வரி: 'லேசாக வாட்டியதும் உண்மையைக் கக்கிவிட்டான்.' (தமிழில் ஏன் எப்போதும் உண்மை கக்கப்படு கிறது, பொய் சொல்லப்படுகிறது என்பது புரியவில்லை.)

புரிந்துகொள்ள முடியாத இன்னொரு அதிசயம் இத்தகைய பதிவுகளில் வன்பாலுறவுக்கு இலக்காகும் எல்லாப் பெண் களுமே 'கற்புக்கரசிகளாக'ச் சித்தரிக்கப்படுவது. தமிழ்ப் பெண் கள் எல்லாருமே 'கொக்கென்று நினைத்தாயோ கொங்கணவா' என்று வினவும் பண்பாட்டுச் சூழலில் வாழ்வதை நினைத்துப் பார்க்கவே முடியவில்லை.

○

இலக்கியம் வாழ்க்கையைப் பாதிக்கிறதா என்ற விவாதம் இப்போதும் உள்ளது. தமிழின் முன்னணிப் படைப்பாளர்கள் கூடத் தங்கள் எழுத்து தமிழ்ச் சமூகத்தைச் சிறிதும் பாதிக்க வில்லை என்று குறைபட்டுக்கொள்கிறார்கள். காமராஜ் பற்றிய பதிவில் இடம்பெற்ற ஒரு துணைக்கதை இந்த நோக்கில் நம்பிக்கை தருவதாக உள்ளது.

> சில வருடங்களுக்கு முன்பு நீலாவதி என்ற பெண்ணைத் தனது வழக்கமான பாணியில் கற்பழித்துவிட்டான் காமராஜ். அந்தப் பெண் அதிரடியாகக் காமராஜின் வீட்டுக்குள்ளே போய் செட்டிலாகிவிட்டார். அவர் தான் இப்போது காமராஜின் இரண்டாவது மனைவி.

இது ஒரு பதிவு. அதன் 'போட்டி' இதழில் வெளியான பதிவு இதோ:

> இரண்டாவது மனைவியாகத் தாலி கட்டாமல் வந்து சேர்ந்தவர் நீலாவதி. அவனிடம் அவள் மாட்டிக் கொண்டதே வித்தியாசமான கதை. ஒருமுறை நீலாவதி இரவு நேரத்தில் 'ஒதுங்க' வெளியே வந்தபோது, காமராஜ் கையில் மாட்டிக்கொள்ள, வழக்கம் போலவே அவரின் கற்பையும் சூறையாடிவிட்டான். ஆனால் நீலாவதியோ இதன் பிறகு 'நீதான் என் புருஷன்' என்று சொல்லி அவன் வீட்டிற்கே வந்துவிட்டாள். பிறகு இருவரும் சேர்ந்து வாழ ஆரம்பித்திருக்கிறார்கள். (காமராஜ் 'சைக்கோ' என்று வருணித்துத் தலைப்பிட்ட பதிவின் உள்ளே காணப்படும் வரிகள் இவை!)

கதை உபயம்: ஜெயகாந்தனின் 'சில நேரங்களில் சில மனிதர்கள்.' இக்கதையின் இரண்டாம் உற்பத்தி ஆர்.சி. சக்தி யின் 'சிறை' திரைப்படம்.

'உலகத்தமிழ்.காம்' 4, ஆகஸ்ட் 1-15, 2002

வன்முறையைத் தூண்டும் ஊடகங்கள்

நமது அரசியல் சூழலில் இன்று சொற்களின் வன்முறை மிகுந்து காணப்படுகிறது. இந்நிலை நமது தமிழ் ஊடகங்களுக்கு மிகுந்த மகிழ்ச்சியைக் கொடுப்பது. அரசியல்வாதிகளின் தடித்த சொற்கள் ஏற்படுத்தும் பரபரப்பிலிருந்து இதழ்களின் விற்பனையைப் பிரித்துப்பார்க்க முடியுமா?

பரபரப்பு, சொற்களின் வன்முறை என்றெல்லாம் பேசும்போது நமது 'புலனாய்வு' இதழ்களைப் பற்றிக் குறிப்பிடாமலிருக்க முடியாது. அவற்றிடையே இன்று கடுமையான போட்டி நிலவுகிறது. போட்டியின் தீவிரத்தில் பரபரப்பான செய்திகளை மிகைப்படுத்தி வெளியிடுவது ஒரு கட்டம். அதன் அடுத்த கட்டம் வன்முறையைத் தூண்டிப் பரபரப்பான செய்திக்கு வழிகோலுவது. இன்று நமது புலனாய்வு இதழ்கள் இந்த இரண்டாவது கட்டத்தில் உள்ளன. ஏற்கெனவே பல முரண்பாடுகளில் கொந்தளித்துக்கொண்டிருக்கும் அரசியல் சூழலில் இவை புகுந்து அரசியல்வாதிகளை மூட்டிவிட்டு வன்முறையைத் தூண்டுகின்றன.

குமுதம் ரிப்போர்ட்டர் (21.3.2004) இதழில் 'சின்ன அய்யா' அன்புமணியின் பேட்டி வெளியாகியுள்ளது. பா.ம.கவிலிருந்து அப்போது வெளியேறும் நிலையிலிருந்த அதன் நாடாளுமன்ற உறுப்பினர் பு.தா. இளங்கோவன் பற்றி அவரிடம் கேட்ட கேள்வியும் பதிலும்:

> பு.தா. இளங்கோவனை உங்கள் கட்சிக் கூட்டங்கள் எதிலுமே சமீபகாலமாகப் பார்க்க முடியவில்லையே என்று நிருபர்கள் கேட்க, "இளங்கோவனுக்குச் சர்க்கரை வியாதி இருக்கு. அதோடு ப்ளட் பிரஷரும் இருக்கு. வியாதிகளினால் அவர் அவதிப்படுவதால் கட்சிக் கூட்டங்களுக்கு வருவதில்லை" என்றார்.

இதற்கு *ரிப்போர்ட்டர்* கொடுத்த தலைப்பு: "வியாதிக்கார இளங்கோவனால் தேர்தல் கூட்டங்களில் கலந்துகொள்ள முடிவதில்லை!"

அன்புமணியின் மழுப்பலான பதிலைத் திரித்து, ஆத்திரத்தைத் தூண்டும் தலைப்பாக, அன்புமணியின் வார்த்தைகள் போலவே இரட்டை மேற்கோள் குறியிட்டு வெளியிடுகிறது *ரிப்போர்ட்டர்*. 'இளங்கோவனுக்கு சர்க்கரை வியாதி இருக்கிறது' எனக் கூறியிருப்பது *ரிப்போர்ட்டரி*ன் கைவண்ணத்தில் 'வியாதிக்கார இளங்கோவன்' என வக்கிரமாக ஒலிக்கிறது.

அன்புமணியின் சொற்களைத் திரித்துப் பிரசுரிப்பதுடன் *ரிப்போர்ட்டர்* நிறுத்திக்கொள்ளவில்லை. திரிக்கப்பட்ட சொற்களுடன் *ரிப்போர்ட்டர்* இளங்கோவனிடம் செல்கிறது. அவரிடம் கேட்ட கேள்வியும் பதிலும் இதோ:

> 'உங்களைக் கட்சிக் கூட்டங்களில் கலந்துகொள்ள இயலாத வியாதிக்காரர்' என்று கூறியிருக்கிறாரே அன்புமணி. . . ?
>
> "தர்மபுரி வந்திருந்த டாக்டர் அன்புமணி, என்னைப் பற்றி நையாண்டி செய்துவிட்டுப்போயிருக்கிறார். அவர் சொன்னதுபோல் எனக்குச் சர்க்கரை வியாதியும் இல்லை, ப்ளட் பிரஷரும் இல்லை. இந்த இரண்டு வியாதியும் அவங்களுக்குத்தான் வரப்போகுது!"

*ரிப்போர்ட்டரி*ன் திரிக்கப்பட்ட சொற்கள் அன்புமணியின் யதார்த்தமான பேச்சை நையாண்டியாக இளங்கோவனுக்குத் தொனிக்கச் செய்கின்றன. அன்புமணிக்குச் சாபம் கொடுக்கும் அளவிற்கு அது இளங்கோவனுக்கு ஆத்திரமூட்டுகிறது.

இந்தப் பிரச்சனை இத்தோடு முடியப்போவதில்லை. சொற்களின் தொடர் வன்முறையாக இது வெளிப்படும். நேரடி வன்முறைக்கும் இட்டுச்செல்லலாம். ஆனால் இதைப் பற்றி *ரிப்போட்டரு*க்கு என்ன கவலை? தொடர் வன்முறையைத் தொடர்ச்சியாகக் 'கவர்' செய்து இன்னும் கொஞ்சம் சில்லறை பார்க்கலாம்!

ஊர் இரண்டுபட்டால் *ரிப்போர்ட்டரு*க்குக் கொண்டாட்டம். பிற 'புலனாய்வு' இதழ்களுக்கும்தான்.

காலச்சுவடு 53, மே 2004

அடிமையின் மோகம்

நியூயார்க் டைம்ஸ் நாளிதழின் இணைய தளத்தில் அன்று இந்தியாவைப் பற்றிய செய்தி! வழக்கமாகக் காஷ்மீர் பிரச்சனை நீங்கலாக இந்தியா தொடர்பாக எதுவுமே அமெரிக்க ஊடகங்களில் செய்தியாவதில்லை. காஷ்மீர்கூடச் செய்தியாவதற்குக் காரணம், இந்திய – பாகிஸ்தான் அணுகுண்டு வெடிப்பிற்குப் பிறகு, காஷ்மீரினால் அணுகுண்டுப் போர் மூண்டுவிடுமோ என்ற 'உலகக் காவல'ரின் அச்சம்தான்.

இந்த அச்சத்தின் பின்விளைவுகள் வினோதமானவை. இந்திய மொழி இணைய தளங்களைக் கண்காணிக்க வேண்டும் என்ற எண்ணம் அமெரிக்கத் துப்பறியும் நிறுவனங்களுக்கு ஏற்பட்டுள்ளது. இந்தியா தனது அணுகுண்டுச் சோதனையை அமெரிக்காவின் உளவுக் கண்களிடமிருந்து மறைத்துவிட்டபடியால், இப்பிழை மீண்டும் நடப்பதைத் தவிர்க்க அவை மேற்கொண்டுள்ள பல்வேறு முயற்சிகளில் ஒன்று, இந்திய மொழி இணைய தளங்களைக் கண்காணிப்பது. சி.ஐ.ஏ. பண உதவியுடன் அமெரிக்கப் பல்கலைக்கழகப் பேராசிரியர் ஒருவர் இணைய தளங்களின் தமிழ்ச் செய்திகளை ஆங்கிலத்தில் மொழிபெயர்க்கும் மென்பொருளை உருவாக்கும் முயற்சியில் ஈடுபட்டுள்ளார். இணையத் தமிழ் இங்கு தரப்படுத்தப்படவில்லை என்பதால் இந்த முயற்சியில் அவர் அல்லாடிக் கொண்டிருக்கிறார். அமெரிக்க உளவுத் துறைக்காகத் தான் செயல்படுவது பற்றிய கூச்சம் எதுவுமின்றி, அதை வெளிப்படையாக அறிவித்து, அவர் அமெரிக்காவில் நடந்த தமிழ் இணைய மாநாட்டில் நடத்திய உரையைக் கேட்டேன். தமிழ்க் கனவான்கள் புறநிலைப்பட்ட அறிவியல் முகபாவத்துடன் இதைக் கேட்டுக்கொண்டிருந்தனர்.

நியூயார்க் டைம்ஸ் செய்திக்குள் புகுமுன், அதுதான் இன்று அமெரிக்காவில் பலதரப்பட்ட கருத்துகளுக்கும்

இடமளிக்கும் ஒரே தாராள அரசியல் நோக்குடைய தேசிய நாளிதழ் என்பதைக் குறிப்பிட வேண்டும். உதாரணமாக ஈராக் போரை எதிர்ப்போரின் கருத்துக்கு இன்று அமெரிக்க ஊடகங்களில் பொதுவாக இடமில்லை. *நியூயார்க் டைம்ஸ்* அவர்களுடைய கருத்திற்கும் இடமளிக்கிறது.

செய்தி இதுதான் : புதுவையில் ஒரு மிருகக் காட்சிசாலை உருவாகப் போகிறது. இதற்குக் காரணம் புதுவை மக்களின் கோரிக்கையோ அரசியல்வாதிகளோ அல்ல. ஒரு ஆங்கில நாவல். *Yann Martel* என்ற கனடிய நாவலாசிரியர் *Life of Pi* என்ற நாவலை எழுதி இங்கிலாந்தின் பிரதான இலக்கியப் பரிசான *Man Booker Prize* ஐ வென்றுள்ளார். இவர் இரண்டு முறை புதுவைக்கு –*1997*இலும் *2000*த்திலும் – வருகை தந்தவர். மொத்தம் நான்கு வாரங்கள் தங்கினார். இந்த நாவலின் ஒரு பகுதி புதுவையிலிருக்கும் ஒரு கற்பனை மிருகக்காட்சி சாலையில் நடைபெறுகிறது. தற்போது *Botanical Garden* இருக்கும் இடம், நாவலில் மிருகக்காட்சிசாலை.

நாவல் பரிசு பெறும் காட்சியைத் தொலைக்காட்சியில் கண்ட புதுவை சுற்றுலா மற்றும் போக்குவரத்து வளர்ச்சித் துறை மேலாளர் பி. சாமுவேல் மாத்தியூவிற்குப் புல்லரித்து விட்டது. எனவே அவர் இரண்டு பணிகளைத் திட்டமிட்டார். ஒன்று, நாவலில் வருவது போன்ற ஒரு மிருகக்காட்சி சாலையைப் புதுவையில் நிர்மாணம் செய்வது. (தில்லி தேசிய சுற்றுலாத் துறை அதிகாரிகள் அனுமதியுடன் இப்போது திட்டம் உருவாகிவருகிறது.) இரண்டு, நாவலில் குறிப்பிடப்படும் இடங்களைச் சுற்றிக்காட்டும் 'டூர்' திட்டம் ஒன்றைத் தயாரிப்பது.

நாவலைப் படித்துவிட்டு அலைஅலையாகச் சுற்றுலாப் பயணிகள் புதுவையில் வந்திறங்குவார்கள் என்று சாமுவேல் எதிர்பார்த்திருக்கக்கூடும். யாரும் இதுவரை வரவில்லை. மேற்படி டூர் டிக்கெட் எதுவும் விற்பனையாகவும் இல்லை.

புதுவையை வைத்துப் பிரபஞ்சன் ஒரு நாவல் எழுதி அது ஒரு தமிழ் வெகுஜன இதழில் பலத்த வரவேற்புடன் தொடராக வெளிவருகிறது என்றோ அல்லது அது தொலைக் காட்சியில் *prime time* இல் தொடராகிறது என்றோ வைத்துக் கொள்வோம், திரு. சாமுவேலோ அல்லது அவரது சகாக்களோ தங்கள் சுண்டு விரலை அசைப்பார்களா ?

நியூயார்க் டைம்ஸ் செய்தியில் இரண்டு புகைப்படங்களும் இடம்பெற்றிருந்தன. அதில் ஒன்று புதுவை மீன் சந்தையின் ஒரு காட்சி. புகைப்பட விளக்கம் இவ்வாறு கூறுகிறது: "இல்லை, இது மிருகக்காட்சி சாலை அல்ல." இரண்டாவது புகைப்படம்

புதுவையின் மற்றொரு தெருக்காட்சி. புகைப்படத்திற்கான விளக்கம்: "இல்லை, இதுவும் மிருகக்காட்சிசாலை அல்ல."

நியூயார்க் டைம்ஸ் தாராளவாதப் பார்வை கொண்ட ஒரு அமெரிக்கத் தேசிய நாளிதழ்.

உலகத்தமிழ்.காம் 22, மே 1-15, 2003

மேற்கோள் இதழியல்

திடீரென ஒரு நாள் ஒரு பெரும் பத்திரிகை நிருபரிட மிருந்து உங்களுக்கு ஒரு தொலைபேசி அழைப்பு வரலாம். உங்களைப் பேட்டி காண விரும்புவதாக ஒரு பெரும் பத்திரிகை நிருபர் தெரிவிப்பது உங்களுக்கு ஆச்சரியத்தை ஏற்படுத்தக் கூடும். உதாரணமாகத் தமிழ்ச் சிறுபத்திரிகைகள் பற்றி ஒரு 'ஸ்டோரி' என்று வைத்துக்கொள்வோம். இரண்டு விஷயங்கள் நிச்சயம். பத்திரிகையாளருக்குத் தமிழ் தெரிந்திருக்காது. சிறுபத்திரிகைகள் பற்றியும் தெரிந்திருக்காது. பிராந்திய மொழிகளின் கலப்பற்ற ஒரு கல்லூரியில் அவர் பட்டம் பெற்றிருப்பார் என்பது உறுதி. அவர் வீட்டு மொழி தமிழாக இருந்தால் அவர் தமிழில் உங்களுடன் பேசக்கூடும். உங்களுக்கு ஆங்கிலம் புரியாதபட்சத்தில் நீங்கள் அவர் தமிழைச் சகித்துக் கொள்வதைத் தவிர வேறு வழி இருக்காது. ஆங்கிலம் பேச முடியும் என்றால் தமிழ்ப் பற்றைக் கொஞ்ச நேரம் ஒதுக்கி வைத்துவிட்டு உடனடியாக ஆங்கிலத்திற்கு நீங்கள் மாறிவிடுவது உங்கள் உடல் நலத்திற்கு நல்லது.

நண்பர் ஜி.எஸ்.ஆர். ஒரு முறை கூறினார், "சென்னையில் தமிழ் மேட்டுக்குடியினர் தமிழில் பேசுவதில்லை என்று எல்லோரும் வருத்தப்படுகிறார்கள். அவர்கள் தமிழில் பேசினால் காலில் விழுந்து, 'தயவு செய்து ஆங்கிலத்திலேயே பேசுங்கள்' என்று கதற வேண்டும் போல இருக்கிறது."

பேட்டி என்றவுடன் உங்கள் ஆளுயரப் புகைப்படத்துடன் குறைந்தது இரண்டு பக்கத்தில் உங்கள் நேர்காணல் வெளியாகும் என்ற கற்பனையில் நீங்கள் பேசத் துவங்குவீர்கள். எந்தக் கோணத்தில் உங்கள் புகைப்படம் வெளிவந்தால் நன்றாக இருக்கும் என்பது பற்றிய கவலையும் உங்களை அரிக்கத் துவங்கியிருக்கும். நீங்கள் உற்சாகமாக உங்கள் ஆயுட்காலச் சேமிப்புக் கருத்துகளை அந்தப் பத்திரிகையாளர் மடியில் தயக்கமின்றிக் கொட்டிவிட இந்தக் கற்பனை அவசியமானது.

தமிழ்ச் சிறுபத்திரிகைகள் பற்றிய 'ஸ்டோரி' வெளிவரும் போது அதில் உங்கள் நேர்காணல் இடம் பெறாது என்பதை இதற்குள் ஊகித்திருப்பீர்கள். மாறாக உங்களுடன் பேசிய பத்திரிகையாளர் உங்களுடனும் இன்னும் பலருடனும் பேசித் தொகுத்த கருத்துகளைக் கட்டுரையில் தன் கருத்துகளாக (ஆணித்தரமாக) வெளிப்படுத்தியிருப்பார். நீங்கள் அவர் ஸ்டோரியினுள் ஆழ்ந்து தேடினால், 'தமிழில் சிறுபத்திரிகைகள் நீண்டகாலமாக வெளிவந்துகொண்டிருக்கின்றன' என்கிறார் திரு. கசடதபற என்ற 'ஆழமான' ஒரு கருத்து உங்கள் பேரில் இடம் பெற்றிருக்கும்.

நீங்கள் ஏமாற்றப்பட்டுவிட்டதாக நினைக்கலாம். உண்மையில் மேற்படி நிருபர் 'மேற்கோள் இதழியல்' தர்மப்படி உங்களிடம் கண்ணியமாக நடந்துகொண்டார் என்றே சொல்வேன். வேறு எப்படியெல்லாம் ஏற்படலாம் என்பதற்குக் கீழே ஒரு உதாரணம்.

○

சில மாதங்களுக்கு முன்னர் தமிழ்த் திரைப்படத்துறை சார்ந்த உலகத் தமிழ்ப் பண்பாட்டுக் காப்பாளர்கள் சிலர், தமிழ்ப் பெண் கவிஞர்கள் சிலரைத் தீயிலிட்டுக் கொளுத்த வேண்டும், அவர்கள் கவிதையில் 'அழைக்கும் குரல்' கேட்கிறது என்றெல்லாம் பேசியதை ஒட்டிப் பரபரப்பு ஏற்பட்டிருந்த நேரத்தில் அந்தப் பத்திரிகையாளரிடமிருந்து எனக்குத் தொலைபேசி வந்தது. மேற்படி பிரச்சனை பற்றி ஒரு இணைய தளத்திற்கு 'ஸ்டோரி' பண்ணப்போவதாகவும் சம்பந்தப்பட்ட பெண் கவிஞர்களிடம் பேசியதாகவும் அதில் சர்ச்சைக்குரிய பல கவிதைகளையும் தொகுதிகளையும் வெளியிட்டிருப்பது *காலச்சுவடு* என்பதால் என்னுடன் பேச விரும்புவதாகவும் தெரிவித்தார். சுமார் அரை மணி நேரம் பேசிக்கொண்டிருந்தோம். "*காலச்சுவடு* துவங்கப்பட்ட காலத்திலிருந்து அதில் வெளிவரும் படைப்புகளில் ஆபாசம் குறித்து தொடர்ந்து சர்ச்சை இருந்துவந்திருக்கிறது. இருபால் படைப்பாளிகளும் கண்டனத்திற்கு ஆளாகியுள்ளனர். ஆண்களின் படைப்புகள் 'ஆபாசமாக'க் கருதப்பட்டால் ஏன் வெளியிட்டீர்கள் என்று ஆசிரியர்களைக் கண்டிக்கிறார்கள். பெண் படைப்பாளிகள் தனிப்பட்ட தாக்குதலுக்கும் சந்தேகங்களுக்கும் ஆளாகிறார்கள்" என்று கூறினேன்.

காலச்சுவடு மற்றும் பதிப்பகம் பற்றிப் பொதுவாகப் பேசிக்கொண்டிருந்த நேரத்தில் மேற்படி பணிகளில் நான் ஈடுபடக் காரணம், "எனக்கு இந்தப் பணியில் ஈடுபடுவது சந்தோஷமளிக்கிறது" என்றும் கூறினேன். இலக்கியச் சேவை

தமிழ்ச் சேவை என்றெல்லாம் நமது பண்பாட்டுப் பணியாளர்கள் அடிக்கடி சரடு விடுவதற்கு எதிரான அழுத்தம் அதில் இருந்தது.

பேசி முடித்ததும் அவரிடம் என்னை மேற்கோள் காட்டப் போகிறீர்களா என்று கேட்டுக்கொண்டேன். 'ஆமாம்' என்றார். நான் கூறியதை நீங்கள் புரிந்துகொண்டதில் வேறுபாடுகளுக்கு வாய்ப்பு உள்ளது; எனவே மேற்கோள் காட்டும் வார்த்தைகளை என்னிடம் ஒப்புதல் பெற்றுக்கொள்ளுங்கள் என்றேன். இரண்டு நாட்களில் அழைப்பதாகக் கூறினார். அவருடைய பெயரையும் தொலைபேசி எண்ணையும் குறித்துக்கொண்டேன். சில நாட்களுக்குப் பின்னர் அவர் அழைக்காததால் அவரைத் தொடர்புகொள்ள முயன்றேன். முதல் நாள் அவர் இல்லை என்றார்கள். மறுநாள் நண்பகலில் அழைத்தேன். தூங்கிக் கொண்டிருக்கிறார் என்றார்கள். மீண்டும் மீண்டும் பலமுறை முயன்றுவிட்டு ஒழிந்துபோகட்டும் என்று விட்டுவிட்டேன்.

சமீபத்தில் மேற்படி விஷயம் பற்றி மேற்படி பத்திரிகை யாளர் ஒரு பிரபல ஆங்கில வார இதழில் ஒரு கட்டுரை எழுதியிருப்பதாகக் கூறிய சல்மா அதன் பிரதியை அனுப்பி வைத்தார். தாக்குதலுக்கு உள்ளான கவிதைகளின் குறிப்பிட்ட 'காரமான' வரிகளை மொழிபெயர்த்து ஆங்கிலத்தில் வெளியிட்டு, நடந்த சம்பவங்களை விரிவாக விளக்கிவிட்டு, கட்டுரையின் இறுதியில் மேற்படிக் கவிதை நூல்களை வெளியிட்டுள்ள *காலச்சுவடு* கண்ணன், "இவற்றைப் பிரசுரிப்பது சந்தோஷ மளிக்கிறது" என்று கூறுகிறார் *(We enjoy publishing their works)* என்று மேற்கோள் காட்டியிருக்கிறார்.

தலையில் அடித்துக்கொள்வதைத் தவிர வேறு என்ன செய்வது?

காலச்சுவடு 54, ஜூன் 2004

வார்த்தைகள்

ஜார்ஜ் புஷ் பற்றி வற்றாத சுனைபோல ஊற்றெடுத்துக் கொண்டிருக்கும் நகைச்சுவைத் துணுக்குகளில் ஒன்றை நண்பர் மின்னஞ்சலில் அனுப்பியிருந்தார்.

ராய்ட்டர்ஸ் செய்தி:

> புஷ்ஷின் நூலகம் முழுவதுமாகத் தீ விபத்தில் எரிந்து விட்டது. எரிந்துபோன நூல்கள் மொத்தம் இரண்டு. இதில் ஒரு நூலில் உள்ள கோட்டுருவங்களுக்கு புஷ் வண்ணம் பூசி முடித்திருக்கவில்லை என்பதால் அவர் மிகுந்த வருத்தத்துடன் இருக்கிறார்.

மேற்படி துணுக்கு ராய்ட்டர்ஸ் பெயரில் அனுப்பப்படுவதன் காரணம் என்ன? ராய்ட்டர்ஸ் மிகப் பழமையான, மிகப் பெரிய செய்தி நிறுவனம். நம்பகமான செய்தி நிறுவனமாகக் கருதப்படுகிறது. 150 வருடங்களாகச் செய்திகளைச் சேகரித்து அனுப்பிவரும் நிறுவனம். உலகெங்கும் அதன் பணியில் 2600 செய்தி ஆசிரியர்கள் பணிபுரிகின்றனர்.

அளவிலும் தாக்கத்திலும் உலகளாவிய இத்தகைய நிறுவனம் பல்வேறு அரசுகளின் நெருக்கடிகளுக்கு ஆளாகிவருவது இயல்பு. தற்போது ராய்ட்டர்ஸ் சந்தித்துவரும் நெருக்கடிகளில் பிரதான மானது சொற்கள் தொடர்பானது. பெருவாரியான தமிழ்ச் செய்தித்தாள்கள் மற்றும் இதழ்கள் போல அல்லாமல், பயன் படுத்தும் சொற்கள் தொடர்பான கவனமும் கொள்கையும் அதற்கு உள்ளது. அதன் செய்தி ஆசிரியர்களுக்கு இத்தகைய கொள்கை முடிவுகள் தெரிவிக்கப்பட்டு நடைமுறைப்படுத்தப் படுகின்றன.

ராய்ட்டர்ஸ் ‘பயங்கரவாதி’ என்ற பதத்தைப் பயன் படுத்துவதில்லை. அதற்குப் பதிலாகத் ‘தீவிரவாதி’ *(Extremist)* அல்லது கெரில்லா *(Guerilla)* என்ற பதங்களைப் பயன் படுத்துகிறது.

செப்டம்பர் 11க்குப் பிறகு 'பயங்கரவாதி' என்ற பதம் 'இஸ்லாமிய' என்ற பதத்திற்குப் பின்னொட்டாக இணைந்து உலக ஊடகங்களை ஆக்கிரமித்துக்கொண்டிருக்கும் இக்கால கட்டத்திலும் ராய்ட்டர்ஸ் விதிவிலக்காக நிற்கிறது. செப்டம்பர் 11க்குப் பிறகு பாலஸ்தீனத்தில் ஏற்பட்ட இரண்டாவது எழுச்சியை *(intifada)*, 'பயங்கரவாதம்' என்றே குறிப்பிட வேண்டும் எனப் பலத்த கோரிக்கை ராய்ட்டர்ஸ் முன் வைக்கப்பட்டுள்ளது. ராய்ட்டர்ஸ் இதுவரை சந்தித்திராத அளவுக்கு மின்னஞ்சல்கள் அதற்கு அனுப்பப்படுகின்றன. ராய்ட்டர்ஸின் மிகப் பெரிய சந்தையான அமெரிக்காவிலிருந்து 'பயங்கரவாதி' என்ற சொல் லுக்கு ஆதரவாகப் பலத்த கோரிக்கைகள் அதற்குச் சென்று கொண்டிருப்பதில் வியப்பில்லை.

இருப்பினும் இன்றுவரை ராய்ட்டர்ஸ் கொள்கைப் பிடிப்புடன் இந்த நிர்ப்பந்தங்களை எதிர்கொண்டுவருகிறது. ஏதேனும் ஒரு சூழலை அல்லது நபரைச் சுட்ட 'பயங்கரவாதி' என்ற பதத்தைப் பயன்படுத்தினாலும் எல்லா அரசாங்கங்களிட மிருந்தும் இத்தகைய கோரிக்கைகள் முன்வரும் என்பது ராய்ட்டர்ஸ்க்குத் தெரியும். மேலும் எல்லா அரசாங்கங்களும் தங்களுக்கு எதிரான போராட்டங்களைப் பயங்கரவாதமாகவே பார்க்கும் என்பதையும், ஒருவருக்குப் பயங்கரவாதியாகத் தெரிபவர் இன்னொருவருக்குப் போராளியாக, தியாகியாகக் காட்சியளிப் பார் என்பதையும் ராய்ட்டர்ஸ் கருத வேண்டியுள்ளது.

ஊடகங்கள் பயன்படுத்தும் சொற்கள் எவ்வளவு முக்கிய மானவை என்பதையே மேற்படி விவாதம் காட்டுகிறது. தமிழ் ஊடகங்களிலோ சொற்கள் எந்தக் கவனமுமின்றிப் பயன் படுத்தப்படுகின்றன. உணர்ச்சிகளைத் தூண்டும் நோக்கில் காட்டமான சொற்கள் பயன்படுத்தப்படுகின்றன. இந்தப் போக்கு மொழியையும் வாசகர் கருத்துலகையும் சிதைக்கிறது. சென்னையில் ஒரு நண்பர், 'அவன் நேத்து ஓவரா பேசிக் கிட்டிருந்தான், டக்குன்னு திரும்பக் கடிச்சிட்டேன்' என்றார். எனக்குத் தூக்கிவாரிப் போட்டது. மேற்படி பேச்சில் உள்ள வன்முறை ஊடகங்கள் பயன்படுத்தும் மொழியோடு நேரடித் தொடர்புடையது.

தமிழ் ஊடகங்கள் பயன்படுத்தும் மொழி பற்றிய ஆழமான விவாதம் மிக அவசியம்.

உலகத்தமிழ்.காம் 17, பிப்ரவரி 16-28, 2003

ஒரு ரத்தக்காட்டேரியின் எளிமை

அக்டோபர் 1997 இல் சந்தனக் கடத்தல் வீரப்பன் 13 பேர்களைக் கடத்திக்கொண்டு காட்டிற்குள் மறைந்தான். அவர்களில் இருவர் விஞ்ஞானிகள். மற்றவர்கள் சுற்றுலாப் பயணிகள் மற்றும் பணியாளர்கள்.

வீரப்பனுக்கும் புற உலகிற்குமான தொடர்பை வலுப் படுத்தியவரும், அவனுக்காகப் பல ஆண்டுகளாகச் சளைக்காது குரல் கொடுத்துவருபவருமான *நக்கீரன்* இதழ் ஆசிரியர் கோபால் இம்முறை 'வீரப்பன் மீண்டும் மிருகமாகிவிட்டான்' என்றவாறு அறிவித்துவிட்டு ஒதுங்கிக்கொண்டார். வீரப்பன் ஆடுவதையும் பாடுவதையும் பதிவு செய்து அவனது நீண்ட நேர்காணல்களையும் ஒலிபரப்பிய/வெளியிட்ட நக்கீரன் அலுவலகத்திலிருந்து இப்போது அவனது குரூரத்தைக் குறிப்புணர்த்தும் புகைப்படங்கள் வெளிவந்தன. அவனை *ஜூனியர் விகடன்* ரத்தக் காட்டேரியாகச் சித்தரித்து மகிழ்ந்தது.

கர்நாடக மற்றும் தமிழக அரசுகள் வீரப்பனது அனைத்துக் கோரிக்கைகளையும் நிராகரித்த பின்பும் 14 நாட்களுக்குப் பிறகு அனைத்துப் பிணைக்கைதிகளையும் வீரப்பன் விடுவித்தான். அவர்கள் அவனையும் அந்த நாட்களையும் சித்தரித்தபோது வெளிப்பட்ட வீரப்பனின் பரிமாணங்கள், குற்றவாளிகளையும் கொலையாளிகளையும் அமானுஷ்ய ஜந்துகளாகவும் மிருகங் களாகவும் சித்தரித்து மகிழும் வெகுஜன ஊடகங்களுக்கு அதிர்ச்சி யளித்தன. பிணைக்கைதிகளின் கூற்றுகளைப் பார்க்கலாம்.

> தங்களை விடுவித்தபோது (வீரப்பன்) அழுதபடியே பிரியாவிடை கொடுத்ததாகப் பிணையாளிகள் கூறினர் . . . தனக்கு வயதாகிக்கொண்டிருப்பதை வீரப்பன் நன்றாகவே உணர்ந்துள்ளார் . . . வாழ்வில் தான் பட்ட கஷ்டங்களால் மனம் வெறுத்துப் போயுள்ளார் வீரப்பன் . . . நாங்கள் அவரிடம் காட்டிய அன்பும் வீரப்பனின் மனதை மாற்றியது . . .

வீரப்பனுக்கு நிறைய அச்ச உணர்வு உள்ளது. (தினமணி, 24 அக்டோபர் 1997)

வீரப்பனை ரத்தக்காட்டேரியாகச் சித்தரித்து 'முழு மிருகமா கிறான் வீரப்பன்' என்ற தலைப்புடன் முன்னட்டையில் வெளியிட்டு, 'தொடரப்போகும் பயங்கரங்கள்' என்று துணைத் தலைப்பிட்டுப், பிணையாளிகளுக்கு நேரப்போகும் கொடூரங் களையும், வெளியிடப்போகும் பரபரப்பான செய்திகளையும் ஆவலுடன் எதிர்நோக்கியது *ஜூ.வி.* இவ்விதழ்களின் எதிர் பார்ப்பிற்கு மாறாகப் பிணையாளிகளை வீரப்பன் விடுவித்த பின்னர் அப்பிணையாளிகள் அவன் பேரில் மிகுந்த அனுதாபத் துடன் பேசி ஊடகங்களுக்குத் திகைப்பூட்டினர். கிளுகிளுப் பான பாலியல் பிறழ்வுகள் ததும்பும் 'உண்மைக் கதை'களுக்காக மட்டும் உளவியல் நிபுணர்களை நாடிவந்த ஊடகங்கள் இம்முறை திகைப்புத் தாங்காமல் உளவியல் நிபுணர்களை அணுகி விடுதலையான பிணையாளர்களின் இம்மனோபாவத் திற்கு அறிவியல்பூர்வமான விளக்கங்களை வேண்டின. வீரப்பனை ரத்தக்காட்டேரியாகச் சித்தரித்த குறுகிய காலத்திற்குள் பிணையாளர்களின் வீரப்பன் தொடர்பான நட்புணர்வும் அனுதாபமும் நிறைந்த பதிவுகளைத் 'திடீர் மினித் தொடர்' என்று வெளியிட்டது *ஜூ.வி.*

எளிமையான தெளிவான ரத்தக்காட்டேரி என்ற பிம்பம் குழப்பமடைந்து சிக்கலாகி வீரப்பன் மனிதனான கதையைப் பார்க்கலாம்.

பறவைகளையும் காட்டு நாய்களையும் ஆராய்ந்துகொண் டிருந்தவர்களை மத்திய அரசின் உளவாளிகள் என்று கருதி வீரப்பன் கடத்தியிருக்கிறான் என்பது இத்தொடரின் துவக்கத் தில் வெளிப்படுகிறது. இப்பதிவுகளிலிருந்து உருக்கொண்ட வீரப்பன், பிணையாளிகளுக்கு உற்சாகத்துடன் கைப்பட டீ போட்டுக்கொடுப்பவன், டீ போட்ட நெருப்பு, மரங்களில் பற்றிவிடக் கூடாது என்று கவனம்கொள்பவன், தான் கட்டிய முனீஸ்வரன் கோவிலில் நிம்மதியாகக் கும்பிடுவதற்கான ஏக்கத்தைச் சுமந்து திரிபவன், பிணையாளி ஒருவரிடம் 'நல்லாத் தூங்கினியா சென்னு' என்று 'உள்ளார்ந்த அன்புடன்' விசாரிப் பவன், பெண்கள் குழந்தைகளைச் சிறைபடுத்தக் கூடாது என்று முடிவெடுப்பவன், பிணையாளியான டாக்டர் மைத்தி தியானம் செய்ய ஏற்பாடு செய்பவன், காட்டு மிருகங்கள் 'பழகுவதற்குக் குழந்தை மாதிரி' என்று அறிவுறுத்துபவன், 'ஆசையை ஒழிச்சாதான் நிம்மதியா வாழ முடியும்' என்று போதிப்பவன், கிராமிய நடனமாடிப் பிணையாளிகளுக்கு உற்சாகம் ஊட்டுபவன் . . . .

பிணையாளிகளும் வீரப்பனை அன்பால் மாற்ற முயன்றார்கள். அவனுடைய நிலையில் தங்களை வைத்துப் பார்த்துக் கொண்டார்கள். வீரப்பனின் சகா ஒருவன் நொண்டியபோது தன் காலணிகளை அவனுக்குத் தருகிறார் ஒரு பிணையாளி.

நூறு உயிர்களைக் குடித்துவிட்டுக் காட்டில் அலைந்து கொண்டிருந்த வீரப்பனுக்கும் பல்வேறு சூழல்களிலிருந்து வந்திருந்த அவனது பிணையாளிகளுக்கும் இடையே மதிப்பீடுகளில் மோதல் ஏதும் நிகழவில்லை என்பது ஆழ்ந்து கவனிக்க வேண்டியது.

அஷிஸ் நந்தியின் 'இந்திய பயங்கரவாதத்தின் மாயக் கவர்ச்சிகள்' என்ற கட்டுரை சில வருடங்களுக்கு முன்னால் நடந்த விமானக் கடத்தல்களின் அடிப்படையில் மனித மனோ பாவங்களை ஆராய்கிறது. இந்தக் களங்களுக்குச் சில ஆயிரம் மைல்கள் தெற்கே, ஒருவிதத்தில் விமானமுனையங்களுக்கு எதிர் நிலையிலிருக்கும் ஒரு அடர்ந்த காட்டில் ஏற்பட்ட வீரப்பன் – பிணையாளிகள் உறவைப் பற்றி வாசிப்பவர்களுக்கு இவற்றுள் இருக்கும் எண்ணற்ற ஒற்றுமைகள் திகைப்பூட்டக்கூடும்.

வாசகர் பார்வைக்காக *ஜூனியர் விகடனில்* வெளிவந்த பிணையாளிகளின் பதிவுகளிலிருந்து சில பகுதிகள் கீழே தரப்பட்டுள்ளன.

○

திடீரென "டீ சாப்பிடறீங்களா?" என்று கேட்ட வீரப்பன், "இந்த மாதிரி டீயை நீங்க எங்கயுமே சாப்பிட்டிருக்க மாட்டீங்க...!" என்று பெருமிதத்தோடு, தானே டீ தயாரிக்கத் துவங்கினான்... நீரில் ஆவி வரும்வரை பொதுவான பல விஷயங்கள் பேசினான். குரலில் கடுமையும் விறைப்பும் கொஞ்சம் குறைந்து சகஜ சுபாவம் வந்துகொண்டிருந்தது. ஆட்கள் ரேடியோவைக் கரகரக்கச் செய்துகொண்டிருக்க... சட்டெனக் கைதட்டி உற்சாகமாகப் பெரியதொரு சிரிப்பு சிரித்தான். "இந்நேரம் அரசாங்கத்துக்குத் தகவல் போயிருக்கும். நாளைக்குத் தமிழ்நாடு, கர்நாடகா முழுக்க இந்த வீரப்பன் பற்றிதான் பேச்சு இருக்கும். நான் என்ன உலகத்துல இல்லாத விஷயத்தையா கேக்கிறேன்? ரெண்டு வார்த்தை, 'மன்னிச்சுட்டேன் போ'ன்னுதானே சொல்லச் சொல்றேன்"... டீ தயாரிப்பு நடந்த இடத்தில் சுத்தமாகத் தண்ணீர் ஊற்றித் தீயை அணைத்தனர் வீரப்பனின் ஆட்கள். தடயம் ஏதும் விடுபட்டுவிடாமல் இருக்கவும் தீ அணையாமல் இருந்து காட்டுமரங்கள் பற்றிவிடக் கூடாது என்பதிலும் வீரப்பன் ஆட்கள் காட்டிய அக்கறை எங்களை வியப்பில் ஆழ்த்தியது... *(நவம்பர் 9, 1997)*

நன்றாக தூங்கிக்கொண்டிருந்த நாங்கள் வீரப்பனின் இடிச் சிரிப்பால் திடுக்கிட்டு எழுந்தோம். ஹெவி வெயிட்டில் உலக லெவலில் சாம்பியனானது போல், பற்களைக் கடித்தபடி உறுமும் சிங்கம் போல் சத்தம் கொடுத்துக்கொண்டே இரண்டு முஷ்டிகளையும் பக்கவாட்டில் உயர்த்தி மடக்கியபடி கொக்கரித் தான். ஆமாம். கொக்கரித்தான் என்பதுதான் சரியான வார்த்தை யாக அமையும். “சொல்லிட்டான். பி.பி.சி–யிலயே சொல்லிட் டான். நான் உங்களைக் கடத்தின விஷயம் உலகம் முழுக்கப் பரவிடுச்சு. அடுத்த பத்து நாளைக்கு நாமதான் நியூஸு . . .” பொழுது மெள்ள துலங்கிக்கொண்டிருக்க . . . ஒரு மாதிரி ஒழுங்கில்லாத இடங்களில் ஆங்காங்கே நின்றபடி, ஆனால் ஒரே திசையில் கைகூப்பிக் கும்பிட்டபடி இருந்தனர் வீரப்பனும் அவனது கூட்டாளிகளும் . . . “என்னாண்ணே அது? பிரேயரா?” என்றேன் நான்.

நான் கேட்டது அவனுக்குப் புரியவில்லையோ என்னவோ, “சாமீ தெரியுமா? அந்த ஆண்டவனைக் கும்பிட்டுத்தான் எங்க வேலையைத் தொடங்குவோம். எங்க ஆண்டவன் முனீஸ்வர னுக்குக் கோயிலெல்லாம் கட்டி வெச்சேன். என்ன புண்ணியம்? நிம்மதியா அங்கே போய்க் கும்பிட முடியாது. அதான் இருக்கிற இடத்துல இருந்தே என் தெய்வம் இருக்கிற வட திசையைப் பார்த்து வணங்கறேன். எங்க முனீஸ்வரன் சக்திவாய்ந்த கடவுள்”. . . என்றவன், “அது இருக்கட்டும். நல்லாத் தூங்கினியா சென்னு?” என்றான் உள்ளார்ந்த அன்புடன் . . . (நவம்பர் 12, 1997).

“சாதாரணமா காட்டு மிருகங்கள் சைஸ்லதான் பெரிசா, நமக்குப் பிடிபடாத அமைப்பு மாதிரி தெரியும். ஆனா, பழகறதுக்குக் குழந்தை மாதிரி. அதுங்களால் நமக்கு எந்த ஆபத்தும் கிடையாது. . . அடுத்தவங்க பொருளுக்கு ஆசைப் பட்டா பின்னால சிக்கலாகும்ல . . . நாம இருக்கிறது என்ன சூழ்நிலைனு யோசிச்சுச் செயல்படணும் . . . ஆசையை ஒழிச்சா தான் நிம்மதியா வாழமுடியும்” – கண்டிப்பான குரலில் தத்துவம் சொன்னான் (நவம்பர் 16, 1997).

எங்களைச் சுதந்திரமாக, நண்பர்கள் போல தன்னுடன் வைத்திருந்தாலும்கூட, வெளி உலகில் அப்படிச் செய்தி பரவக் கூடாது என்பதில் வீரப்பன் மிகக் கவனமாக இருந்தான். . . “சென்னு! இன்னிக்கு நீங்க இவ்வளவு ஜாலியா என் கூட்டாளி மாதிரி இருக்கீங்க . . . சரி, இதெல்லாம் நமக்குள்ளே நடக்குது. ஆனா, நாளைக்கோ, அட நாளன்னிக்கோ அரசு தூதர் வந்து சேர்ந்தார்னு வெச்சுக்கங்க . . . அவர் நெறைய போட்டோ எடுப்பார், விடியோவுல படம் புடிப்பார். அப்பவும் இதே போல தமாஷா என் பக்கத்துல வந்து உட்கார்ந்தேன்னு

வெச்சுக்கோ . . . காரியம் கெட்டுடும். வீரப்பன்னா ஒரு பயம் போயிடும். அப்படி ஆயிட்டா அரசாங்கம் நமக்கு எதுவும் செய்யாது. அதனால காட்டுக்குள்ளே தூதர் வர்றப்ப, நீங்க தனியா கை கட்டி பரிதாபமா உட்கார்ந்துக்கங்க . . . உங்க கையை செயின்ல அப்ப மட்டும் 'சும்மா' கட்டி வெப்பேன். அவரைப் பார்த்து, 'அய்யா, எங்களைக் காப்பாத்துங்க . . . கலைஞர் அய்யா, எங்களைக் காப்பாத்துங்க . . .'னு பேசுங்க . . . முடிஞ்சா அழுங்க . . . நீங்க எவ்வளவு உருக்கமா கதறிப் பேசறீங்களோ அவ்வளவுக்கு என் கோரிக்கையை கவர்ன்மெண்ட் பரிசீலிக்கும். அவங்க போன பின்னாடி நாம பழையபடி ஆயிடலாம். என்ன?" என்று ஒரு பாடமே நடத்தினான் வீரப்பன்.

"ஒண்ணும் சரியில்லையே . . . என்ன பண்ணலாம் இப்போ? அதாவது, சென்னு . . . நான் கொடுமைக்காரனா இருந்தேன். இப்ப திருந்திட்டேன். என் நோக்கமெல்லாம் சரணடையறது தான். அதுக்காக நான் சும்மாவானும் கெஞ்சினா, கதை ஆகாது. சரணடைந்த உடனே சுட்டுக் கொன்னுப்புடுவாங்க இந்த போலீஸ்காரனுங்க. நான் கொஞ்சம் கம்பீரமா கெஞ்சறேன். இன்னும் என்னதான் செய்யறது?"

தன் கூட்டாளிகள் புகைபிடிக்க, அவர்களுக்குள் விளையாட அனுமதிக்கும் வீரப்பன், தன்னளவில் எந்தக் கெட்ட பழக்கத்திலும் சிக்கிக்கொள்ளாமல் இருக்கிறான். அதுபற்றியும் கேட்டுவிட்டோம். "மது, புகையிலை, பீடி, பொம்பளை . . . இந்த சகவாசமெல்லாம் நம்ம இடத்துக்குச் சரிவராது . . . இதுக்கெல்லாம் அடிமை ஆகியிருந்தா என்னிக்கோ என் கதை முடிஞ்சு போயிருக்கும்" *(நவம்பர் 26, 1997).*

அடுத்த நாள் காலையில் வீரப்பன் எங்கள் வீட்டில் எடுத்த 'சோனி டேப் ரிக்கார்டரை' கையாண்டுகொண்டிருந்தான். "அந்த ராணி நியூஸையே அஞ்சு நிமிஷம் சொல்றானுங்க . . . நம்மளை மறந்துட்டாங்களா?" என்று தனக்குத்தானே பேசிக்கொண்டான். எல்லோருக்கும் டீ வந்தது. சாப்பிடும்போது வீரப்பன் கேட்டான் – "உங்களுக்குப் பாட்டுப் பிடிக்குமா?" என்று. இசையை வெறுக்கும் ஆட்கள் உண்டா என்ன? எல்லோரும் தலையை ஆட்டினோம்.

அன்றைக்கு வீரப்பன் நல்ல மூடில் இருந்தான். "ஒரு கிராமியப் பாட்டு. ரொம்ப நல்லாருக்கும்" என்று சொன்னவன், 'டேப்'பை உள்ளே செருகி, பாடச் செய்தான். அது என்ன காஸெட் என்று எங்களுக்கு நினைவில்லை. ஆனால், பாடலின் மெட்டு மிக அருமையாக ரசிக்கும்படி இருந்தது. கொஞ்சநேரம் கைகளால் தாளம்போட்ட வீரப்பனால் ஒரு அளவுக்கு மேல் கட்டுப்படுத்த முடியவில்லை. 'பட்'டெனப் பாட்டை நிறுத்தினான்.

“எல்லோரும் தள்ளி வட்டமா நில்லுங்க...” என்று சொல்லிவிட்டு டேப் ரிக்கார்டரைச் சிறிய பாறையின் மேல் வைத்து சத்தத்தைக் கூட்டினான். அவன் ஆட்கள் உட்பட எல்லோரும் வேடிக்கை பார்க்கத் துவங்கினோம். கிராமியப் பாடலின் தாளத்துக்கேற்பச் சுழன்று மடங்கி, நெளிந்து நளினமாக ஆடினான். தமிழகத்தின் பிரபலமான கிராமிய மெட்டு... தமிழகத்துக் கிராமிய நடனம் என்ற அளவில் எங்களுக்குப் புரிந்தது. எதுவானாலும் அசர வைக்கும் ஆட்டம் அது. ஏறக்குறைய பதினைந்து நிமிடங்கள். ஆடிமுடித்ததும் மனதாரக் கைதட்டினோம்.

“எப்படி நம்ம டான்ஸ்? உங்களுக்குப் பிடிச்சிருந்ததா?” என்று கேட்டபோது, “மிகப் பிரமாதம்” என்றோம்.

“அப்ப இதையும் பாரு... இது ஒரு புலி, காட்டெருமையை அடிக்கிற ஸீன். நான் நெறைய பார்த்திருக்கேன். அதை அப்படியே செய்யறேன் பாரு...’ என்றபடி ‘தனி நடிப்பை’த் துவங்கினான். மாடு புல்மேய்ந்துகொண்டிருப்பதில் ஆரம்பித்து, பதுங்கிக்கொண்டிருக்கும் புலி பசியாறுவது வரை எதிரும் புதிருமாக இடம் மாறிமாறி இரண்டு மிருகங்களின் குரல்களை எழுப்பிக்கொண்டு ஆக்ரோஷமாக நடித்தான் வீரப்பன்... *(நவம்பர் 30, 1997).*

“என்னவோ உங்களைப் பார்த்த உடனே ‘சட்’னு பிடிச்சுப் போச்சு! நல்ல கலகலப்பான ஆளுங்க நீங்க! என்கிட்ட கொடூரம் எந்த அளவு இருந்ததோ, அந்த அளவு ஈவு இரக்கமும் வந்து சேர்ந்துடுச்சு! வாழ்க்கையில் என்னால எத்தனையோ பேர் கஷ்டப்பட்டிருக்காங்க. கண்ணீர் சிந்தியிருக்காங்க. ஆனா, அதையெல்லாம்விட அதிகமா நான் இந்தக் காட்டுக்குள்ளே துயரப்பட்டிருக்கேன். அது நம்ம விதி. ஆனா, ஒரு விஷயம். நீங்க எல்லாரும் ரிலீஸான உடனே பத்திரிகைகாரங்களும் அதிகாரிகளும் உங்களைச் சூழ்ந்துகிட்டு, எக்குதப்பா எழுபத் தெட்டுக் கேள்வி கேப்பாங்க... நான் இங்கே உங்களை அன்பா நடத்தினது நமக்குள்ளே இருக்கட்டும். அதை அப்படியே சொன்னா... நான் அமைதியான, அன்பான ஆளு. பேசியே மயக்கிடலாம். அப்படின்னு ஒரு தப்பான கோணத்துக்கு வந்துடுவாங்க. அதனால, வெளில போனவுடனே ‘நான் பயங்கர கோவக்காரன், அடிக்கு அஞ்சாதவன்... எதிர்த்துப் பேசுனா சுட்டுடுவான்’னு பயங்கரமா பெரிசு பண்ணி சொல்லுங்க... புரியுதா?” என்றான் மெலிதாகச் சிரித்தபடி *(டிசம்பர் 3, 1997).*

“சரி, நாங்க கிளம்பறோம்” என்று தனது பேகைத் தூக்கிய வீரப்பன், அதைக் கீழே வைத்துவிட்டு எங்களை நோக்கி வந்தான். நாங்கள் யாருமே எதிர்பாராவிதமாக, ‘சட்’டென

எங்களைக் கட்டித் தழுவினான். அவன் கண்கள் பனித்துக் காணப்பட்டன. "ஏதோ ஒரு வகையில நீங்க என்னைக் கவர்ந்துட்டீங்க... ஒருவேளை நான் சரண்டர் ஆயிட்டேன்னா, என் தண்டனைக் காலம் முடிஞ்சதும் அவசியம் உங்க வீட்டுக்கு விருந்தாளியா வருவேன்" என்றான், எங்கள் இருவரின் கைகளைப் பிடித்தபடி.

இதைக் கேட்டதும், அதிக வேகத்துடன் ரத்தம் எங்கள் தலைக்குள் பாய்ந்தது. உணர்ச்சி மேலீட்டில் நாங்கள் தவிக்க, நேரத்தைக் கடத்த விரும்பாமல் மீண்டும் பையைத் தோளில் போட்டபடி விலகி நடந்தான். அவன் பின்னாலேயே சேத்துக்குளி கோவிந்தன், மாதேஸ், அன்புராஜ், ரெங்கராஜ் என்று அணி வகுப்பு ஒருவித ஒழுங்கோடு தொடர்ந்தது. வீரப்பனின் சகாக்கள் கண்களில் நீரோடு எங்களைப் பிரிய மனமின்றித் திரும்பித் திரும்பிப் பார்த்தபடி சென்றனர்.

மனதில் ஏனோ ஒரு பெரிய பாரம் சூழ்ந்து நின்றது *(டிசம்பர் 3, 1997).*

காலச்சுவடு 21, ஏப். - ஜூன் 98

கண்ணோட்டம்

வெகுஜனப் பண்பாடு

தீவிரமான செய்திகள் தீவிர இதழ்களில் மட்டுமே காணப்படும் என்பதும் வெகுஜன இதழ்களில் வெளிவருபவை எல்லாம் 'குப்பைகள்' என்பதும் தமிழ் அறிவுலகின் முன்முடிவு. முன்முடிவுகளும் பொதுக் கருத்துகளும் – ஒருபக்கச் சார்பான, பல சமயங்களில் வசதியான, கருத்தாக்கங்களை உருவாக்கிக் கொள்ளத் துணைபோகின்றன. விழிப்புணர்வு கொண்ட ஒருவர் முன்முடிவுகளுக்கு அப்பால் கிடக்கும் சாத்தியப்பாடுகளை ஆராய்வது அவசியம். ஆனால் சில சமயங்களில் முன்முடிவு களுக்கு அப்பால் செலுத்தப்படும் பார்வை அல்லது செயல்பாடு முன்முடிவுகளையே வலியுறுத்திவிடுவது மிகவும் சங்கடமான அனுபவம். தமிழ் வெகுஜனப் பண்பாட்டை முன்முடிவின்றிப் பார்க்கும்போது பல சமயங்களில் அவை 'குப்பைகள்' என்ற பொதுக்கருத்துக்கு, அப்பதிவுகளின் செறிவற்ற தன்மை நம்மை இட்டுச் சென்றுவிடுகிறது. தமிழ் வெகுஜனப் பண்பாடு, வெகுஜனப் பண்பாட்டைக் கொண்டாட ஆசைப்படுபவர் களுக்கு அதிகம் கை கொடுக்கவில்லை. பெரும்பாலும் நிராசை யாகவே முடிந்துவிடுகிறது அவர்களின் துடிப்பு.

வெகுஜனப் பண்பாட்டை விமர்சிக்கலாம், கண்டிக்கலாம், சீரழிவை நினைத்துத் துக்கப்படலாம், ஆனால் அதைப் புறக் கணிப்பது போன்ற அபத்தம் வேறில்லை. ஏனெனில் தமிழ் வெகுஜனப் பண்பாடு அதன் எல்லாக் குறைகளையும் தாண்டி வீரியம் மிக்கது. மாற்றுக் கருத்துகளை வெகுஜனப் பண்பாட்டில் ஊடுருவவிடுவது சமூக நலனுக்கு அவசியம். இத்தகைய பதிவு களின் முக்கியத்துவம் தீவிர தளத்தில் போதுமான அளவு உணரப்படுவதில்லை.

வெகுஜனத் தளத்தில் வெளிப்படும் ஏதேனும் ஒரு வரிகூட ஒரு வாசகப் பயணத்தின் துவக்கப் புள்ளியாக இருந்துள்

ளமைக்குப் பல உதாரணங்கள் உள்ளன. வாசகர்கள் தங்கள் வாசிப்பு அனுபவத்தைப் பகிர்ந்துகொள்ளும்போது வெகுஜன இதழ்களில் வெளிவந்த ஒரு வரி, ஒரு நூலின் பெயர் அல்லது ஒரு படைப்பாளியைப் பற்றிய குறிப்பு, ஒரு தேடலின் துவக்க மாக அமைந்ததைக் குறிப்பிடுகின்றனர். பல தீவிர எழுத்தாளர் கள் மற்றும் பண்பாட்டுப் பணியாளர்களின் முதல் அடையாளம் வாசகர் என்பதுதான்.

குஷ்பு மற்றும் சுஹாசினியால் தூண்டப்பட்ட தமிழ்ப் பண்பாட்டு மேளம் உச்சத்தில் இருக்கும் காலம் இது. அரசியல் வாதிகளுடன் 'மாயக் காம உறுப்புகளை மாட்டிக்கொண்டு அவ்வுறுப்புகளை ஓயாமல் நம்மேல் உரசிக்கொண்டிருக்கும்' சின்னத்திரை / பெரிய திரை நடிகர் நடிகைகளும் இதழியல் வியாபாரிகளும் தமிழ்ப் பண்பாட்டு அரிதாரம் பூசிக்கொள்ளும் போது, நடைமுறைத் தமிழ்ப் பண்பாடு என்ன என்பதைப் பார்த்துவிட வேண்டிய தேவை ஏற்படுகிறது.

அத்தகைய ஒரு பதிவு 'கற்பு, கலாச்சாரம், எய்ட்ஸ்' *ஆனந்த விகடன்* 4.12.05 இதழில் வெளிவந்துள்ளது. எய்ட்ஸ் பற்றிய தெளிவான புள்ளி விவரங்களோடு 'எய்ட்ஸ்' களத்தில் செயல் படும் மருத்துவர்கள் மற்றும் பணியாளர்களின் பிரகாசமான மேற்கோள்களுடன் கச்சிதமாக எழுதப்பட்ட கட்டுரை.

வெகுஜனத் தளத்திலிருந்து தீவிர சூழலுக்கும் பாலமாக இருந்துள்ள த. ஜெயகாந்தன், கி. ரா., சுஜாதா போன்ற பலருடைய எழுத்துகளைத் தொடர்ந்து பிரசுரித்துவரும் இதழ் *ஆனந்த விகடன்*. தற்போது பல ஆக்கபூர்வமான விஷயங்களை அறிமுகப் படுத்தி வாசகரைக் கிறங்கடித்துவரும் எஸ். ராமகிருஷ்ணனுக்கும் *ஆனந்த விகடனே* களமாக அமைந்துள்ளது.

'கற்பு, கலாச்சாரம், எய்ட்ஸ்' கட்டுரையை எழுதிய த.செ. ஞானவேலுக்கும் *ஆனந்த விகடனுக்கும்* பாராட்டுகள்.

காலச்சுவடு - 73, ஜனவரி 2006

குமுதம் தீபாவளிச் சிறப்பிதழ்

இந்த ஆண்டு *குமுதம்* வெளியிட்டிருக்கும் தீபாவளிச் சிறப்பிதழ் (4–11–1999) பரவலான கவனத்தைப் பெற்றிருக்கிறது. இந்தக் கவனம் தீவிர இலக்கிய வாசகர்களையும் தாண்டி விரிந்திருப்பதாகக் கிடைக்கும் செய்திகள் மகிழ்ச்சி தருகின்றன. இந்த மலரில் கோவை ஞானியும் கோணங்கியும் சுந்தர

ராமசாமியும் இன்னும் பலரும் இடம்பெற்றுள்ளனர். எதிர் பாராத இந்த உள்ளடக்கத்தின் மூலம் குமுதம் 'முந்திக்கொண்டு விட்ட' உணர்வு பிற வெகுஜன இதழ் அலுவலகங்களில் படர்ந்திருப்பதாக அறியும்போது, மாறுபட்ட ஆரோக்கியமான ஒரு போட்டி வெகுஜன இதழ்களில் உருவாகும் சாத்தியங்கள் தென்படுகின்றன.

அமைச்சர் தமிழ்க்குடிமகனுடன் இலக்கிய வாசகர்களின் விவாதத்தில், அரசியல்வாதிகளின் வழக்கத்திற்கு மாறாக நேரடியான கேள்விகளை வரவேற்று, அதிகம் சுற்றி வளைக்காமல் பதிலளித்திருக்கிறார் திரு. தமிழ்க்குடிமகன். இலக்கியத்தை அது வெளிப்படையாகத் தூண்டும் சமூக சீர்திருத்தக் கருத்துகளை வைத்து மட்டுமே அமைச்சர் மதிப்பிடுவதும் எழுத்தாளர்களின் எழுத்தாற்றலை அவர்கள் பெற்றிருக்கும் வாசக எண்ணிக்கையை வைத்து எடைபோடு வதும், வெகுஜன இதழ்களில் பங்களித்த படைப்பாளிகள் நீங்கலாகப் பிற சமகால எழுத்தாளர்களை அவர் படிப்பதில்லை என்பதும் இந்த விவாதத்தில் வெளிப்படுகின்றன.

இது தவிர வண்ணதாசன், நீல. பத்மநாபன் போன்ற எழுத்தாளர்களின் சிறுகதைகள், கலாப்ரியா, கனிமொழி, மனுஷ்ய புத்திரன் கவிதைகள், வழக்கத்திற்கு மாறான ஞானி – ராஜேஷ்குமார் விவாதம், அ. மார்க்ஸ் – ஞானக்கூத்தன் உரையாடல், முக்கியப் படைப்பாளிகளின் புகைப்படங்கள், ஞானபீட விருது பற்றிய சர்ச்சை ஆகியவற்றுடன் வழக்கமான ரமணிசந்திரன் தொடர்கதை, சுஜாதாவின் சவடால் ஆகியவையும் இடம்பெற்றுள்ளன. மேலும் ஜெயமோகனின் 'சர்ச்சை', க.சீ. சிவக்குமார், கோணங்கி பற்றிய புனைவுகள், தலித் இலக்கியம் பற்றிய அறிமுகம், கவிஞர் ந. ஜயபாஸ்கரன், எழுத்தாளர் தோப்பில் முகம்மது மீரான், எழுத்தாளர் தேனி சீருடையான், வாசகர் சிவதாணு பற்றிய அறிமுகக் குறிப்புகள், சுந்தர ராமசாமியின் நேர்காணல், மு. ராமசாமியின் 'நேற்று இன்று நாளை' நூலிலிருந்து ஒரு பகுதி ஆகியவையும் இடம் பெற்றுள்ளன. கல்கியில் குறிப்பிட்டிருந்தபடி தீவிர இலக்கியச் சூழலுக்கும் வெகுஜன இதழ்களுக்கும் இடையிலான 'பெர்லின் சுவர்' தகர்ந்திருக்குமோ?

இந்த வித்தியாசமான முயற்சியில் மிகுந்த எரிச்சல் ஏற்படுத்திய பகுதி கவிஞர் ரவிசுப்ரமணியனுக்கு ஆறு எழுத்தாளர்கள் எழுதிய கடிதங்கள் அவர்கள் அனுமதியின்று பிரசுரிக்கப்பட்டிருப்பது. வெகுஜன ஊடகங்களின் தாக்கத் திற்கும் பிரசுரத்தின் சமரசங்களுக்கும் ஒழுக்கங்களுக்கும் சற்றே அப்பாலாகச் சிறிது தனித்துவத்துடன் இருந்துவரும் தனிப்பட்ட

கடிதப் போக்குவரத்தைச் சூழலின் மாசிற்கு உட்படுத்தும் 'கடித இலக்கிய' இயக்கத்தில் ரவி ஒரு முன்னோடி. இப்பகுதிக்குக் கொடுக்கப்பட்டுள்ள முன்னுரை இவ்வாறு குறிப்பிடுகின்றது.

> கடிதங்கள் மனிதர்களின் நிர்மலமான மனசின் மொழியைப் பகிர்ந்துகொள்பவை. அங்கு ஒளிவில்லை. மறைவில்லை. பயமில்லை. பகட்டு இல்லை. ஜாலமில்லை. கடிதங்கள் சிருஷ்டித்துத்தரும் உலகம் உன்னதமானது. அலாதியானது. பாசாங்கற்றது. அதிலும் இலக்கியவாதிகளின் கடிதங்கள் இன்னும் விசேஷமானது. (sic)
>
> விரைவில் 'கலாப்ரியாவின் கடிதங்கள்', 'எனக்கு வந்த கடிதங்கள்' என்ற தொகுப்புகளை தொகுத்து வெளியிட இருக்கிறார் கவிஞர் ரவிசுப்பிரமணியன்...

பல பத்து லட்சம் வாசகர்களின் பார்வைக்கு நம் தனிப்பட்ட கடிதங்கள் எந்நேரமும் உட்படுத்தப்படலாம் என்னும் நிலை உருவாகும்போது மேலே குறிப்பிடப்பட்டுள்ள சாதகமான குணங்கள் கடிதங்களில் சாம்பலாகிவிடும் என்பதை எவரும் புரிந்துகொள்ள முடியும். மேலும், அந்தரங்கமான கடிதங்களை எழுதியவர்களின் அனுமதியின்றிப் பல லட்சம் வாசகர்களின் பார்வைக்கு உட்படுத்துவதென்பது, நம் படுக்கை யறையிலிருந்து ரகசியமாக ஒளிபரப்பு செய்யும் வன்முறையுடன் ஒப்பிடக்கூடியது. மேலே உள்ள குறிப்பிற்கு மாறாக ஜாலமும் பகட்டும் பாசாங்கும் நிறைந்தவை பிரசுரமாகியுள்ள சில கடிதங்கள். (ரவி அதிகம் அறியாத சரஸ்வதி ராம்நாத் மற்றும் கந்தர்வன் கடிதங்கள் 'கடித இலக்கியமாக' இல்லை.) யாரும் யாருக்கும் போலியான பாசாங்கான கடிதங்கள் எழுதுவது பற்றி நமக்கு அக்கறை இல்லை. இருப்பினும் இவை பிரசுரிக்கப் பட்டு, 'பகட்டு இல்லை, ஜாலமில்லை' என்ற அடைமொழி களோடு நம் பார்வைக்கு வரும்போது விமர்சனத்திற்கு உள்படுத்த வேண்டியுள்ளது.

கடிதங்களைத் தொகுத்து வெளியிடுவதற்கு ஒரு நீண்ட மரபுண்டு. புகழ்பெற்ற எழுத்தாளுமைகளின் கடிதங்கள் அவர்கள் மறைவிற்கு பின்னரோ அல்லது அவர்களது முதுமைக் காலத்திலோ தொகுக்கப்படுவதுண்டு. இம்மரபு கேள்வியின்றிக் காப்பாற்றப்பட வேண்டுமென்பதோ மீறப்படக் கூடாதென்பதோ எனது எண்ணமல்ல. ஆனால் இங்கு இந்த மீறல் நாசகார விளைவுகளை ஏற்படுத்துவதாகவே கருதுகிறேன்.

ரவி ஏற்கெனவே வண்ணதாசனின் கடிதங்களைத் தொகுத்து வெளியிட உதவியிருக்கிறார். இப்போது கலாப்ரியாவின்

கடிதங்களைத் தொகுக்கப்போவதாக அறிவிக்கப்பட்டுள்ளது. இனி வண்ணதாசனும் கலாப்ரியாவும் நமக்கு எழுதும் கடிதங்கள் நமக்குரியவையல்ல, அவர்களுடைய அடுத்த நூலுக்கான கைப் படிகளே. எனவே கவனத்துடன் பாதுகாத்து ரவி கேட்கும்போது கொடுத்துவிட வேண்டுமென்பதை அனைவரும் கவனத்தில் கொள்வது நல்லது.

மேற்படி *குமுதம்* குறிப்பு ரவி தனக்கு வந்த கடிதங்களையும் தொகுத்து வெளியிடப்போவதாக அறிவித்துள்ளது. இனிமேல் அவருக்கு எழுதப்படும் கடிதங்களையும் அவர் இந்தத் தொகுப் பிலோ அல்லது இதற்கு அடுத்த தொகுப்பிலோ சேர்க்கக்கூடும். எனவே ரவிக்கு இனி கடிதம் எழுதும்போது வழக்கமான பாசம், பட்டாம்பூச்சி, பெண் மனம், மழை (கடித இலக்கிய வாதிகள் கடிதம் எழுதும்போது எப்போதும் மழை பெய்து கொண்டிருப்பது பெரும் அதிசயம்), போலித் தத்துவம் ஆகிய வற்றைச் சேர்ப்பதுடன், நம்முடைய பிம்பத்தை நாமே கட்டமைக்கக் கிடைக்கும் இந்தச் சந்தர்ப்பத்தையும் சாதுரிய மாகப் பயன்படுத்திக்கொள்ளலாம். இந்த அரிய வாய்ப்பிற்காக ரவிக்கு நன்றி கூறக் கடமைப்பட்டுள்ளோம்.

மேலும் *குமுதத்தில்* வெளியிடப்பட்டுள்ள இக்கடிதங்களில் வாசகர்களுக்குச் செய்தி எதுவும் இல்லை. ரவியின் சக எழுத் தாளர்கள் அவருடன் கவிதை பற்றியோ, நூல் பற்றிய கருத்து களையோ அதிகம் பகிர்ந்து கொள்ள விரும்புவதாகத் தெரிய வில்லை. இக்கடிதங்கள் ரவியை மையப்படுத்தி இவற்றைத் தபால் மூலம் பெற்ற பெருமைக்காக, அவருடைய புகைப்படத் துடன் வெளியிடப்பட்டுள்ளன.

பல தீவிர கருத்துகளையும் ஆளுமைகளின் பெயர்களையும் சூழலில் விதைத்துள்ள *குமுதத்திற்குப்* பாராட்டுகள். குறிப்பாக பத்திரிகையாளர்கள் மணாவிற்கும் பாபு யோகேஸ்வரனுக்கும்.

தமிழின் தீவிர இதழ்களின் தாக்கத்துடன் வெளிவந்துள்ள இந்த மலர் அவற்றிலுள்ள பாதகமான குணங்களையும் – அச்சுப்பிழைகள், தகவல் பிழைகள், சில தெளிவற்ற பக்கங்கள் – சேர்த்தே உள்வாங்கியிருப்பதைத் தவிர்த்திருக்கலாம்.

காலச்சுவடு 28, ஜனவரி - மார்ச் 2000

‘இந்தியா டுடே’ பத்தாண்டுச் சிறப்பிதழ்

இந்தியா டுடே தமிழ்ப் பதிப்பு தனது பத்தாண்டு நிறைவைக் குறிக்கும் வகையில் சிறப்பிதழ் (நவம்பர் *3, 1999*) ஒன்றை வெளி யிட்டிருக்கிறது. இதன் ஒரு பகுதியாக கவனம் ஈர்த்த (பத்து) புத்தகங்கள் பற்றிய குறிப்புகள் தொகுத்து வெளியிடப்பட் டுள்ளன. தேர்வு செய்யப்பட்ட நூல்கள்:

‘நல்ல நிலம்’ – பாவை சந்திரன் *(1998)*; ‘விஷ்ணுபுரம்’ – ஜெயமோகன் *(1997)*; ‘கோவேறு கழுதைகள்’ – இமையம் *(1994)*; ‘க்ரியாவின் தற்காலத் தமிழ் அகராதி’ *(1992)*; ‘ஸீரோ டிகிரி’ – சாரு நிவேதிதா *(1998)*; ‘வானம் வசப்படும்’ – பிரபஞ்சன் *(1993)*; ‘அன்னை இட்ட தீ’ – புதுமைப்பித்தன் *(1998)*; ‘சாய்வு நாற்காலி’ –தோப்பில் முகம்மது மீரான் *(1995)*; ‘பனித்துளிக்குள் ஒரு பாற்கடல்’ – ஐ. இரவி ஆறுமுகம் *(1998)*; ‘மனசே ரிலாக்ஸ் ப்ளீஸ்’ – சுவாமி சுகபோனந்தா *(1998)*.

பத்தாண்டுக் காலத்தில் வெளிவந்துள்ள கவனம் பெற்ற பத்து நூல்களின் பட்டியலை வெளியிடும்போது மாறுபட்ட எண்ணங்கள் தோன்றுவது இயல்பு. எல்லோரும் ஏற்றுக்கொள் ளும் பத்து நூல்கள் என்று எவையும் இல்லை. இருப்பினும் இந்த நூல்களைத் தேர்வு செய்ததில் எந்த முறைமையும் பின்பற்றப்பட்டதாகத் தெரியவில்லை. இவற்றில் ஆறு நூல்கள் கடந்த இரண்டு ஆண்டிற்குள் வெளிவந்தவை.

கடந்த பத்தாண்டுக்குள் வெளிவந்த கவனம் பெற்ற நூல்களைப் பலதரப்பட்ட எழுத்தாளர்களின் ஆலோசனை களைப் பெற்றுத் தேர்வு செய்திருப்பதாக அல்லாமல் மேலோட்டமான மனப்பதிவுகளின் அடிப்படையிலே இத் தேர்வு அமைந்துள்ளதாகத் தோன்றுகிறது.

சில ஆண்டுகளுக்கு முன்பு தலித் இலக்கிய எழுச்சியை அங்கீகரிக்கும் வகையில் தடபுடலாக *இந்தியா டுடே* வெளி யிட்ட தலித் சிறப்பிதழ் நினைவுக்கு வருகிறது. வெகுஜனப் பத்திரிகைகளுக்கு உரிய அசட்டையுடன் குறுகிய காலத்தில் அது மறக்கப்பட்டுவிட்டதை இந்தப் பட்டியல் தெளிவுபடுத்து கிறது. தலித் இலக்கிய மற்றும் அரசியல் நூல்களை அதிக அளவில் வெளியிட்டிருக்கும் விடியல் பதிப்பகத்தின் எந்த நூலும் இந்தப் பட்டியலில் இல்லை. கவனம் பெற்ற நூல்களின் வரிசையில் அ. மார்க்ஸ், ரவிக்குமார், ராஜ் கௌதமன் ஆகியோரின் நூல்கள் இடம் பெறாதது வெறும் விடுதல்தானா என்பது தெரியவில்லை. பெண் ஆசிரியர்கள் எவருமே இந்தப்

பட்டியலில் இல்லை. அதிலும் அழகியநாயகி அம்மாளின் 'கவலை', பாமாவின் 'கருக்கு' போன்ற இரண்டும் அதிகமான கவனம் பெற்ற நூல்கள் இந்தப் பத்தாண்டில் வெளிவந்திருக்கும் போது. (*இந்தியா டுடே* பெண்கள் சிறப்பிதழும் வெளியிட்டது.)

'விஷ்ணுபுரம்' பற்றிய குறிப்பில் உறுத்தலான வாக்கியம் ஒன்று திணிக்கப்பட்டுள்ளது: '...இந்தப் படைப்பு பல இலக்கியவாதிகள், விமர்சகர்களின் பாராட்டைப் பெற்றாலும் பரவலான வாசகர் வட்டத்தில் எதிர்பார்த்த வரவேற்பைப் பெறவில்லை என்று சொல்லப்படுகிறது."

இதுபோன்ற ஒரு வாக்கியம் பிற ஒன்பது நூல்கள் பற்றிய குறிப்பிலும் இல்லை என்பதோடு இது *இந்தியா டுடே*யின் பொதுப் பண்பிற்கே மாறானது. 'விஷ்ணுபுர'த்தின் வாசக வரவேற்பை அறிய *இந்தியா டுடே* கருத்துக் கணிப்பு ஏதேனும் நடத்தியிருந்தால் அதன் முடிவுகளை வெளியிட்டு உதவ வேண்டும். அல்லது இந்த அளவு கனதியான, விலை மிகுந்த இலக்கிய நூல் தமிழில் ஓராண்டுக்குள் விற்பது அதிசயம், ஆனால் 'விஷ்ணுபுரம்' விற்பனையாயிற்று என்பதை வாசக வரவேற்பின் அடையாளமாகக்கொண்டு இந்த வாக்கியத்தை 'வாபஸ்' வாங்கிக்கொள்ளலாம்.

காலச்சுவடு 28, ஜனவரி - மார்ச் 2000

❍

சுமி சூப்பர் மார்க்கெட்

*கல்கி*யில் 'சுமி சூப்பர் மார்க்கெட்' என்ற பகுதி தொடர்ந்து வெளிவருகிறது. நிகழ்வுகள், நூல்கள், ஆளுமைகள் பற்றி வாசகர்களுக்கு அறிமுகப்படுத்தும் பகுதி. பல முக்கியமான நூல்களும் ஆசிரியர்களும் இப்பகுதியில் அறிமுகம் செய்யப்படுவதுண்டு. *காலச்சுவடு*ம் அதன் வெளியீடுகளும் பல முறை இதில் கவனம் பெற்றிருக்கின்றன. வெகுஜன இதழில் வரும் பகுதி என்ற முறையில் இதன் மேலோட்டமான அணுகுமுறையைப் புரிந்துகொள்ள முடியும். அதே நேரத்தில் இதில் பயன்படுத்தப்படும் தமிழின் 'கிளைமொழி'யைக் கவனப்படுத்த விரும்புகிறேன்.

காலச்சுவடு (27) இல் வெளிவந்த 'மரியா' கதையைப் பற்றி சுமி எழுதியதிலிருந்து ஒரு பகுதி.

> ரீஸண்டா வந்திருக்கற காலச்சுவடு இஷ்யூல லத்தீன் அமெரிக்க ரைட்டர் மார்க்யூஸோட ஒரு ஷார்ட்

> ஸ்டோரி – ட்ரான்ஸ்லேஷன் படிச்சேன். மார்க்யூஸோட பாபுலாரிடிக்கு அவரோட மாஜிக்கல் ரியலிஸத்தை விட, 'எளிமை'தான் முக்கியக் காரணமா இருக்கணும்னு தோணிச்சு. சின்னச் சின்ன செண்டன்ஸஸ், கவித்து மான வருணனைகள் . . .

வெகுஜன இதழ் என்று சலுகை காட்டிப் பார்க்கும்போது கூட இந்த மொழி (?) மிகுந்த எரிச்சல் ஊட்டுகிறது. சகஜமாக வழக்கத்திலுள்ள தமிழ்ச் சொற்கள்கூடத் தவிர்க்கப்பட்டுள்ளன. பெருநகரத்தின் பேச்சு மொழியில் ஆங்கிலம் கலந்து எழுதுவதைக் கூடச் சகித்துக்கொள்ளலாம். இது அதையும் மீறிய அடாவடித் தனமான ஆங்கிலத் திணிப்பு. தமிழில் நஞ்சைக் கலப்பதற்குச் சமமான செயல். இதைவிட நேரடியாகவே ஆங்கிலத்தில் எழுதித் தொலைத்துவிடலாம்.

காலச்சுவடு 28, ஜனவரி - மார்ச் 2000

O

ஒரு ரயில் பயணம்

குமுதம் 29.3.2001 இதழில் கோணங்கியின் 'பாழி' நாவலுக்கு ரயிலில் நடந்த ஒரு விமர்சனக் கூட்டம் பற்றி இரண்டு பக்கக் கட்டுரை, சில புகைப்படங்கள், கோணங்கியின் சிறிய பேட்டி ஆகியவை இடம்பெற்றுள்ளன. இந்திய மனதிற்கும் ரயில் பயணத்திற்கும் இடையே ஏற்பட்டுள்ள உறவு நுட்பமும் அதிசயமும் நிறைந்தது. இந்த உறவின் கவர்ச்சியை இலக்கியச் செயல் பாட்டுடன் இணைத்த யோசனை அருமையானது.

குமுதம் பேட்டியில் கோணங்கி, அவருடைய எழுத்து,

> 'மீடியாவிற்கு எதிரான போர். கதை உட்பட எல்லாமே மீடியாவின் பகுதியாகிவிட்டது. எனவே மீடியா தன தாக்கிக்கொள்ள முடியாத ஒரு சொல்லை கதையாக்கி யிருக்கிறேன் அல்லது ஒரு கதையை சொல்லாக்கி விடுகிறேன். இந்த ரசவாத மாற்றத்தை மீடியாவால் கிரகித்துக்கொள்ள முடியாது'

என்று குறிப்பிடுகிறார்.

இந்த விமர்சனக் கூட்டம், அழைக்கப்பட்டவர்களுக்கும் 'பாழி'யைப் படித்தவர்களுக்கும் மட்டுமே என அழைப்பிதழ் அறிவிக்கிறது. சுமார் 30 பேர் கலந்துகொண்டதிலிருந்து இரண்டாவது தகுதி சிறிது நெகிழ்த்தப்பட்டிருக்கலாம் என

ஊகிக்கிறேன். சிறுபத்திரிகை ஆசிரியர்கள் யாரும் கலந்துகொண்டதாகத் தெரியவில்லை. இருப்பினும் அழைப்பிதழ் *குமுதத்திற்குப்* போயிருக்கிறது. நான் அறிந்தவரை வேறு எந்த இலக்கியக் கூட்டத்திற்கும் தராத முக்கியத்துவத்துடன் *குமுதத்தில்* இக்கூட்டம் பதிவு செய்யப்பட்டுள்ளது. முன்னர் *குமுதம்* வெளியிட்ட தீபாவளி இலக்கியச் சிறப்பிதழில் கோணங்கிக்கு முக்கியத்துவம் அளிக்கப்பட்டதை இங்கு நினைவுபடுத்திக்கொள்ளலாம்.*

நமது கலகக்காரர்கள், குடிமக்கள், போராளிகள் எல்லோரும் வெகுஜன ஊடகங்களுக்கு *exotic*க்கான பொருள்களாக மாறி வரும் காலத்தில் இருக்கிறோம். 90களின் கடுமையான இலக்கிய, தத்துவ இயக்கம் *நிறப்பிரிகை, சுபமங்களா, காலச்சுவடு* மற்றும் பிற சிற்றிதழ்கள், *இந்தியா டுடே* இலக்கிய மலர்கள், *தினமணி, தமிழ் மணி* மற்றும் இலக்கிய மலர்கள் வழி வெகுஜனத் தளத்தில் ஏற்படுத்திய உடைவை வெகுஜன ஊடகங்கள் பல மாதிரிகளில் எதிர்கொள்கின்றன. கடந்த சில மாதங்களாகக் *குமுதத்தைப்* படித்துவரும் வாசகன் தீவிர இலக்கிய உலகைப் பற்றிக் கீழ்க்கண்ட முடிவுகளுக்கு வந்திருப்பான்.

இலக்கியவாதிகள்,

1. வேலையற்ற ஊதாரிகள்
2. அசட்டு லட்சியவாதிகள்
3. குடிகாரர்கள் – குடிப்பதற்காகவே இலக்கியச் சந்திப்புகளை நிகழ்த்துபவர்கள்
4. அவுத்துப் போட்டுவிட்டு ஆடுபவர்கள்
5. குழுச் சண்டைக்காரர்கள்

இந்தப் பதிவுகள் அனைத்திலும் தீவிர இலக்கியத்தைத் தொட்டுக்கொண்டு வெகுஜனக் கலாச்சாரத்தை உண்டு வாழும் ஜீவன்களின் தீவிர இலக்கிய உலகு மீதான தீராத எரிச்சல் நிலத்தடி நீரைப் போல் கசிந்துகொண்டிருப்பதைப் பார்க்கலாம்.

கோணங்கியின் செயல்பாடுகளைக் 'கோணாங்கி'த் தனங்களாக மாற்றி உள்வாங்குவதில் வெகுஜன ஊடகங்களுக்குப் பிரச்சனை இல்லை. அவர்களுக்கு மிகவும் பிடித்த 'வித்தியாசம்' இதில் இருக்கிறது. போர்?

காலச்சுவடு 35, மே - ஜூன், 2001

---

* மார்ச் 2007 *ஆனந்த விகடனில்* கோணங்கி பற்றிய புகைப்படங்களுடன் கூடிய புனைவு ஒன்று இடம்பெற்றுள்ளது.

தியாகச் சுடர்கள்

சமீபத்திய பயணம் ஒன்றில் என் நண்பர் – கவிஞர் ஒருவருடன் இரண்டாம் ஜாமத்தில் உரையாடிக்கொண்டிருந்தேன். ஒரு கட்டத்தில் பேச்சு இலக்கியச் சூழல், நூல் விற்பனை என்று உருள ஆரம்பித்தது. தனது கவிதைத் தொகுதி வெளிவந்து சில ஆண்டுகளுக்குப் பின்னரும் வீட்டில் கட்டுகளாகக் கிடப்பது மனதைப் பாதிப்பதாக அவர் வருந்தினார். அவரது மன அவசத்தை என்னால் நெருங்க முடிந்தது. அவரே ஆசையாகவும் நேர்த்தியாகவும் வெளியிட்ட தொகுப்பு அது. என்னுடைய அனுமானத்தில் இதற்குள் விற்பனையாகியிருக்கும் என்று நான் நினைத்த ஒரு தொகுப்பு தேங்கிக் கிடப்பது எனக்கு வியப்பை அளித்தது.

நண்பரிடம் அவருடைய தொகுதி கடந்த சென்னைப் புத்தகச் சந்தையில் எத்தனைப் பிரதிகள் விற்பனையாயின என்று கேட்டேன். புத்தகச் சந்தையில் நூலை வினியோகிக்க வில்லை என்றார் அவர். வினியோக உரிமை கொண்டிருக்கும் ஆர்வலர் புத்தகச் சந்தையில் இவரது தொகுதி விற்பனை ஆகாது என்று கூறிவிட்டாராம். புத்தகம் புத்தகச் சந்தையில் விற்பனையாகாமல் வேறு எங்கு விற்பனை ஆகும் என்றும், சென்னைப் புத்தகச் சந்தையில் புத்தகம் விற்பனையாகாமல் என்னதான் விற்பனையாகிறது என்றும் – நான் புத்தகச் சந்தையை அதுவரை பார்த்ததில்லை – கேட்டேன். கவிஞரும் ஆர்வலரும் தேடிவரும் உன்னத வாசகனுக்காகப் பூட்டிய வீட்டில் காத்திருப்பதாக எனக்குத் தோன்றுகிறது.

படைப்பாளியின் வேலை படைப்பதும் அதற்காக உழைப்பதும்தான். அவர்களே அவர்களது படைப்புகளை வெளியிட்டு வினியோகிக்கும் நிலை மாற வேண்டும். மாறிக்கொண்டும் இருக்கிறது. பல இளம் படைப்பாளிகளின் படைப்புகளை கௌரவமான முறையில் ‘தமிழினி’ வெளியிட்டுவருகிறது. தலித் படைப்பாளிகளுக்கு வெளியீட்டு வாய்ப்பை அளிப்பதுடன் முக்கியமான சில மொழிபெயர்ப்புகளையும் ‘விடியல்’ வெளியிட்டு வருகிறது. ‘ஸ்நேகா’, ‘காவ்யா’ போன்ற பதிப்பகங்களையும் இந்தப் பட்டியலில் சேர்க்கலாம். நூல் சந்தை இன்னும் சூடு பிடிக்கும்போது மேலும் சில பதிப்பகங்கள் உருவாகும்.

ஜோசியமும், வாழ்க்கை முன்னேற்ற நூல்களும் வெளியிட்டுக்கொண்டிருந்த பதிப்பாளர்கள் தரமான இலக்கிய நூல்களை உருவாக்கும் பணியில் ஈடுபடத் துவங்கியிருப்பதுகூட ஒருவிதத்தில் சாதகமானதுதான். இலக்கியம் செலவாணி ஆவதுடன் ஒரு பதிப்பகத்திற்குத் தேவையான கௌரவ

முத்திரையைத் தருவதாகவும் ஏற்பட்டு வருவது அவசியமான மாற்றம்தான்.

இப்போது வியாபாரம் x தியாகம் என்ற முரணைப் பார்க்கலாம். ஒரு காலகட்டத்திற்கு மிகவும் புதுமையான அல்லது காலத்திற்கு முந்திய சில முயற்சிகளை, முன்னோடிச் செயல்பாடுகளை முன்னெடுப்பது கடுமையான ஒரு பயணமாக அமையலாம். தமிழில் இத்தகைய செயல்பாட்டிற்கும் தியாகத் திற்கும் ஒரு சிறந்த உதாரணமாக இருப்பவர் சி.சு. செல்லப்பா. மிகுந்த கட்டுப்பாட்டுடனும் சிக்கனத்துடனும் தொழில் திறனுடனும் தன் பணிகளைச் செய்தவர் அவர். அவரது முயற்சிகள் முன்னோடியானவை என்பதால் பொருளாதார ரீதியில் அவர் தோல்வி அடைய நேரிட்டது. தோல்வியை அவர் வரவேற்கவில்லை. தியாகச் சுடராகத் தன்னைக் கற்பனை செய்துகொள்ளவில்லை. எப்போதும் புலம்பியதில்லை. வினியோக முயற்சியில் கௌரவமான, நேர்மையான உத்தி களையும் கையாள அவர் தயங்கியதில்லை. நூல்களை ஊர் ஊராகத் தூக்கிச் சென்று நேரடியாக விற்பனை செய்யத் துணிந்தார் அவர். *எழுத்தில்* வெளிவந்த இந்த விளம்பரங்களைப் பாருங்கள். (அடுத்த பக்கங்களில் பார்க்க) சில கற்பனைச் சித்திரங்களை இவை கலைக்கும்.

எழுத்து முதல் இதழில் 'கடன் வாங்கிக் கல்யாணம்' திரைப்பட விளம்பரம் – சிற்றிதழ் மரபிற்கான ஆதாரக் கருத்து களை முன்வைத்த சி.சு. செல்லப்பாவின் தலையங்கத்திற்கு இடையில் – இடம்பெற்றுள்ளது. புதுமைப்பித்தன் சிறப்பிதழாக வெளிவந்த *எழுத்து* 7 பின்னட்டையில் 'தமிழ் மணம் கமிழும்' 'நாலு வேலி நிலம்' திரைப்பட விளம்பரம் இடம் பெறுகிறது. 'வாடிவாசல்' குறுநாவலுக்கு ஜல்லிக்கட்டு புகைப்படத்துடன் கூடிய பின்னட்டை விளம்பரம் தொடர்ச்சியாகப் பல இதழ்களில் வெளிவந்துள்ளது. பல பின்னட்டைகளில் *எழுத்து* பிரசுரத்தின் விளம்பரங்கள், நூல்களை வாங்கத் தூண்டும் வாசகங்களுடன் இடம்பெற்றுள்ளன. 'ஜனவரி முதல் எழுத்து அதிக பக்கங்களுடன் புதிய அம்சங்களுடன் வெளிவரும்' என்று அறிவிக்கிறது ஒரு பின்னட்டை விளம்பரம். அமெரிக்க இலக்கியங்களைப் போலவே அமெரிக்கப் பாணி விளம்பர உத்திகளும் விற்பனை முறைகளும் செல்லப்பாவைக் கவர்ந் திருக்கின்றன.

எழுத்து சிற்றிதழாக வெளிவருவதன் நோக்கம் 'வாசகர் களின் தொகையை கட்டுப்படுத்திக்கொள்வதற்கு அல்ல: இலக்கிய வாசகர்களைத் தேடிப்பிடிப்பதுதான் *எழுத்துக்கு* நோக்கம்' என்று தன் பார்வையைத் தெளிவாக முன்வைக்கிறார் சி.சு. செல்லப்பா (*எழுத்து* இதழ் 1 – ஜனவரி 1959).

EZHUTTHU Regd. No. M.7109

பாதி விலைக்கு ஆண்டு சந்தா !

ஒரு அரிய வாய்ப்பு

ஆகஸ்ட் 15 வரையில்
சந்தாதாரர்களாக
சேர்பவர்களுக்கு

இந்த 18 மாத காலத்தில் 'எழுத்து' தமிழ் இலக்கியத் துறையில் தன் ரகத்தில் தனியொரு புதுமை முயற்சிஎன பெயர் பெற்று விட்டது. 'எழுத்து'வை அறிவுப் பெட்டகம் என பத்திரப்படுத்தி வைக்கிறார்கள் வாசகர்கள்.

நீங்கள் எழுத்துபற்றி கேட்டிருக்கலாம். நண்பர்களிடம் வாங்கிப் படித்திருக்கலாம். ஆனால் உங்களிடம் அது என்றைக்கும் இருக்கவேண்டிய பொக்கிஷம்.

இப்பொழுது உங்களுக்கு அபூர்வமாகக் கிடைக்கும் ஒரு வாய்ப்பை எப்படி பயன்படுத்திக் கொள்ளப் போகிறீர்கள் ?

பின் வருவதை ஊன்றிப் படிக்கவும் :

எழுத்துவின் வழக்கமான சந்தா ரூ. 5.00 தனிப்பிரதி 50 ந. பை. ஆனாலும், புது சந்தாதாரர்களுக்கு இரு புதுச் சலுகைகள் கிடைக்கின்றன.

1. வாடிவாசல் (சி. சு. செல்லப்பா எழுதிய ஜல்லிக்கட்டு நாவல், விலை ரூ. 1.00) சிறந்த இலக்கியத்தர நூல் அன்பளிப்பாக கிடைக்கும்.
2. எழுத்து சந்தாதாரர்களாக ஜூலை முதல் சேர்பவர்களுக்கு ஜனவரி 60 முதல் ஜூன் முடிய உள்ள 6 ஏடுகளும் (ரூ. 2.50 பெறுமானம்) ரூ. 1-க்கு அடையாள விலைக்குத் தரப்படுகிறது.

எனவே

நீங்கள் ரூ. 6-க்கு, ஜூலை முதல் ஒரு ஆண்டுக்கு. 12 'எழுத்து'களும் அன்பளிப்பாக வாடிவாசல் நாவலும் ஜூன் வரை உள்ள முன் 6 ஏடுகளும் பெறுகிறீர்கள். எட்டரை ரூபாய்க்கு (5+1+2.50) ரூ. 6.00 தான் தருகிறீர்கள். கிட்டத்தட்ட பாதிவிலை !

ஆகவே

இது ஒரு அபூர்வமான செயல்முறை ஆதலால் தவணை தரப்பட்டிருக்கிறது. நீங்கள் இதைப் படித்ததும் உடனடியாக ரூ. 6 அனுப்பி சந்தாதாரர் ஆகி சலுகைகளைப் பெறவும்.

எழுத்து 19-A, பிள்ளையார் கோவில் தெரு, திருவல்லிக்கேணி, சென்னை-5

EZHUTTHU Edited and Published by C. S. Chellappa from 19-A, Pilliar Koil Street, Triplicane, Madras-5
Printed by M. Ramanatha Rao for Central Press

எழுத்து – 19, ஜூலை 1960

இன்று செல்லப்பா போன்ற முன்னோடிகளின் தாக்கம் திரிக்கப்பட்டு, தீவிர இயக்கத்தை முன்னெடுக்கும் முயற்சிகளுக்கு எதிராக நிறுத்தப்படுகிறது. கடும் உழைப்பின் விம்மலுக்கு மாற்றாகச் சோம்பேறி மடங்களின் ஊளைச்சத்தம் சிலாகிக்கப் படுகிறது. முன்னோடி முயற்சிகள் தோல்வி அடையலாம். (செல்லப்பாவின் பதிப்பு முயற்சிகள் ஒரு கட்டத்திற்கு மேல் தொடர முடியாமல் போனதற்கு அக்காலத்திற்கு முந்தியதாக அவரது முயற்சி அமைந்துவிட்டதுதான் காரணம் என்பது

ஒரு வேண்டுகோள்

அன்புள்ள வாசகர்களே,

எழுத்து, எழுத்து பிரசுரம், நான் மூன்றும் ஒன்ருகப் பிணைக்கப்பட்டு பத்தாண்டுக் காலமாக செயல்பட்டு வரும் ஒரு முக்கூட்டு முயற்சி. விமர்சனத்துக்காக ஒரு பத்திரிகையையும் இலக்கியத்தரமான, மற்ற புத்தக பிரசுரங்கள் போட முன்வராத எழுத்தாளர்களது நல்ல படைப்புகளை புத்தகமாக கொண்டுவர ஒரு பிரசுரத்தையும் சேர்த்து துணிந்து ஒருவனுக நடத்தி வருவது அவ்வளவு சுலபமான காரியமாக இல்லை. எழுத்து, எழுத்து பிரசுரம் இரண்டையும் வைத்துத்தான் நான். என்னை வைத்துதான் அவை இரண்டும் தொடர்ந்து வளர திடமான இலக்கியப் பணிக்கு போதிய ஆதரவு அவசியம். வாசகர்களிடமிருந்து எதிர் பார்க்கிறேன். அதுக்கான ஒரு திட்டம் போட்டிருக்கிறேன். கீழே விவரம். வேண்டுகோளை பொருட்படுத்தி தக்க ஆதரவு தரும்படி கேட்டுக் கொள்கிறேன்.

சி. சு. செல்லப்பா

12 எழுத்தும் 2 புத்தகங்களும்!

ரூபாய் 15 கொடுத்து எழுத்துக்கு 1969 ஜனவரி முதல் மூன்று ஆண்டு சந்தாதாராக சேர்ந்தால் **12** காலாண்டு ஏடுகள் கிடைப்பதோடு **அன்பளிப்பாக** பின்வரும் பிரிவுகள்படி புத்தகங்கள் அன்பர்களுக்கு கிடைக்கும்.

அன்பளிப்பாக

1. **சத்யாக்ரகி** (காந்திகால சிறுகதைகள்)
   சி. சு. செல்லப்பா — ரூ. 4-00
2. **ஆண் சிங்கம்** (சிறுகதைகள்)
   வல்லிக்கண்ணன் — ரூ. 4-00
3. **அக்ல்யை** (ஓரங்க நாடகங்கள்)
   கு. ப. ராஜகோபாலன் — ரூ. 4-00
4. **சில விஷயங்கள்** (கட்டுரைகள்)
   சிட்டி — ரூ. 3-00
   வாடிவாசல் (நாவல்) — ரூ. 1-00
   சி. சு. செல்லப்பா
5. **சில விஷயங்கள்** — ரூ. 3-00
   கோடைவயல் (கவிதைகள்) — ரூ. 1-24
   தி. சோ. வேணுகோபாலன்
6. **வெள்ளை** (சிறுகதைகள்)
   சி. சு. செல்லப்பா — ரூ. 3-00
   வாடிவாசல் — ரூ. 1-00
7. **வெள்ளை** — ரூ. 3-00
   கோடைவயல் — ரூ. 1-00
8. **கனவுப் பறவை** (சிறு கதைகள்)
   கர்ணன் — ரூ. 2-50
   வாடிவாசல் — ரூ. 1-00
9. **கனவுப் பறவை** — ரூ. 2-00
   கோடை வயல் — ரூ. 1-25
10. **வழித்துணை** (கவிதைகள்)
    ந. பிச்சமூர்த்தி — ரூ. 2-00
    கோடை வயல் — ரூ. 1-25
    வாடிவாசல் — ரூ. 1-00
11. **புதிய பாதை** (நாடகம்)
    கோமல் சாமிநாதன் — ரூ. 3-00
    வாடி வாசல் — ரூ. 1-00
12. **புதிய பாதை** — ரூ. 3-00
    கோடைவயல் — ரூ. 1-25

குறிப்பு: அன்பர்கள் தங்கள் சந்தாவை அனுப்பும்போது எந்தப் பிரிவு புத்தகங்கள் வேண்டும் என்று தெரிவிக்க வேண்டும் தபாலில் பெற விரும்புபவர்கள் ஒரு ரூபாய் சேர்த்து அதாவது ரூபாய் 16-00 அனுப்பவேண்டும். வி. பி. பி. யிலும் அனுப்ப முடியும். பொங்கல் பரிசாக உங்கள் நண்பர்களுக்கும் பரிசுசந்தா கட்டி இலக்கிய உறவு ஏற்படுத்தித் தரவும்.

முகவரி: எழுத்து—19A, பிள்ளையார் கோவில் தெரு, சென்னை-5.

EZHUTTHU Edited and Published by C. S. Chellappa, from 19-A, Pilliar Koil Street, Madras-5. Printed by A. Rajaram for Ramalakshmi Press, 97, Big Street, Madras-5,

எழுத்து – 114, அக். – டிச. 1968

என் கணிப்பு) ஆனால் தோல்வி அடைந்தால் முன்னோடி ஆக முடியாது. தியாகிகள் பிறரால் அவ்வாறு கணிக்கப்படுகிறார்கள். தானே சூட்டிக்கொள்ளும் மாலை அல்ல 'தியாகி' பட்டம். கடும் பயணத்தின் சிகரம் அது. திட்டமிட்டுக் குட்டித் தோல்விகளை அடைவது மிக எளிதானது. அதைப்பற்றி மிகையாகப் புலம்புவது சுகமானதும்கூட. எந்த உழைப்பும் இன்றி, செய்திறனும் இன்றி, திட்டமோ, நோக்கமோ,

அரசியலோ இன்றி சவடாலை மூலதனமாகக் கொண்டு கனவுகளின் மயானத்தில் இடம் தேடுபவர்களும், தோல்வியைக் கட்டித்தழுவி தியாகமாக உருமாற்றிச் சுவைப்பதில் போதை காண்பவர்களும் தியாகச் சுடர் ஆக முடியாது.

காலச்சுவடு 36, ஜூலை - ஆகஸ்ட், 2001

○

பின்நவீனத்துவ 'டெஹல்கா'

*1994*ஆம் ஆண்டு நியுயார்க் பல்கலைக்கழக இயற்பியல் பேராசிரியர் அலன் சோக்கல், மதிப்புமிகுந்த டியூக் யுனிவர் சிட்டி பிரஸ்ஸினால் பிரசுரிக்கப்படும் *சோஷியல் டெக்ஸ்ட்* என்ற புகழ்பெற்ற பண்பாட்டு ஆய்விதழுக்கு ஒரு கட்டுரையைச் சமர்ப்பித்தார். கட்டுரையின் தலைப்பு *'Transgressing the Boundaries: Toward a Transformative Hermeneutics of Quantum Gravity.'*

*சோஷியல் டெக்ஸ்டி*ன் ஆசிரியர் குழுவிலிருந்த ஐவர் அந்தக் கட்டுரையைப் பரிசீலித்துப் பிரசுரத்திற்குத் தேர்வு செய்தனர். இக்கட்டுரை 1996 *சோஷியல் டெக்ஸ்டி*ன் 'அறிவியல் போர்கள்' என்ற தலைப்பிட்ட இரட்டைச் சிறப்பிதழில் பிரசுரமாயிற்று.

சோஷியல் டெக்ஸ்ட் இதழ் வெளிவந்ததும் அலன் சோக்கல் ஒரு அறிவிப்பை வெளியிட்டார். அதில் அவர் தன்னுடைய கட்டுரை ஒரு சீரியசான கட்டுரை அல்ல என்றும் பின்நவீனத்துவக் கட்டுரைகளைப் பகடி செய்தே இக்கட்டு ரையை எழுதியதாகவும் தெரிவித்தார். அவருடைய நோக்கம் பின்நவீனத்துவ ஆய்வு முறைமையைச் சோதித்துப் பார்ப்பது. அபத்தமான பல கருத்தாக்கங்கள் கொண்ட ஒரு கட்டுரையைச் சரியான தொனியில் எழுதி, அது பின்நவீனத்துவ அறிஞர் களைக் குளிர்விக்கும் கருத்தாக்கங்களையும் உள்ளடக்கி யிருந்தால், *சோஷியல் டெக்ஸ்ட்* போன்ற, புகழ்பெற்ற அறிஞர்களைத் தன் தேர்வுக்குழுவில் கொண்டிருக்கும் ஒரு இதழைக்கூட ஏமாற்றிவிட முடியும் என்று சோக்கல் நிரூபித்தார்.

பின்நவீனத்துவ அறிஞர்களை ஏமாற்ற அவர் கையாண்ட வழிமுறைகள் இவை:

1. நடப்பிலுள்ள பின்நவீனத்துவ எழுத்துமுறை, தொடர்கள், ஒற்றை மேற்கோள் குறிகள் போன்றவற்றைப் பயன் படுத்தியது.

2. சோஷியல் டெக்ஸ்ட் இதழின் ஆசிரியர்களின் சார்புகளை ஆதரிக்கும், அவர்களை சந்தோஷப்படுத்தும் விதத்தில் எழுதியது.

3. 12 பக்கத்திற்கு அடிக்குறிப்புகளும் 10 பக்கத்திற்குச் சான்றுப் பட்டியலும் சேர்த்தது.

4. பின்நவீனத்துவவாதிகளின் பிரியத்திற்குரிய அறிஞர்களை – டெரிடா, லக்கான் – கட்டுரையில் பாராட்டியது.

Quantum gravity (*Quantum* = சிப்பம், *gravity* = ஈர்ப்பு) பற்றிய சமீபத்திய ஆராய்ச்சிக் கண்டுபிடிப்புகள், 'புற நிலைப் பார்வை', 'முழுமுற்றான உண்மை' போன்றவை பற்றிய பின்நவீனத்துவ அறிஞர்களின் விமர்சனங்களுக்கு ஏந்தலாக இருப்பதாகக் கட்டுரையில் சோக்கல் குறிப்பிடுகிறார். இதிலிருக்கும் நக்கல் அபாரமானது. முதலில் '*Quantum gravity*' என்பது ஒரு கோட்பாட்டுச் சாத்தியம் மட்டுமே. அதன் அளவு ஒரு சென்டிமீட்டரில் கோடானுகோடியின் ஒரு பகுதி என்ற ரீதியில் இருப்பதாகும்.

மேற்படி நிகழ்வு பின்நவீனத்துவம் பற்றிய பெரும் சர்ச்சைகளுக்கு வழிவகுத்தது. இந்தியாவில் *EPW* இதழ் இவ்விவாதங்களை 1998இல் ஒரு சிறப்புப் பகுதியாக வெளியிட்டது (இக்குறிப்பிலுள்ள விவரங்கள் இப்பகுதியிலிருந்தே எடுக்கப்பட்டுள்ளன). அலன் சோக்கல், மீரா நந்தா போன்றவர்கள் அதில் பங்களித்துள்ளனர்.

பல ஆண்டுகளுக்கு முன்னர் நடந்த இச்சம்பவத்தைப் பற்றி இப்போது ஏன் எழுத வேண்டும் என்ற கேள்வி உங்கள் மனதில் எழுந்திருக்கும். இதற்குக் காரணம், உங்களால் நம்ப முடியாத நகைப்பிற்குரிய ஒரு செயலை நமது பின்நவீனத்துவக் கொழுந்துகள் செய்துள்ளனர்.

'கறுப்பு' என்ற ஒரு தொகுப்பு அண்மையில் வெளிவந்துள்ளதை அறிந்திருப்பீர்கள். பின்நவீனத்துவத்தின் தலைநகரான பாரீசில் வசிக்கும் ஷோபா சக்தியும் சுகனும் இதன் தொகுப்பாசிரியர்கள். சென்னையில் தயாரிக்கப்பட்டு, அடையாளம் பதிப்பகத்தால் வெளியிடப்பட்டுள்ள இந்தத் தொகுப்பு, பின்நவீனத்துவம் பற்றி நமக்குப் பல ஆண்டுகளாகப் பாடம் எடுத்துவரும் பேராசான் அ. மார்க்சின் ஆலோசனையுடனும் ஆசிர்வாதத்துடனும் ('எத்தனங்களைச் சாத்தியங்களாக நிகழ்த்துபவர்') வெளிவந்துள்ளது.

2002இல் வெளிவந்த இந்தத் தொகுப்பில் அலன் சோக்கலின் மோசடிக் கட்டுரை மொழிபெயர்க்கப்பட்டுச் சேர்க்கப்

பட்டுள்ளது! நக்கலாக அல்ல. சோக்கல் விவகாரம் பற்றிய அறியாமை காரணமாக. அ. மார்க்ஸ் ஒரு பின்நவீனத்துவ அறிஞர் மட்டுமல்ல, ஒரு இயற்பியல் பேராசிரியரும்கூட என்பது இங்கு கவனத்திற்குரியது.

இந்த அபத்தம் தொகுப்பு வெளிவந்ததுமே வெளிப்பட்டு, உரியவர்களின் கவனத்திற்கும் போய்விட்டது. இருப்பினும் இந்த ஓராண்டில் எந்த விளக்கமும் தரப்படவில்லை. வருத்தம் தெரிவிக்கவில்லை. மௌனம். மயானத்தின் மௌனம்.

சரி, அது போகட்டும். தமிழின் பேரறிஞர்கள் ஏதேனும் சொல்வார்கள் எனக் காத்திருந்தேன். நூல் வெளியீட்டில் பேசிய அறிஞர்கள், மதிப்புரை செய்த அறிஞர்கள், பிற நவீனக் கோட்பாட்டு அறிஞர்கள் யாருமே இதுவரை ஒரு சப்தம்கூட எழுப்பவில்லை.

“வரலாறு தன்னை இருமுறை நிகழ்த்திக்கொள்கிறது. முதல்முறை சோக நாடகமாக; இரண்டாம் முறை கேலிக் கூத்தாக.” அசல் மார்க்ஸ் கூறியது இது.

காலச்சுவடு 50, நவ. - டிச. 03

சிற்பி என்றால் இசை ஞானி

அகில இந்திய வானொலிக்காக ஒரு சிறிய பணி யாற்றும் சந்தர்ப்பம் சமீபத்தில் ஏற்பட்டது. நேரடி ஒலிபரப்பு, நேயர்களுடன் 'போன் – இன்' உரையாடல், நிகழ்ச்சித் தயாரிப்பு போன்ற பணிகளுக்காகப் பணியாளர்கள் தேவை என வானொலி மூலம் அறிவிக்கப்பட்டிருந்தது. சுமார் 70 பட்டதாரிகள் விண்ணப்பத்திருந்தனர். அவர்களுடைய திறன்களை மதிப்பிட மூவர் குழு அமைக்கப்பட்டிருந்தது. இருவர் வானொலி நிலையம் சார்ந்தவர்களாகவும் ஒருவர் வெளியிலிருந்தும் இடம்பெற வேண்டும் என்பது நியதி. இம்முறை என்னை அழைத்திருந்தனர்.

மூன்று நாட்களில் சுமார் எழுபது இளைஞர்களின் ஒலிபரப்புத் திறன்களை மதிப்பிட்டோம். 'நேர்முகம்' என்பது அவர்கள் முகம் காணாமலேயே நடந்தது. யாரையும் நாங்கள் 'சந்திக்க'வில்லை. யாருடைய பெயரும் தெரிவிக்கப்படவில்லை. ஸ்டுடியோவில் அவர்கள் பேச/வாசிக்க, நாங்கள் வேறொரு அறையில் அமர்ந்து அவர்கள் குரல்களைக் கேட்டு மதிப்பிட் டோம். தேவைப்படும்போது அவர்களுடன் ஒலிபெருக்கி வழியாகப் பேசவும் ஒழுங்கு செய்யப்பட்டிருந்தது.

தேர்வு முறை எந்த சிபாரிசுகளும் இன்றி நேர்மையாக நடந்தது. ஒரு படிவத்தில் விண்ணப்ப எண்ணைப் பதிவுசெய்து, வாசித்தவர்களின் குரல் வளத்தை, உச்சரிப்பை, ஏற்ற இறக் கத்தை, அறிவித்த பாங்கை மதிப்பிட்டு எங்கள் பரிந்துரையை அல்லது நிராகரிப்பைப் பதிவுசெய்ய வேண்டியிருந்தது.

பலவகையான உச்சரிப்புகளைக் கொண்ட சொற்களை வாசிப்பது, மாதிரி வானொலி நிகழ்ச்சி நிரலை வாசிப்பது, வானிலை அறிக்கை வாசிப்பது எனத் தேர்வுமுறை அமைக்கப் பட்டிருந்தது. கலந்துரையாடலில் அவர்களுக்கு இருக்கும் திறனும் மதிப்பிடப்பட்டது. விண்ணப்பதாரர்களில் சரிபாதி யினரால் 'ழ' 'ள' 'ல' மற்றும் 'ண' 'ன' போன்ற எழுத்துகளை

வேறுபடுத்தி உச்சரிக்க முடியவில்லை. ‘வள்ளி பள்ளிக்குப் போனாள்’ என்ற வாக்கியத்தைப் பலரும் ‘வல்லி பல்லிக்கிப் போனால்’ என்றே வாசித்தனர். உச்சரிப்பு மூலம் ‘ண’வையும் ‘ன’வையும் இன்றைய இளைய தலைமுறையினருக்குப் புரிய வைப்பது கடினம். ‘இரண்டு சுழி’, ‘மூன்று சுழி’ என்றே சுட்ட வேண்டியுள்ளது. இது நமது கல்விமுறை பற்றிய அடிப்படையான கேள்விகளை எழுப்புகிறது. உச்சரிப்பில் தெளிவு என்பது முந்தைய தலைமுறையைவிட இளையர்களிடம் குறைவாக உள்ளது. நமது கல்வி முறையில் வாசிப்புப் பயிற்சிக்கான முக்கியத்துவம் குறைந்துவருவதையே இது காட்டுகிறது. போதாத குறைக்கு உச்சரிப்பில் தெளிவை எதிர்பார்ப்பது மேல் சாதி அணுகுமுறை என்பது போன்ற அசட்டுக் கோட்பாடுகள் வேறு!

ஒரு பிரதியைத் தெளிவாகப் படிப்பது, தன்னம்பிக்கையுடன் உரையாடுவது போன்ற அடிப்படையான திறன்களை வளர்த்துக்கொள்ளாமல் நமது வாழ்வில் மூன்றில் ஒரு பங்கு கல்வி மையங்களில் வீணடிக்கப்படுவது பெரும் சோகம். இன்று சில தனியார் பள்ளிகள் மாணவர்களின் ஆளுமையைச் செழுமைப்படுத்தும் நவீன கல்விமுறைமைகளைப் பின்பற்றுகின்றன. ஆனால் இத்தகைய வாய்ப்பைப் பெறும் மாணவர்கள் பொருளாதார வசதிகொண்ட, மொத்த மாணாக்கர்களின் எண்ணிக்கையில் ஒரு சதவீதத்திற்கும் குறைவானவர்களே.

தனியார் வசமுள்ள ஒலி, ஒளிபரப்பும் ஊடகங்கள் எவையும் தமது செய்திவாசிப்பாளரின், நிகழ்ச்சி நடத்துனர்களின் உச்சரிப்பில் எந்த அக்கறையும் காட்டுவதில்லை. இந்நிலையில் தூர்தர்ஷனும் அகில இந்திய வானொலி நிலையமும் இவ்விஷயத்தில் தனி அக்கறை கொண்டிருப்பதைக் குறிப்பிட்டுச் சொல்ல வேண்டும். ‘திராவிட’ சன் டிவி தமிழை நாள்தோறும் கொலை செய்யும் நிலையில் ‘வடக்கை வாழ வைக்க வந்த’ மத்திய அரசு ஊடகங்கள் மொழி விஷயத்தில் கறாராக இருப்பது ஒரு முரண் நகை.

மேற்படி தேர்வின்போது வாசிப்பில் ஓரளவு நம்பிக்கை தந்தவர்களுடன் வானொலி நிலைய உதவியாளர் ஒருவர் சிறிய உரையாடல் ஒன்றை நிகழ்த்தி, சகஜமாக அவர்கள் பேசும் பாங்கை மதிப்பிட உதவினர். இது குறிப்பாக ‘லைவ்’ ஆக நடக்கும் ‘போன் – இன்’ நிகழ்ச்சிகளுக்கு மிகவும் தேவையான திறன். ஒருவருடைய வாசிப்புக் குரலுக்கும் சகஜமான பேச்சுக் குரலுக்கும் இடையே இருக்கும் வேறுபாடு – முகம் பார்க்காமல் கேட்கும் நிலையில் – வியப்பளித்தது. முகம் பார்த்த நிலையில் இது உறைப்பதில்லை போலும்.

தேர்வில் வாசிக்கக் கொடுக்கப்பட்ட சொற்களின் பட்டியலில் கலைஞர், கவிஞன், சிற்பி போன்ற சொற்களும் இருந்தன. எனவே உதவியாளர் ஒரு மாணவியிடம், 'சிற்பி என்பது யாரைக் குறிக்கிறது?' என வினவினார். 'சிற்பி என்பவர் ஒரு மியூசிக் டைரக்டர், இளையராஜா போல' என்றார் அந்த மாணவி. நகரில் பொன்விழா கண்ட ஒரு கல்லூரியில் முதுநிலைப் பட்டம் பெற்றிருந்தார் அவர்.

என் அதிர்ச்சியைச் சில ஆசிரியர்களுடன் பகிர்ந்துகொண்டேன். அவர்களுடைய முகபாவம் 'கருணாநிதி தமிழ் பேசுவார்' என்று சொன்னால் எப்படி இருக்க வேண்டுமோ அப்படி இருந்தது.

உலகத்தமிழ்.காம் இதழ் 58, நவம்பர் 19-30, 2004

தமிழ் இணைய இதழியல்

1998 இறுதியில் *ஆறாம் திணை* என்ற தமிழ் இணைய இதழ் தொடங்கப்பட்டது. அதில் முதன்முதலில் பதிவு பெற்ற இலக்கிய நிகழ்வு 1998 டிசம்பர் 27 ஞாயிறு அன்று காலை புக் பாய்ண்ட் அரங்கில் நிகழ்ந்த 'அன்னை இட்ட தீ' மற்றும் பிற காலச்சுவடு பதிப்பக நூல்களின் வெளியீடு.

அப்போது மேற்படி நிகழ்விற்காக எழும்பூர் ICSA வில் தங்கியிருந்தோம். சின்னக்குத்தூசி அவருடைய நேர்காணல் தொடர்பாகவும், எங்களைச் சந்திப்பதற்காகவும் ஒருநாள் வந்திருந்தார். அப்போது அவருடன் வந்த அப்பணசாமியையும் அறிமுகப்படுத்தினார். இணைய இதழ் பற்றி அன்றுதான் முதலில் அறிந்தேன். அப்பணசாமி கையிலிருந்த டிஜிட்டல் கேமரா வியப்பைத் தந்தது.

அதற்கடுத்த இரண்டு ஆண்டுகளில் தமிழ் இணைய இதழ்கள் பற்றி நிறைய எதிர்பார்ப்புகள் இருந்தன. *ஆறாம் திணை*, *அம்பலம்* போன்ற இதழ்கள் பல லட்சம் ரூபாய் முதலீட்டுடன் தொடங்கப்பட்டன. அசோகமித்திரன், சுஜாதா, ஜெயகாந்தன் போன்ற மூத்த எழுத்தாளர்கள் இணைய இதழ்களில் பங்களித்தனர். அச்சு ஊடகங்களில் பணியாற்றிய பலர் இணைய இதழ்களுக்கு நகர்ந்தனர். இதன் பின்னர் *தமிழ்.காம்*, *வெப் உலகம்.காம்* போன்றவை தொடங்கப்பட்டன. இன்னும் சில இணைய இதழ் முயற்சிகளில் சில லட்சங்கள் முதலீடு செய்யப்பட்டுப் பாதியில் கைவிடப்பட்டன.

இந்த இதழ்களின் பொதுத்தன்மை இவை இதழியல் நோக்கத்தை முதன்மையாகக் கொண்டவை அல்ல என்பது. மாறாக இணையப் பொருளாதாரச் செயல்பாடுகளுக்கு இதழியலை ஒரு தூண்டிலாக வீசிய – இதழியல் சாராத வர்த்தக நோக்கத்தைப் பின்புலமாகக் கொண்டவை. இதன் வாசகர்கள் பிற்காலத்தில் இந்த இணையதளங்களில் விற்பனை செய்யப்படும் நுகர்பொருள்களின் நுகர்வோர்களாக இருப்பார்கள் என்பது எதிர்பார்ப்பு.

இந்த இணைய தளங்களுக்கு அதிகப் பார்வையாளர்களை வரச்செய்து அவர்கள் மின்னஞ்சல் முகவரிகளைச் சேகரித்து, பின்னர் அவற்றைக் கம்பெனிகளுக்கு விற்பனை செய்வது இன்னொரு பிரதான நோக்கம். இன்று நம் மின்னஞ்சல் முகவரி களுக்கு, 'பாம்புடன் உடலுறவு கொள்வது எப்படி' போன்ற மின்னஞ்சல்கள் வருவதற்கு இவையும் ஒரு காரணம்.

ஆனால் இந்த உள்நோக்கத்தை மறைக்கக் 'கருத்துச் சுதந்திரம்', 'விவாதம்' போன்ற சொற்கள் பயன்பட்டன. பல இணைய தளங்களில் எந்த இடையீடும் இல்லாமல் வாசகர்களின் எழுத்துகள் வெளியிடப்படக் காரணம் கருத்துச் சுதந்திரம் அல்ல. மின்னஞ்சல் முகவரி சேகரிப்பு. எனவேதான் வசைகள், உளறல்கள் எல்லாம் சமதர்ம நோக்கில் வரவேற்கப்பட்டன.

இன்று தமிழ் இணைய இதழியல் என்ற குமிழி உடைந்து விட்டது. இதற்குப் பிரதான காரணம் உலகளவில் பொருளா தாரத்தின் பின்னடைவு. தமிழகத்திலும் இணையத் தொடர்புகள் எதிர்பார்த்த வேகத்தில் பரவவில்லை. இதற்குத் தொழில்நுட்பப் பின்னடைவும் ஒரு காரணம்.

இருப்பினும் பல கோடி முதலீடு செய்யப்பட்ட இந்தப் புதிய ஊடகம் தமிழ் இதழியலில் பெரிதும் எதிர்மறையான தாக்கத்தையே ஏற்படுத்தியது. இவற்றால் இன்று பல முதல் தரமான பத்திரிகையாளர்கள் வேலையின்றி உள்ளனர். நச்சுக் கதிர் வீசும் பொருள்களின் கிடங்கு போலவே இணைய இதழ் கள் பல செயல்பட்டன. மேலும் இணையத்தின் மூலம் வெளிப் பட்ட, உருவான ஆளுமைகள் என அதிகம் நினைத்துப் பார்க்க முடியவில்லை.

தமிழ் இணைய இதழின் ஆசிரியர்களுக்கு இணையத்தின் சாத்தியப்பாடுகள் பற்றிய நோக்கு இல்லை. அச்சு ஊடகத்தி லிருந்து இணையத்துக்கு வந்த இவர்களால் அச்சிட்ட பக்கங் களைக் கணினியில் ஏற்றுவதைத் தாண்டிச் சிந்திக்க முடிவ தில்லை. புதிய சாத்தியப்பாடுகளை ஆராய்ந்து தொழில் நுட்பப் பிரச்சனைகளுடன் முட்டி மோதி எல்லைகளை விரிக்கும் எத்தனிப்பு இவர்களிடம் இருக்கவில்லை.

வருங்காலத்திலேனும் இணையத்தின் முழுவீச்சுடன் இணைய இதழ்களும் வெளிப்படும் என நம்புவோமாக!

'உலகத்தமிழ்.காம்' 20, ஏப்ரல் 1-15, 2003

தீவிர இதழியல் பிரச்சனைகள்

தீவிர இதழியல் மற்றும் பதிப்பகச் செயல்பாடுகள் சார்ந்த பிரச்சனைகள் பல பொதுவானவை. பொருளாதாரப் பிரச்சனைகள், எழுத்தாளர்களிடமிருந்து பல்பொருள்களில், உரிய காலத்தில், ஒரு தீவிர வாசகனுக்கு நிறைவுதரும் விதத்தில், தெளிவான எழுத்துகளைப் பெறுவதில் உள்ள பிரச்சனைகள் எனப் பல. சிற்றிதழ்களின் தலையங்கங்களைப் படித்துப் பார்த்து இப்பிரச்சனைகள் பற்றி விரிவாக அறிந்துகொள்ளலாம்.

இங்கு நான் கவனப்படுத்த விரும்பும் பிரச்சனை மிக அடிப்படையானது. பண்பாட்டுத் தளத்தில் தீவிரமாக இயங்க எத்தனிக்கும் பலரையும் பாதிப்பது. தீவிரச் செயல்பாடுகளை முடக்கி வருவது.

பண்ட விற்பனையில் சில அடிப்படையான முறைமைகள் உண்டு. கொள்முதல் செய்த பொருளை விற்பனை செய்ய முடியாதபட்சத்தில் திருப்பி அனுப்ப முடியாது என்பது அவற்றில் ஒன்று. வெகுஜன இதழ் / புத்தக விற்பனையிலும் இது பெருமளவு பின்பற்றப்படுகிறது. தீவிர இதழ்/புத்தக விற்பனையில் பலவீன மான சந்தை நிலையை அனுசரித்து இம்முறை பின்பற்றப் படாதது புரிந்துகொள்ளக்கூடியது. இருப்பினும் விற்பனை ஆகிவிட்ட இதழ்களுக்கான தொகையைக்கூடப் பெற முடியாத நிலை சிற்றிதழ்களின் ஆயுட்காலம் மிகக் குறைவாக இருப்பதற்கு முதன்மையான காரணம்.

இன்றுவரை இப்பிரச்சனை உரிய கவனம் பெறாமல், பேசப்படாமல் போனதற்கு முக்கியக் காரணம் தீவிர இதழியலை 'வியாபாரமாக'ப் பார்ப்பதில் சிற்றிதழாளர்களுக்கு இருக்கும் – ஒருவிதத்தில் ஆரோக்கியமான – கூச்சம். இந்நிலையைச் சாதகமாகப் பயன்படுத்தி வெட்கமின்றி நெடுங்காலமாக இவர்களைச் சுரண்டிவருபவர்கள் 'இலக்கியச் சேவை' செய்து வரும் விற்பனையாளர்கள். நேர்மையான விற்பனையாளர்களும், லாப நோக்கமின்றி வினியோகம் செய்யும் நண்பர்களுமே

இன்று தீவிரச் செயல்பாடுகளின் அடித்தளம் என்பதையும் இங்கு அழுத்தமாகக் குறிப்பிட வேண்டும். இருப்பினும் பெட்டிக் கடைகளிலிருந்து விற்ற பணம் ஒழுங்காகக் கிடைக்கும்போது, ஏமாற்றுபவர்கள் அனைவருமே ‘இலக்கியச் சேவகர்கள்’ என்பதை ஜீரணிக்க முடியவில்லை. தீவிர இதழ்களையும் புத்தகங்களையும் விற்பனை செய்வதில் உள்ள பிரச்சனைகளும் நம் கவனத்திற் குரியவை. அதே நேரத்தில் திட்டவட்டமான, தந்திரமான, கூச்சமற்ற சுரண்டலை இங்கு வேறுபடுத்திக் கவனிக்க வேண் டியது அவசியம்.

இந்நிலை நீடிப்பதற்கு ஒரு காரணம், முன்னர் குறிப்பட்டது போல பலவீனமான சந்தை நிலைமை. மற்றொன்று, இச்சுரண் டலை எந்தவிதத்திலும் எதிர்கொள்ள முடியாமலிருக்கும் நம்முடைய இயலாமை. இப்பிரச்சனை பற்றி ஒரு விரிவான விவாதத்தைச் சிற்றிதழ்களில் நடத்த வேண்டும். தீர்வுகளைப் பற்றி யோசிக்க வேண்டும்.

புதிய பார்வை, அக்டோபர் 1996

தமிழ் வீரம்

இந்த ஆண்டு என்னுடைய வழக்கத்திற்கு முற்றிலும் மாறாக மூன்று தமிழ்த் திரைப்படங்களைத் திரையரங்கிற்குச் சென்று பார்த்தேன். நண்பர்கள் தொடர்ந்து இவற்றைப் பரிந்துரைத்தது ஒரு காரணம். குறிப்பாக நாசர் பல ஆண்டு களாகப் பார்க்கும்போதெல்லாம் நான் தமிழ்த் திரைப்படங்களைப் பார்க்க வேண்டியதன் அவசியத்தை வலியுறுத்திவந்திருக்கிறார்.

தமிழ்த் திரைப்படங்கள் தமிழ் அறிவுஜீவிகளால் முன் எப்போதும் இல்லாத அளவிற்கு விவாதிக்கப்படும் காலகட்டம் இது. தமிழ் வெகுஜன சினிமாவில் இக்காலகட்டம் ஒரு திருப்புமுனையாக இருக்கும் என்று தோன்றுகிறது. தமிழ்த் திரைப்படங்கள் வழக்கமான சட்டகங்களிலிருந்து பல மீறல் களை நிகழ்த்திவருகின்றன. தமிழ் சினிமாவின் அசட்டு சென்டி மெண்ட் மரபுகள் பல தகர்ந்துவருகின்றன. ஒரு சிறந்த சினிமாவைத் தமிழ்ப் பார்வையாளன் பார்த்து ரசிக்க இடை யூறாக இருந்த பல – பழக்கத்தினால், பழக்கப்படுத்தப்பட்ட தினால், எதிர்பார்ப்பினால் ஏற்பட்ட – இறுக்கங்கள் கலைந்து வருகின்றன.

‘பிதாமக’னின் பல அம்சங்கள் முக்கியமானவை. தமிழ் சினிமா சென்டிமெண்டிற்கு முரணான பல முக்கியமான மீறல்களை இப்படம் நிகழ்த்தியுள்ளது. தொழில்நுட்ப ரீதியில் பிரமிக்கத்தக்க சில அம்சங்கள் இப்படத்தில் உள்ளன. ஆனால் திரைப்படம் பல இடங்களில் சராசரித் திரைப்படத்தின் தளத்தை எட்டுகிறது. உதாரணம், சிம்ரன் கடத்தல்/பாடல் காட்சி. மேலும், நாயகன் மயானத்தில் பிறந்த காரணத்தினால் ஆதிமனிதன் போல நடந்துகொள்வதாக இருப்பது படு அபத்தமாக உள்ளது. வெட்டியானின் பணிக்கும் இங்கு ஒரு மரபு உள்ளது; ஆன்மீகப் பின்புலம் உள்ளது.

‘விருமாண்டி’ இன்னொரு முக்கியமான முயற்சி. ஆனால் இருவேறு பார்வையில் நிகழ்வுகள் சொல்லப்படுவதற்கான

காரணங்கள் தெளிவாக இல்லை. நேரத்தை வீணாக்குவதாகவே இம்முயற்சி முடிந்துள்ளது. இரண்டு சொல்முறைகளிலும் அழுத்தமான வேறுபாடு இல்லை. எது உண்மை, யார் சொல்வது சரி என்பதை இயக்குனர் பின்னர் தெளிவுபடுத்திவிடும்போது ஒரு சொல்முறை உடனடியாக இறந்துபோய்விடுகிறது.

ஆனாலும் 'விருமாண்டி' பலவிதங்களில் முக்கியமான படம். பல காட்சிகள் மிக இயல்பாக அமைந்துள்ளன. குறிப்பாக விருமாண்டியின் ஆத்தாளின் மரணத்தை அடுத்த காட்சிகள். மிக இயல்பான நகைச்சுவை படம் முழுவதும் இழையோடுகிறது. சண்முகராஜாவும் பசுபதியும் அற்புதமாக நடித்துள்ளனர். நான் பார்த்தவரையில் ஒரு அசலான நீதிமன்றக் காட்சி ஒரு தமிழ்ப் படத்தில் முதல்முறையாக இப்போதுதான் இடம் பெற்றுள்ளது.

கடைசியாகப் பார்த்த படம் 'ஆட்டோகிராப்.' தமிழ் சினிமாவின் மரபான பல அம்சங்கள் மீறப்பட்டுள்ளன என்றாலும் ஏமாற்றத்தைத் தந்தது. 'கடந்த காலத்திற்கான ஏக்கம்' என்ற வலுவான அம்சம் திரைக்கதைக்கு அடித்தளமாக உள்ளது என்றபோதிலும் அது மிகவும் சென்டிமெண்டலான முறையிலேயே பயன்படுத்தப்பட்டுள்ளது. இத்திரைப்படம் முழுவதிலுமே மரபான தமிழ் சினிமா சென்டிமெண்ட் ஒழுகிக்கொண்டேயிருக்கிறது. சேரனிடம் கசிந்தபடியிருக்கும் பாக்கியராஜ்தனம் எரிச்சலூட்டுகிறது. மலையாளிகள் மிக எதிர்மறையாகச் சித்தரிக்கப்பட்டுள்ளனர். சேரனிடம் வெளிப்படும் 'தமிழ் வீரம்' நகைப்புக்குரியதாகவே காட்சிப் படுத்தப்பட்டுள்ளது. மலையாளி 'பட்டி' என்று அழைக்கும் போதெல்லாம் சேரன் நாய் போல அவர்கள் மேலே விழுந்து பிடுங்குவது அவசியமா?

பாலா, கமலஹாசன், சேரன் ஆகிய மூவரில் சேரனே முற்போக்கு பிம்பம் அதிகம் உள்ளவர் என்று அறிகிறேன். அவருடைய முந்தைய திரைப்படங்கள் 'பாரதி கண்ணம்மா', 'பொற்காலம்', 'தேசிய கீதம்', 'வெற்றிக் கொடிகட்டு', 'பாண்டவர் பூமி' எதையுமே நான் பார்த்ததில்லை. இவற்றில் சேரனின் கலகச் சிந்தனைகள் வெளிப்பட்டுள்ளதாக ஜே.ஆர்.வி. எட்வர்ட் 'உலகத்தமிழ்.காம்'இல் எழுதியுள்ள கட்டுரையில் குறிப்பிடுகிறார். அத்தகைய கலகச் சிந்தனை 'ஆட்டோகிரா'பில் வெளிப்படாதது குறித்து எட்வர்ட் வருத்தம் தெரிவித்துள்ளார்.

இதைப் படித்த பிறகு சேரன் கலகச் சிந்தனை கொண்ட இயக்குனரா என்று குழம்பிக்கொண்டிருந்தேன். சேரன் படத்தில் 'கறுப்புதான் எனக்கு புடிச்ச கலரு' என்ற அருமையான பாடல் இருப்பது போன்ற விஷயங்கள் அவரது கலகச்

சிந்தனைக்கு எடுத்துக்காட்டாகிவிடுமா? தமிழ் சினிமாக்காரர்களை அவ்வளவு எளிதாக வகைப்படுத்த முடியுமா?

தெளிவு ஏற்பட ஒரு சந்தர்ப்பம் கிடைத்தது. எங்கள் ஊருக்கு வந்து 'ஆட்டோகிராப்' படம் ஓடிக்கொண்டிருக்கும் அரங்கில் திடீரென்று தோன்றினார் சேரன். அதுபற்றிய மார்ச் 24 தேதியிட்ட *தினமணி* செய்தியிலிருந்து:

"இத்திரைப்படம் 100 நாள்கள் ஓடினால் 'ஆட்டோகிராப்' நாயகிகள் மல்லிகா, சினேகா, கோபிகா ஆகியோரை நாகர்கோவிலுக்கு அழைத்துவருவேன் என ரசிகர்களுக்கு வாக்குறுதி அளித்தார்."

சேரன் கலகச் சிந்தனையாளர்தானே?

பி.கு.: சேரனின் மேற்படி அறிவிப்பிற்குப் பிறகு எங்கள் ஊரில் 'ஆட்டோகிராப்' புதிய வீரியம் பெற்று ஓடுவதாக நண்பர் ஒருவர் தெரிவித்தார்.

உலகத்தமிழ்.காம் இதழ் 45, மே 1-15, 2004

இ

ஒரு இதழின் பிறப்பு 161

மீடியாவை நெறிப்படுத்த குடிமகனுக்கு உரிமை வேண்டும் 163

உலகத் தமிழ் மீடியா 178

என் ஊடக அனுபவங்கள் 183

ஒரு இதழின் பிறப்பு

ஒரு புதிய இதழின் பிறப்பு என்பது ஒரு குழந்தையின் பிறப்பைப் போலச் சூழலில் உற்சாகத்தையும் எதிர்பார்ப்புகளையும் ஏற்படுத்தக் கூடியது. ஒரு குழந்தையின் மேல் படரும் நமது முதல் பார்வை அதன் ஜாடை, அதன் அசைவுகளைக் காணும் சந்தோஷமாக இருக்கிறது. ஒரு கணிப்பை உருவாக்கிக்கொள்ள காலத்தின் இடைவெளி தேவை.

அம்ருதா தமிழ் இதழியலின் புதிய வருகை. அதன் முதல் இதழின் சாயல் ஒரு தீவிரமான நடுநிலை இதழாக இருப்பது மகிழ்ச்சியளிக்கிறது. நமது மதிப்பிற்குரிய பல எழுத்தாளர்கள் இதில் பங்களித்திருக்கிறார்கள். வாசகர்கள் இந்த இதழைப் படித்துப் பார்த்து அங்கீகரிக்கும்போது அதன் நாடித்துடிப்பு துவங்குகிறது. வாசகர் என்று சொல்லும்போது ஒரு இதழ் தனது வாசகர் யார் என்பதை உத்தேசமாக நிர்ணயித்துக்கொள்ள வேண்டும். மாறிவரும் காலத்தோடு தன்னை இணைத்துக்கொள்ள ஆர்வம் கொண்டிருக்கும் வாசகர்களிடம்தான் ஒரு தீவிர இதழ் உரையாட முடியும்.

ஒரு இதழின் செயல்பாடு என்பது அதன் ஆசிரியனின் பிம்பத்தை வளர்ப்பதற்காகவோ, எழுத்தாளர்களுடன் கொஞ்சுவதற்காகவோ படைப்புகளை வெளியிடுவதாக இருக்கக் கூடாது. எழுத்தாளர்களுடன் ஒரு இதழ் கொள்ளும் உறவு அவர்களைக் கௌரவிப்பதாகவும் சுயமரியாதை நிரம்பியதாகவும் இருக்க வேண்டும். ஜி. நாகராஜனை அடியொற்றிச் சொல்வதென்றால், ஒரு இதழுக்கும் எழுத்தாளருக்கும் இடையே நிலவ வேண்டியது பரஸ்பர மதிப்பே தவிர அன்பு அல்ல. எழுத்தாளர்களை மையப்படுத்தி இயங்கும் ஒரு இதழ் அவர்களது நலன்களுக்காக மோசமான படைப்புகளை வாசகர்மீது சுமத்தி அவரது ஆதரவை இழந்துவிடும். ஒரு தீவிர இதழின் செயல்பாடு தீவிர வாசகனை மையப்படுத்துவதாக, அவனைச் செழுமைப் படுத்தி அவனது பார்வையை மேலும் கூர்மைப்படுத்துவதாக அமைய வேண்டும் என்று கருதுகிறேன்.

ஒரு தீவிர இதழ் காலப்போக்கில் தனது தனித்துவமான பார்வையை உருவாக்கிக்கொள்ள வேண்டும். *அம்ருதா* அத்தகைய ஒரு தனித்துவத்தைக் காலப்போக்கில் உருவாக்கிக் கொள்ளும் என்று நம்புகிறேன். எல்லாக் குழுக்களையும் சார்ந்த எழுத்தாளர்களின் படைப்புகளையும் பெற்று சமபந்தி போஜனம் நடத்துவதுதான் ஒரு சிறந்த இதழின் லட்சணம் என்று இங்கு பரவலாகக் கருதப்படுகிறது. என்னைப் பொறுத்த வரையில் இது ஒரு அபத்தமான அணுகுமுறை. அத்தகைய செயல்பாடுகளைக் கண்டதும் டி.கே.சி. இவ்வாறு கூறுவாராம்: "ஜமுக்காளத்தைப் பெரிசா விரிச்சிட்டீங்க!" வாசகர்முன் ஜமுக்காளத்தை அல்ல பரந்து விரிந்த படைப்புலகையும் கருத்து வகையையும் பரப்புவதே *அம்ருதா*வின் நோக்கமாக இருக்க வேண்டும் என்று ஆசைப்படுகிறேன்.

கடந்த பத்தாண்டுகளில் தமிழில் வெளிவந்த பெரும்பாலான இதழ்களுக்குக் *காலச்சுவடு* முழு ஆதரவு கொடுத்து வந்துள்ளது. எங்களது விற்பனையாளர் பட்டியலும் சந்தாதாரர் பட்டியலும் கேட்பவர்கள் அனைவருக்கும் எந்த பிரதிபலன் பற்றிய எதிர்பார்ப்பும் இன்றி அனுப்பிவைக்கப்பட்டுள்ளன. *அம்ருதா* இதழின் இயக்கத்திற்கும் எங்களுடைய முழு ஆதரவு உண்டு.

தீவிர இதழியல் ஒரு கடினமான பயணம். 1000 பிரதிகளில் துவங்கிய *காலச்சுவடி*ன் பயணம் இன்று 6500 பிரதிகளை எட்ட பத்தாண்டுகளுக்கு மேல் ஆகியுள்ளது. இன்று வலுவான அடித்தளத்தோடு தொடர்ச்சியாக இயங்கும் ஒரு இதழ் செறிவான உள்ளடக்கத்தையும் கொண்டிருந்தால் இந்த இலக்கை ஒரு சில ஆண்டுகளிலேயே எட்ட முடியும். தாண்டிச் செல்லவும் முடியும். பின்னோடிகளை உருவாக்குவதல்ல, முன்னோடிகளை உருவாக்குவதே நமது பொது இலக்காக அமைய வேண்டும்.

ஒரு இதழின் விற்பனைத்தளத்தை விரிவுபடுத்த விநியோக அமைப்பை விரிவாக்க வேண்டும். விநியோகத்தை விரிவுபடுத்த எங்களுக்குப் பெரும் தடையாக இருந்தது சில நாணயமற்ற ஏஜண்டுகள் ஏமாற்றிவிடுவார்களே என்ற பயம். அவர்களுக்கு எப்படி ஏமாற்ற வேண்டும் என்பது தெரியும். யாரை ஏமாற்ற முடியும் என்பதும் தெரியும். எனவே அந்தப் பிரச்சனை *அம்ருதா*வுக்கு ஏற்பட வாய்ப்பில்லை.

அம்ருதா வெற்றி பெற மனமார்ந்த வாழ்த்துக்கள்.

(சென்னை, பாரதியார் நினைவு இல்லத்தில்
ஆகஸ்ட் 15, 2006 அன்று நடந்த
அம்ருதா மாத இதழ் வெளியீட்டு விழாவில் ஆற்றிய உரை)

மீடியாவை நெறிப்படுத்த குடிமகனுக்கு உரிமை வேண்டும்

பத்திரிகைச் சுதந்திரம் நம் நாட்டில் எந்த அளவில் உள்ளது?

பிறநாடுகளுடன் ஒப்பீட்டு அளவில் பார்க்கும்போது, இந்தியாவில் மோசமான நிலைமை என்று கூற முடியாது. ஓரளவு ஆரோக்கியமான நிலைதான் என்று பொதுப்படையாகக் கூறலாம். பத்திரிகைச் சுதந்திரத்திற்கான தடை இரண்டு விதங்களில் வரலாம். ஒன்று, சட்டங்கள் மூலமாக அரசாங்கம் உருவாக்கும் தடை. இரண்டு, பத்திரிகைகள் தாங்களாகவே உருவாக்கிக்கொள்ளும் சுய தடை அல்லது சுய தணிக்கை. அரசாங்கத் தணிக்கைச் சட்டங்கள் இந்தியாவில் பெரிய அளவில் இல்லை. ஆனால், அரசு நேரடியாகத் தடை ஏற்படுத்தாவிடினும் மறைமுகமாக அரசு அதிகாரிகள், அரசியல்வாதிகள், ஆதிக்க வர்க்கத்தினர் போன்றோர் இந்தியாவில் மட்டுமின்றி உலக அளவில்கூடப் பல்வேறு விதமாக மீடியாவைக் கட்டுப்படுத்த முயன்றுகொண்டுதான் இருக்கின்றனர். அத்தகைய முயற்சிகளைப் பத்திரிகைக்காரர்கள் எவ்விதம் எதிர்கொள்கின்றனர் என்பதை வைத்தே பத்திரிகைச் சுதந்திரத்தைக் கணக்கிடலாம். இந்தியாவில் பத்திரிகையைக் கட்டுப்படுத்துவது என்பது அவ்வளவு எளிதல்ல. இந்தியாவில் பல்வேறு மொழிகளில் பத்திரிகைகள் வெளியாகின்றன. பல்வேறு மொழி, அரசியல், கட்சி, ஜாதி, மத, கோட்பாட்டு அடிப்படையில் பத்திரிகைகள் வெளிவருவதால் அவற்றை முழுமையாகக் கட்டுப்படுத்துவது என்பது இயலாது. கருத்துக்கள் ஒரு பத்திரிகையில் இல்லையென்றாலும், மற்றொரு பத்திரிகையில் வெளிப்பட்டுவிடும். எனவே, பத்திரிகைச் சுதந்திரம் இந்தியாவைப் பொறுத்தவரையில் ஓரளவு செழுமையாகவே இருக்கிறது.

பத்திரிகைகள் மாநிலத் தலைநகர் அல்லது பிரபலமான நகரிலிருந்து வெளிவருவதே வழக்கம். கன்னியாகுமரி மாவட்டத்திலிருந்து

அனைத்துத் தரப்பினரும் போற்றும் வகையில் *காலச்சுவடு* என்கிற இலக்கியத் தரமான ஒரு பத்திரிகையை உங்களால் எப்படித் தர முடிகிறது?

காலச்சுவடை இன்று விற்பனையாகும் வெகுஜனப் பத்திரிகைகளோடு ஒப்பிட்டுப் பார்க்க முடியாது. அவர்களின் விற்பனை பல இலட்சம் எனில் எங்கள் விற்பனை சில ஆயிரங்கள்தான். நாங்கள் 10 ஆண்டுகளாகத் தொடர்ச்சியாக இதழ் நடத்தி வருகிறோம். மிகச் சிறிய அளவில் தொடங்கினோம், முதலில் காலாண்டிதழ், 1000 பிரதிகள் அச்சிட்டோம். பிறகு இரு மாத இதழ், பின் மாத இதழ் என மாற்றியமைத்து மெதுவாக வளர்ச்சியடைந்து வருகிறோம். முதலில் இலக்கியம் சார்ந்து அதிகக் கவனம் கொண்டிருந்தோம். தற்போது அரசியல், சுற்றுச் சூழல், நதிநீர்ப் பிரச்சனை போன்ற சமூகப் பிரச்சனைகள் சார்ந்து தரமான கட்டுரைகள் தருவது என்று செயல்படுகிறோம். இந்நிலையில் எங்கள் கிளை அலுவலகம் ஒன்றைச் சென்னையில் உருவாக்கியுள்ளோம். அதன் உதவியுடன் பத்திரிகை நடைபெறு கின்றது. ஒரு பத்திரிகை தலைநகரில் அமைவது என்பது இயல்பான விஷயம். முக்கிய நிகழ்ச்சிகள் போன்றவை தலைநகரிலேயே நிகழ்கின்றன. *தினமலர்* திருநெல்வேலியில் ஆரம்பிக்கப்பட்டாலும் பிற்காலத்தில் வளர்ச்சியடையும்போது சென்னை நோக்கிச் செல்ல வேண்டியிருந்தது.

அதிகார மையங்களில்தான் ஒரு வெகுஜனப் பத்திரிகை இயங்க முடியும். *காலச்சுவடு* சிறு இதழ் என்பதாலேயே நாகர்கோவிலை மையமாகக் கொண்டு இயங்குவது சாத்தியப் பட்டிருக்கின்றது. இதுவே பெரிய பத்திரிகை எனில் சாத்தியப் படுமா என்பது சந்தேகத்திற்கிடமான விஷயம்.

***காலச்சுவடி*ல் வெகுஜனப் பிரச்சனைகள் குறித்தும் எழுதுவதாகக் கூறினீர்கள். வெகுஜனப் பிரச்சனை ஏதேனும் ஒன்று உங்கள் பத்திரிகையில் வெளியாகி அதன் மூலம் மக்களிடம் தாக்கத்தையும் மாற்றத்தையும் ஏற்படுத்தி உள்ளதா?**

காலச்சுவடு போன்ற பத்திரிகை குறித்துப் பேசும்போது 'மக்கள்' எனக் குறிப்பிட்டுப் பேச முடியாது. வாசகர்கள் என்றே குறிப்பிட முடியும். தமிழகத்தின் மக்கள் எண்ணிக்கை எட்டு கோடி எனில் நாங்கள் சென்றடைவது மிகச் சிறிய பகுதியே. எனவே, *காலச்சுவடு* வாயிலாகச் சமூகத்தில் பெரிய மாற்றம் ஏற்படுத்த முடியும் என நாங்கள் நினைக்கவில்லை. ஆனால், எங்களால் வாசகர்கள் மத்தியில் ஒரு விழிப்புணர்வை ஏற்படுத்த முடியும். *காலச்சுவடை* அரசியல்வாதிகள், அதிகாரிகள், பெரும் பத்திரிகைகளில் பணியாற்றுவோர் எனப் பலர் வாசிக்கின்றனர்.

இவர்கள் மத்தியில் தாக்கத்தை ஏற்படுத்தும்போது, அது அவர்கள் நடவடிக்கையிலும் வெளிப்பட வாய்ப்பு இருக்கின்றது. இவ்வாறு ஒரு மறைமுகத் தாக்கத்தினை ஏற்படுத்த முயல்கிறோம். இப்படி ஏற்படுத்தும் தாக்கமே வலுவானது என நான் நினைக்கின்றேன்.

கிரிக்கெட் குறித்து நாங்கள் வெளியிட்ட சிறப்புப் பகுதியில், விளையாட்டை மட்டும் ஆராயாமல், அதன் சமூகப் பின்புலம் குறித்தும், பல்வேறு விஷயங்கள் குறித்தும் ஆழமாக, பிற பத்திரிகைகள் குறிப்பிடாத விஷயங்களை வெளியிட்டோம். சுனாமி குறித்து, அது எவ்வாறு உருவாகிறது என்பதுடன் வரைபடம், புகைப்படம் போன்றவற்றுடன் விஞ்ஞான அடிப்படையிலான செய்திகள் மற்றும் பாதிக்கப்பட்டோரின் அனுபவங்கள் போன்றவற்றையும் வெளியிட்டோம்.

பிற பத்திரிகைகளில் அனுபவங்கள் வெளியாகும்போது, மிகைப்படுத்தி, சுவையூட்டப் பல்வேறு விஷயங்களைக் கலந்து விடுகிறார்கள். அதைத் தவிர்த்து மிக நேர்மையான பதிவுகளை நாங்கள் வெளியிட்டோம். பல எழுத்தாளர்கள் சுனாமியை நேரடியாக அனுபவித்தனர். உதாரணமாக, கனடாவில் வசிக்கும் தமிழ்க் கவிஞரான சேரன் கொழும்புவில் சுனாமியால் பாதிக்கப்பட்டார். அவருடன் தொடர்புகொண்டு அவரது அனுபவத்தைப் பதிவு செய்தோம். ஒரு கவிஞரின் பார்வையில் சுனாமி எவ்வாறு இருந்தது என்பதை நீங்கள் படிக்க விரும்பினால் அதனைக் *காலச்சுவடு* மூலம் படிக்க முடிந்தது. வெகுஜன இதழில் இதுபோன்ற தனித்துவமான முயற்சிகளைப் பார்க்க முடியாது.

காலச்சுவடு இதழை நீங்கள் உருவாக்கியதன் நோக்கம் என்ன? காலச்சுவடு இதழ் சென்றடையும் இலக்காக நீங்கள் கருதுவது யாரை?

தமிழ் படிக்கத் தெரிந்தவர் யாராக இருப்பினும், குறிப்பிட்டுச் சொல்ல வேண்டும் எனில், பன்னிரண்டாம் வகுப்புவரை தமிழ் கற்றவர் எவரும் *காலச்சுவடு* இதழை வாசிக்கலாம். பல மாணவர்கள் *காலச்சுவடு* இதழின் வாசகர்களாக உள்ளனர். அதாவது மாணவர்களுக்கு மிகக் குறைந்த விலையில் சந்தா வழங்குகின்றோம். அவர்கள் அடையாள அட்டை காண்பித்துவிட்டு குறைந்த விலையிலேயே இதழுக்குச் சந்தா செலுத்தலாம்.

காலச்சுவடு மாணவர்கள் வாசிக்கும் அளவு எளிய நடையிலேயே உள்ளது. ஆரம்பத்தில் கடினமாகத் தோன்றினால் அதற்குக் கொஞ்சம் முயற்சி எடுக்க வேண்டும். *காலச்சுவடு* ஒரு ஆழமான பத்திரிகை. ஒரு அறிவியல் பத்திரிகையெனில்

அதைப் புரிந்தகொள்ள நாம் சில முயற்சிகள் எடுக்கின்றோம். இலக்கியம் என்பதும் ஒரு துறை. சமூகவியல் என்பது ஒரு துறை. அதை நாம் புரிந்துகொள்ளத் தயாராக இருக்க வேண்டும். அப்படி நாம் புரிந்துகொள்ளும் அளவில் பத்திரிகையும் இருக்க வேண்டும். அவ்வாறே *காலச்சுவடு* இதழை நாங்கள் உருவாக்கி வருகிறோம். வெகுஜனப் பத்திரிகைகள் பொதுவாக இரண்டு, மூன்று பக்கத்திற்கு மேல் எந்தச் செய்தியையும் போடத் தயாராக இல்லை. மேலோட்டமாக, நகைச்சுவையாக இரண்டு மூன்று பக்கங்களில் நாம் எல்லாச் செய்திகளையும் சொல்லிவிட முடியாது. பல ஆழமான விஷயங்களுக்கான தேவை இருக்கிறது.

மேலும், இன்று பத்திரிகைகளில் வரும் விஷயங்களைத்தான் வாசகர்கள் விரும்புகிறார்கள் என நாம் கூறிவிட முடியாது. வாசகர்கள் விரும்பும் செய்திகளைத்தான் பத்திரிகைகள் வெளியிடும் என்றும் கூற முடியாது. ஏனெனில், தமிழில் ஆரம்பத்திலிருந்தே ஒரு மேலோட்டமான நிலையிலேயே பத்திரிகைகள் வெளிவருகின்றன. பக்கத்து மாநிலமான கேரளாவை எடுத்துக்கொண்டால் பல மலையாளப் பத்திரிகைகள் நீண்ட கட்டுரைகளை வெளியிடுகின்றன. அவையும் பல இலட்சங்கள் விற்பனையாகின்றன. ஆனால், தமிழ்நாட்டில் அந்த முயற்சி எடுக்கப்படவில்லை. முயற்சி எடுத்துத் தோல்வியடைந்ததால்தான் மேலோட்டமான செய்திகளைப் பத்திரிகைகள் வெளியிடுகின்றன என்றும் கூற முடியாது. ஏனெனில், அதற்கான முயற்சிகளில் நாம் இறங்கியதேயில்லை. அத்தகைய நடவடிக்கைகளையும் மேற்கொண்டதில்லை.

இதற்கு மாற்றாகப் பல ஆழமான விஷயங்களை இதழியலில் நாம் மேற்கொள்ள முடியும். *காலச்சுவடு* இதழ் மூலம் பத்து ஆண்டுகாலமாக நம் வாசகர்கள் பல புதிய விஷயங்களைத் தெரிந்துகொண்டுள்ளனர். நதிநீர்ப் பிரச்சனை சம்பந்தமாக நாங்கள் வெளியிட்ட கட்டுரைகள் பெரிய தாக்கத்தை ஏற்படுத்தின. ஆங்கில இதழ்களில் வெளிவராத பல செய்திகளைக்கூட நாங்கள் தமிழில் வெளிவரச் செய்தோம். இந்தப் போக்கு வெகுஜனப் பத்திரிகைகளையும் தற்போது பாதித்துள்ளது எங்களுக்குத் தெரிகின்றது. வெகுஜனப் பத்திரிகைகள் முன்பைவிடத் தற்போது பல ஆழமான கருத்துக்களைப் பதிவு செய்கின்றன. பல நல்ல எழுத்தாளர்களின் பேட்டிகளை இடம்பெறச் செய்கின்றன. கட்டுரைகள், மேற்கோள்கள் போன்றவற்றைத் தீவிர எழுத்தாளர்களிடம் பெற்று அவற்றைப் பதிவு செய்கின்றன. இதுவே எங்கள் நோக்கமும்.

தமிழ்நாட்டைப் பொறுத்தவரை பல படைப்பாளிகள் தங்கள் படைப்புகளுக்குச் சரியான அங்கீகாரம், தங்கள் படைப்புகளை வெளியிடச் சரியான ஒரு பதிப்பகம் கிடைக்காத நிலையில் உள்ளனர். இது பற்றித் தங்கள் கருத்து என்ன?

அப்படி ஒரு நிலை சில ஆண்டுகள் முன்புவரை இருந்தது என்பதை ஏற்றுக்கொள்ளலாம். இன்று பல மாற்றங்கள் நிகழ்ந்துள்ளன. அந்த மாற்றங்களை நாம் புரிந்துகொள்வது நல்லது. தமிழில் நல்ல படைப்புகளை வெளியிட பல நல்ல பதிப்பகங்கள் உருவாகியுள்ளன. 25 முதல் 30 வயது வரையிலான ஒரு இளம் எழுத்தாளர்கூட அவரது முதல் சிறுகதைத் தொகுப்பையோ, கவிதைத் தொகுப்பையோ வெளியிட விரும்பினால், அது நல்ல தரம் உடையதாக இருப்பின், வெளியிடுவதில் எந்தப் பிரச்சனையும் இராது. எளிதாக வெளியிட முடியும் என்பதே இன்றைய நிலை. அப்படிப் பல மாற்றங்கள் நிகழ்ந்துகொண்டிருக்கின்றன. கடந்த 5, 10 ஆண்டுகளில், தமிழ்நாட்டில் புத்தக விற்பனை கணிசமாக உயர்ந்துள்ளது. நல்ல பத்திரிகைகள் நிறைய வெளிவருகின்றன. புதிய பத்திரிகைகள், சிறிய பத்திரிகைகள், ஆழமாக விஷயங்களைப் பேசும் பத்திரிகைகள் வெளிவருகின்றன. சென்னைப் புத்தகச் சந்தைக்குக் கடந்த பத்து வருடங்களில் மிகச் சிறப்பான வாசக வரவேற்பு கிடைத்துள்ளது. எல்லா வருடமும் ஜனவரி மாதம் பொங்கலையொட்டி அங்கு புத்தகச் சந்தை நடைபெறுகின்றது. முதலில் அவ்வளவு வரவேற்பு இல்லை. இப்பொழுது அங்கு சென்றால் நிற்கவோ, நடக்கவோ முடியாத அளவில் கூட்டம் வருகின்றது. அந்த அளவு புத்தகச் சந்தைக்கு மக்கள் செல்கின்றனர். நூல்கள் வாங்குகின்றனர். இதையொட்டித் தமிழகத்தில் பல புதிய பதிப்பகங்களும் உருவாகி வருகின்றன. இந்நிலை இனியும் மேம்படலாம்.

குமரி மாவட்டத்தைப் பொறுத்தவரை பத்திரிகைச் சுதந்திரம் எந்த அளவு உள்ளது? குமரியில் வெளியாகும் இதழ்கள் பத்திரிகைச் சுதந்திரத்தை எவ்வாறு பயன்படுத்துகின்றன?

குமரியில் பத்திரிகைகள், நாளிதழ்கள் அதிக அளவில் வெளியாகின்றனவா? பல பெரிய பத்திரிகைகளின் நிருபர்கள் இங்கு பணியாற்றுகின்றனர். பத்திரிகைச் சுதந்திரம் என்பது இங்கு தனிச் சிறப்புடன் உள்ளதாகக் கூற முடியாது.

ஒரு உதாரணம். இங்கு பத்திரிகைக்காக விளம்பரம் சேகரிப்பவரும், பத்திரிகை நிருபரும் ஒரே ஆளாகவே இருக்கிறார். விளம்பரம் சேகரிப்பவர் செய்தியைச் சரியாகப் பதிவு செய்ய முடியாது. விளம்பரமும் செய்தியும் இணைந்து இயங்க முடியாது. விளம்பரம் சேகரிக்கச் செல்பவரே செய்தியைச் சேகரிக்கச் சென்றால், யார் விளம்பரம் தருகிறாரோ, அவர் குறித்த நல்ல செய்தியை மட்டுமே வெளியிட முடியும். சமீபத்தில் நான் ஒரு செய்தி கேள்விப்பட்டேன். சென்னைக்குச் சென்ற ஒரு தனியார் பேருந்து விபத்துக்குள்ளானது, சிலர் இறந்தனர், ஆனால் அது குறித்து எந்தப் பத்திரிகையிலும் செய்தி வரவில்லை

என நண்பர்கள் கூறினர். ஏனெனில் அந்த பஸ் கம்பெனி அதிகார, பணபலம் மூலமாகப் பத்திரிகைச் செய்தியைக் கட்டுப் படுத்துகின்றது. இது கூடாது. ஒரு பத்திரிகையின் ஆசிரியத் துறைக்கும் விளம்பரத் துறைக்கும் எந்தத் தொடர்பும் இருக்கக் கூடாது. ஆசிரியத் துறை இதழியல் சார்ந்தது. விளம்பரம் வியாபாரம் சார்ந்தது. இவை இணைவது முதலாளிக்கு நல்லது; இதழியலுக்குக் கேடானது.

இந்நிலை குமரியில் மட்டுமில்லை. தமிழ்நாடு முழுக்க உள்ளதென்று கூறலாம். விளம்பரமும் இதழியலும் ஒன்றாகக் கலந்திருப்பதால் வெளிப்படையாகச் செய்தியைப் பேசவோ, செய்திகளை வெளியிடும் துணிச்சலோ இருக்காது.

உள்ளூர்ச் செய்திகளைப் பொறுத்தவரை காவல்துறை தரும் செய்திகளைப் பெற்று வெளியிடுவது அதிகமாக உள்ளது. மாறாகக் களத்திற்கு நேரே சென்று உண்மையைப் பதிவு செய்வது குறைவுதான். எனவே, பத்திரிகைச் சுதந்திரம் கன்னியாகுமரி மாவட்டத்தில் எந்த அளவு ஆரோக்கியமாக உள்ளது என்பது சந்தேகமாகவே உள்ளது.

பத்திரிகையாளர்கள் சமூகத்திற்கு ஆற்ற வேண்டிய தொண்டு என்ன?

துணிச்சலாகவும், தைரியமாகவும் செய்திகளைப் பத்திரிகைகள் வெளியிட வேண்டும். இதற்கு ஒரு பத்திரிகையாளர் நினைத் தால் மட்டும் போதாது. பத்திரிகை நடத்துபவர்களின் ஆதரவும் பின்பலமும் அவசியம். பத்திரிகையாளர்கள் எதைக் குறித்தும் கவலைப்படாமல், துணிச்சலாகப் பதிவு செய்யுங்கள் என அவர்கள் ஊக்குவிக்க வேண்டும். இப்படி எல்லா இடங்களிலும் ஊக்குவிக்கின்றனர் எனக் கூற முடியாது. ஒரு பத்திரிகையைச் சிறப்பாக நடத்துவதற்குப் பத்திரிகையாளர் மட்டும் பொறுப்பல்ல. பத்திரிகை ஆசிரியர் பொறுப்பு, பத்திரிகை நடத்தும் முதலாளி பொறுப்பு. இங்கு எல்லோரும் சரியான அணுகுமுறையைக் கைக்கொள்ள வேண்டும்.

இன்று பத்திரிகைகள் தங்களுக்கு அளிக்கப்படும் சுதந்திரத்தைச் சரியாகப் பயன்படுத்துகின்றனவா இல்லை அளவுக்கு மீறிப் பயன்படுத்துகின்றனவா?

பத்திரிகையில் பத்திரிகைச் சுதந்திரம் பல நேரங்களில் தவறாகவும், சில நேரங்களில் சரியாகவும் பயன்படுத்தப்படுகின்றது. இதற்குப் பல காரணங்கள் உள்ளன. இங்கு முக்கிய அரசியல் செய்திகளைக் கட்டுப்படுத்துவது கடினம். அந்த இடத்தில் பத்திரிகைச் சுதந்திரம் சரியாகப் பயன்படுத்தப்படுகின்றது. பலதரப்

பட்ட கருத்துக்களும் ஏதோ ஒருவிதத்தில் வெளியாகிவிடுகின்றன. ஒரு பத்திரிகை குறிப்பிட்ட செய்தியை வெளியிடவில்லையென்றால் மற்றொரு பத்திரிகையில் அது வெளிவருகின்றது. தொடர்ந்து எல்லாப் பத்திரிகைகளையும் வாசிக்கும் வாசகர்கள் எல்லாவற்றைக் குறித்தும் புரிந்துகொள்ள வாய்ப்பு ஏற்படுகின்றது. இது ஒட்டு மொத்தமாக ஆரோக்கியமாக இருப்பதை நாம் பார்க்க முடியும்.

அவசரநிலை பிரகடனத்துக்குப் பிறகு, 78–79ஆம் ஆண்டுகளில் புலனாய்வு இதழ் இந்தியாவில் வளர்ச்சியடைந்து உள்ளது. அதையொட்டி, தமிழ்நாட்டிலும் பல பத்திரிகைகள் உருவாயின. இங்கு குற்றங்களைப் புலனாய்வு செய்வதன் போக்கு ஆரோக்கியமாக இல்லை. பல உண்மைச் செய்திகள் வெளிவந்தாலும், பல நேரங்களில் பல தவறான செய்திகளும் கட்டுக்கதைகளும் வெளிவருகின்றன.

ஏனெனில், பத்திரிகை அதிக அளவில் விற்கவேண்டியிருப்பதால் சிறிய செய்திகளைப் பெரிதுபடுத்தும் நிலை உள்ளது. உண்மைச் செய்தியில் போதிய கிளுகிளுப்பு, காரம் இல்லையென்றால் இவர்களே சேர்த்துவிடுகிறார்கள். இதனால் செய்தியாளர், படைப்பாளர் பணியையும் சேர்த்தே செய்ய வேண்டியுள்ளது. சில நேரங்களில் அலுவலகத்தில் இருந்து கொண்டே கட்டுக்கதைகளைச் சேர்க்கும் பணியும் நடக்கிறது. இதற்கெல்லாம் ஒரு கட்டுப்பாடு இல்லை.

பத்திரிகைகள் சில மோசமான செய்திகளை வெளியிட்டால் பொதுமக்களால் என்ன செய்ய முடியும்? குடிமகனுக்கு என்ன உரிமை இருக்கிறது? ஒன்று அவதூறு வழக்குப் போடலாம். நீதிமன்றத்தில் அவதூறு வழக்கு பல ஆண்டுகள் நடக்கும். வேறு வேலைகள் எதையும் பார்க்க முடியாது. என்னைக் குறித்துத் தவறான செய்தி வந்தால், நீதிமன்றத்தில் சீரழியாமல் எதிர்நடவடிக்கை மேற்கொள்ளும் உரிமை எனக்கு வேண்டும். அது இன்று நமக்கு இல்லை என்றே கூற வேண்டும்.

இதைக் காரணமாகக் கொண்டு பல இதழ்களில் பல தவறான செய்திகள் வெளிவருகின்றன. இதை மறுக்க முடியாது. உதாரணமாக, சுனாமியின் போது, ஒரு பிரபல நாளிதழ் 50 ஆண்டுகளுக்குப் பிறகு சுனாமி ஏற்படும் என ஒருவர் கூறிய அனுமானப்படி 'சுனாமி தாக்கும்' எனக் கட்டுரை வெளியிட்டது. மக்கள் ஒரு ஊரைக் காலி செய்துவிட்டு வெளியேறினர். இவ்வாறு தனிமனிதன் அல்லது சமுதாயத்திற்குப் பாதிப்பு ஏற்படுத்தும் பத்திரிகையை அவ்வாறு செய்யாமல் தடுக்க என்ன வழி?

சுனாமி குறித்த ஒரு செய்தியால் ஒரு ஊரே காலியாகின்றது என்றால், சமுதாயம் எவ்வளவு பாதிக்கப்படுகின்றது? எவ்வளவு

பொருளாதார இழப்பு? இச்செய்தியால் பத்திரிகை சில ஆயிரம் பிரதிகள் அதிகம் விற்றிருக்கலாம். இவ்வாறு சமூகத்தைப் பீதிக்கு உள்ளாக்குவது, துன்புறுத்துவது, நஷ்டத்துக்கு உள்ளாக்குவது என்பது குற்றம்.

பத்திரிகைச் சுதந்திரத்தை மீறுவதற்கு இந்தியாவில் எந்தத் தண்டனையையும் பத்திரிகைகள் பெறுவது கிடையாது. குஜராத் கலவரத்தின்போது மத சம்பந்தமான, கலவரத்தைத் தூண்டும் மோசமான செய்திகளை குஜராத்திப் பத்திரிகைகள் வெளியிட்டன. ஆங்கில மொழி இந்தியப் பத்திரிகைகள் இவ்விஷயத்தில் ஓரளவு மேன்மையுடன் நடந்துகொள்கின்றன. அவை இவ்வாறு மிக மோசமான செய்திகள் வெளியிடுவதில்லை. ஓரளவு கட்டுப்பாட்டுடனும் விழிப்புணர்வுடனுமே செயல்படுகின்றன. ஆனால் அதே போன்று இந்திய மொழிப் பத்திரிகைகள் செயல்படுவதில்லை. இதனால் வன்முறை தூண்டப்படுகின்றது. கொலைகள் நடைபெறுகின்றன. கலவரங்கள் நடக்கின்றன. ஜாதி, மத உணர்வுகள் தூண்டப்பட்டு, மக்கள் பாதிப்படைகின்றனர். இதற்குப் பத்திரிகைகள் எந்தப் பதிலும் சொல்வது இல்லை. பத்திரிகைச் சுதந்திரம் என்பதன் அடிப்படையில் இன்று நல்லது, கெட்டது இரண்டுமே நடைபெறுகின்றன. பத்திரிகைச் சுதந்திரம் எங்கு தொடங்குகிறது, எங்கு முடிய வேண்டும் என்பதற்கான வரையறை இந்தியாவில் சரியாகப் பேசப்படவில்லை. அத்துமீறலைக் கட்டுப்படுத்த ஏதேனும் செய்தாலும் அது பத்திரிகைச் சுதந்திரத்தைக் கட்டுப்படுத்துகிறது என்று பேச வாய்ப்புள்ளது. மீடியாவை நெறிப்படுத்த குடிமகனுக்கு உரிமை வேண்டும்.

பத்திரிகைகள் ஒருசார்பாக எழுத வேண்டுமா? நடுநிலைமையில் இருக்க வேண்டுமா? எந்த நிலைப்பாட்டைப் பத்திரிகைகள் மேற்கொள்ள வேண்டும்?

இது பத்திரிகையின் வரையறையைப் பொறுத்தது. நாம் எந்த வரையறையையும் உருவாக்க முடியாது. கட்சிப் பத்திரிகை நடுநிலைமையாக இருக்கும் என நாம் எதிர்பார்க்க முடியாது. அவையும் சில வரையறைகளை வைத்துக்கொள்ளலாம். பிற கட்சிகள் பற்றிய மோசமான செய்திகளை வெளியிடாமல் இருக்கலாம். ஆனால் அவ்வாறு செய்வது இல்லை. அவர்கள் தங்கள் கட்சி சார்ந்தே எழுதுவார்கள். அது வாசகர்களுக்கே தெரியும்.

காலச்சுவடைப் பொறுத்தவரை பொதுவாக வெகுஜன ஊடகங்கள் எந்தக் கருத்து அல்லது செய்தி குறித்துப் பேசவில்லையோ, அதற்கு அழுத்தம் கொடுத்து நாங்கள் வெளியிடுவோம். வாசகர்கள் வெகுஜனப் பத்திரிகைகளைப் படிப்பார்கள்.

காலச்சுவடையும் படிப்பார்கள். வெகுஜனப் பத்திரிகையில் கூறப்பட்டுள்ள கருத்துக்கு மாற்றுக் கருத்துக்களை நாங்கள் வெளியிடுவோம். நடுநிலை என்பது ஒரு சிக்கலான விஷயம். எது நடுநிலை, எது நடுநிலையற்றது எனப் பார்ப்பது சிக்கலான விஷயம். ஆனால் நடுநிலைப் பத்திரிகை என யாராவது தங்களைக் கூறிக்கொண்டால் அவ்வாறே செயல்பட முயல வேண்டும். உதாரணமாக, பெரிய நாளிதழ்கள் நடுநிலையாக இருக்க ஆத்மார்த்தமாக முயல வேண்டுமென நாம் எதிர் பார்க்கலாம்.

நடுநிலை நாளிதழ் என்கிற எண்ணத்தில் வெளிவருகின்ற பத்திரிகைகள்கூட, அரசியல் கட்சி அல்லது மதச்சார்பாக நடந்து கொண்டு, அவற்றின் கருத்துக்களைக் கூறி வருகின்றன. இன்று இந்த நிலைமை தமிழ்நாடு முழுவதும் உள்ளது. இது குறித்து உங்கள் கருத்து என்ன?

நீங்கள் கூறுவது போல் முழுமையாக அப்படியில்லை. பத்திரிகைகள் பலவிதப் பிரச்சனைகளை எதிர்கொள்கின்றன. அரசியல்வாதிகள் நெருக்கடிகளை ஏற்படுத்துவர். பத்திரிகைகள் நடுநிலைமையில் நடக்க வேண்டும் எனப் பேசுவது எளிது. நடைமுறையில் கொண்டுவருவது மிகக் கடினமான விஷயம். ஒரு பத்திரிகை வளரவளர அதன் மேலான அழுத்தங்களும் வளரும். அவற்றிற்கு ஈடுகொடுத்து ஓரளவு நடுநிலைமையுடன் செயல்பட கவனம் மேற்கொள்ள வேண்டும். ஆங்கில மீடியா அளவுக்கு நடுநிலைமை இன்று தமிழ் மீடியாவில் இல்லை. அது உருவாக வேண்டும்.

பத்திரிகையாளரும் சில சமயம் ஆட்சியாளர்களால் ஒடுக்கப்படு கின்றனர் அல்லவா?

நிச்சயமாக ஒடுக்கப்படுகின்றனர். அதில் சந்தேகமே இல்லை. சமீபகாலத்தில் தமிழ்நாட்டில் இது நடைபெற்றதை நாம் பார்த்தோம். இதில் ஒரு விஷயம் என்னவென்றால், பத்திரிகை யாளர் ஒடுக்கப்படுகிறார் எனில், பத்திரிகையாளர்கள் இணைந்து எந்த அளவு போராடுகின்றனர் எனப் பார்த்தோமானால் அப்படிப் போராடுவது இல்லை. ஏனெனில், பத்திரிகைகள் பெரும்பாலும் தங்களைச் சுதந்திரமாக வைத்துக்கொள்ளாமல், அரசியல்வாதிகளுடனும், அதிகாரிகளுடனும் தங்களை நெருக்கமாக வைத்துக்கொள்கின்றன. உதாரணமாக, அரசு விளம்பர ஆதரவை இவை பெறுகின்றன. எனவே, அரசை ஓரளவுக்கு மேல் விமர்சனம் செய்ய இயலாது. பத்திரிகைகள் அரசுத் திட்டங்களை ஆதரித்தோ ஆதரிக்காமலோ, அரசுக்குச் சாதகமாகவோ பாதகமாகவோ செய்திகள் வெளியிட முடியும்.

இந்த அதிகாரத்தைப் பயன்படுத்தி அரசியல்வாதிகளிடம் பல சலுகைகளைப் பத்திரிகையாளர்கள் பெறுகின்றனர்.

அவர்களிடம் பிரஸ் கிளப் கட்டடம் கட்டித் தாருங்கள் என்றோ, சொந்தமாக வீடு கட்டித் தாருங்கள் என்றோ கேட்பது போன்ற சலுகைகளைக் கேட்டுப் பெறும்போது பத்திரிகையில் நேர்மையாக எழுத முடியாது.

சில மாவட்டங்களில் பத்திரிகையாளர்கள் பிரஸ் கிளப்பைக் கலெக்டர் அலுவலக வளாகத்தினுள்ளேயே அமைத்திருக்கின்றனர். அரசிடம் பணம் பெற்று, இடம் பெற்று, கட்டடம் கட்டி அவ்விடத்தில் செய்தி தயாரித்தால் அது எந்த அளவு நேர்மையாக இருக்க முடியும் எனக் கேள்வி எழுகின்றது.

சில இதழ்கள் புலனாய்வு உத்தியைப் பயன்படுத்தி அத்துமீறிச் செயல்படுகின்றன. எடுத்துக்காட்டாக, ஒரு நடிகர் சம்பந்தமான செய்தி மூலம் திரைப்படத்துறைப் பெண்கள் எதற்கும் தயாராக இருப்பர் எனக் காட்ட, ரகசிய கேமரா மூலம் பதிவு செய்து, செய்தி வெளியிட்டது எவ்வகையில் நியாயம்? இது சரியான அணுகுமுறையா?

இந்தியாவில் திரைப்படத்துறையினர் குறித்த யதார்த்த நிலை நாம் அனைவரும் அறிந்ததே. இது நேரடியாகப் பேசப்படுவது அல்லது பதிவு செய்யப்படுவது இல்லை. ஆனால் திரைப்படத் துறையில் வரும் பெண்கள் பெயர், புகழ் கிடைக்க வேண்டும், வெற்றி பெற வேண்டும் என நினைக்கிறார்கள். ஆண்களுக்கு ஆசை காட்டிப் பாலியல் ரீதியாகப் பயன்படுத்துவது அல்லது ஒடுக்குவது என்பது திரைப்படத்துறையில் ஆரம்பத்திலிருந்தே உள்ளது. இது பேசியும் பேசப்படாமலும் இலைமறை காயாக உள்ளது. ஆனால் வெளிப்படுவது இல்லை. தற்போது இந்தப் பிரச்சனை ரகசிய காமிரா மூலம் வெளிவந்து விவாதிக்கப் பட்டுள்ளது நல்ல விஷயம்தான்.

நீங்கள் கூறியது சரியென்றாலும், இது ஆரோக்கியமான விஷயம் என்றாலும், திரைப்படத்துறையில் உள்ள எல்லாப் பெண்களும் அவ்வாறு இல்லை எனும்போது அனுமானமாக இப்படி ஒரு விஷயம் வெளியிடப்படலாமா? நடிகைகளில் இவ்வாறு பாதிக்கப்படாதவர்கள் இல்லையெனக் கூற முடியாதே?

திரைப்படத் துறையில் எல்லோரும் அப்படியே எனக் கூற விரும்பவில்லை. அது நமக்குத் தெரியாது. ஆனால் இப்படியும் இருக்கிறதா என்பது விவாதிக்கப்பட வேண்டிய விஷயம். பல ஆண்டுகளாக இருக்கும் ஒடுக்குமுறை விவாதிக்கப்பட்டு, வெளியே தெரிவிக்கப்பட வேண்டியது அவசியம். அத்தகைய ஒடுக்குமுறைக்கு

ஆளான நடிகைகள் துணிச்சலாகத் தகவல்களை வெளியிட முன்வர வேண்டும். அப்படி வெளியிட்டால் இந்த ஒடுக்குமுறையை மேற்கொள்ளப் பிறருக்குப் பயம் ஏற்படும்.

பத்திரிகைகளைப் பொறுத்தமட்டில் பெண்களின் பங்கு, பெண் களின் பத்திரிகைச் சுதந்திரம் எவ்வாறு உள்ளது?

பெண்களின் பங்கு என்பதைப் பார்த்தால் ஒருசில பெண்களே பத்திரிகையில் பணியாற்றுகின்றனர். ஆங்கிலப் பத்திரிகையளவு தமிழ்ப் பத்திரிகையில் பெண்கள் பணியாற்றவில்லை. ஆங்கிலப் பத்திரிகைகளில், பெண் பத்திரிகையாளருக்கு எதிரான பார்வை, போக்கு என்பது தமிழ்ப் பத்திரிகைகளைவிடக் குறைவு.

பத்திரிகைகளில் பெண்களைப் பாதிக்கும், இழிவுபடுத்தும் செய்திகளை வெளியிடுவதைக் கட்டுப்படுத்த வேண்டும். அறிஞர்களிடம் பத்திரிகையைப் படித்துப் பார்க்கக் கூறி, கருத்துக் கேட்டு, பெண்களைப் பாதிக்கும் செய்திகளை வெளியிடும் போக்கை மாற்றி, பத்திரிகையாளர்களைச் செழுமைப்படுத்தப் பயிலரங்கு ஏற்பாடு செய்ய வேண்டும். பத்திரிகையைப் படித்துப் பார்த்துக் கருத்துச் சொல்ல ஒரு நடுவரை ஏற்பாடு செய்து, பெண்களைப் பாதிக்கும் செய்தி, தெரிந்தோ தெரியாமலோ ஒரு சார்பான செய்தி, மதரீதியான பார்வை போன்றவற்றைத் தவிர்க்க முயல வேண்டும்.

குறிப்பாகப் பாலியல் பலாத்காரத்திற்கு ஆளாகும் பெண்களின் பெயர்களை வெளியிடக் கூடாது. தற்போது வெளியிடுவது குறைந்துள்ளது. இதற்குப் பிரஸ் கமிஷன் மேற்கொண்ட முயற்சியே காரணம். அவர்கள் சில முயற்சிகளை மேற்கொண்டு இது போன்ற நடைமுறைகளைக் கொண்டுவந்துள்ளனர். முன்னர் பாலியல் பலாத்காரத்திற்கு ஆளாகும் பெண்களின் பெயர், வயது போன்றவற்றைக் குறிப்பிடுவது இருந்துவந்தது. தற்போது குறைந்துள்ளது. இது நல்ல விஷயம். பாதிக்கப்பட்டோர் கூச்சப் பட்டு, தயங்கி, போலீசுக்குச் சென்றால் விஷயம் பத்திரிகையில் வெளிவரும் என அமைதியாக இருப்பது தவிர்க்கப்படுகின்றது. இப்படிப் பல மாற்றங்கள் வருவது நல்லது.

இதனை அரசாங்கம் சாராது பத்திரிகையாளர்கள் தாங்களே செய்ய வேண்டும். இதற்கு அரசாங்கம் சில முயற்சிகள் மேற்கொள் கின்றதே தவிரப் பத்திரிகைகள் தாங்களாகவே செய்வது இல்லை. ஒரு நாளிதழ் அல்லது இதழ் தங்கள் அமைப்புக்கு உள்ளேயே இதற்கான முயற்சிகள் செய்யலாம். வெளியிலிருந்து அறிஞர்களை வரவழைத்துக் கருத்துக் கேட்கலாம். தங்கள் பத்திரிகையில் மொழியில் ஏதேனும் பிரச்சனை உள்ளதா, வேறு பிரச்சனை

உள்ளதா எனப் பார்க்கலாம். அப்படிச் செய்தால் பல மாற்றங்களைக் கொண்டுவரலாம்.

இதழியலைப் பொறுத்தவரை மனித உரிமை எவ்வாறு மதிக்கப்படுகிறது அல்லது மீறப்படுகிறது?

மனித உரிமை குறித்த விழிப்புணர்வு, தமிழ்ப் பத்திரிகைகளில் போதுமான அளவு இல்லை. குறிப்பாக இது அவர்களின் செய்திக் கொள்கையில் வெளிப்படுகின்றது. இவை மூலம் மனித உரிமை பற்றிய நல்லெண்ணம் வாசகர்களுக்கு உருவாகாது. உதாரணமாக ஒரு நபர் குற்றவாளியாகச் சித்தரிக்கப்படுகிறார் என்றால், கொலை அல்லது பாலியல் சம்பந்தப்பட்ட செய்தியாக இருந்தால், உடனே குற்றவாளி மனித மிருகம், பேய் அல்லது இரத்தக் காட்டேரி போலக் காண்பிக்கப்படுகிறான். குற்றவாளிக்கும் உரிமை உள்ளது. உரிமை இல்லை எனில் நேரடியாக அவனைத் தண்டித்திருக்கலாமே. கோர்ட்டுக்குச் செல்ல வேண்டிய தேவை இல்லையே. இந்திய அரசியலமைப்பு குற்றவாளிக்குச் சில உரிமைகளை அளித்துள்ளது. அவற்றைப் பத்திரிகைகள் மதிப்பது இல்லை.

நீதிமன்றம் தண்டனை வழங்கும் முன்னரே குற்றம் சாட்டப்பட்டவர்களைக் குற்றவாளிகள் என முடிவு செய்து, மோசமாகச் சித்தரிக்கிறார்கள். குற்றம் என்பதற்கு அப்பாற்பட்டு யாருமே கிடையாது. அரசியல்வாதிகள், தொழிலதிபர்கள் குற்றமே செய்யாதவர்கள் அல்ல. குற்றம் யார் வேண்டுமானாலும் செய்யலாம். அரசியல், பணம் என எந்தப் பின்புலமும் இல்லாதவர்கள் குற்றஞ்சாட்டப்பட்டுக் கைது செய்யப்படும்போது அவர்கள் உரிமையை நாம் மதிக்க வேண்டும். இதுவே ஒரு அரசியல் பின்புலம் உள்ள குற்றவாளி எனில் குற்றம் வெளிவராமலோ, அவர் குறித்த செய்தி வெளிவராமலோ, அவர் மோசமாகச் சித்தரித்துப் பேசப்படாமலோ போய்விடலாம்.

இரண்டாவது, போலீசார் தற்போது சித்திரவதையை ஒரு முறைமையாகக் கையாளுகின்றனர். இது இந்திய அரசியல் சாசனப்படி குற்றம். இது எல்லோருக்கும் தெரியும். இதைப் பத்திரிகைகள் அம்பலப்படுத்த வேண்டும். ஆனால் செய்வது இல்லை. ஒருபுறம் ஆதரவாகச் செயல்படுகின்றனர். பத்திரிகையில் அவனை 'லேசாக வாட்டினார்கள்' அல்லது 'தகுந்த சிகிச்சை' அளித்ததும் உண்மையைக் கக்கிவிட்டான் அல்லது 'அன்பாக' விசாரித்தார்கள் என எழுதுவர். இது சித்திரவதையை ஆதரிப்பது போன்றதாகும். இப்படியில்லை என்றால் அவன் எப்படி உண்மையைச் சொல்வான் என்கின்றனர். ஆனால் உலகில் பல இடங்களில் போலீசார், குற்றவாளியின் அருகில் சென்ற

உடனேயே வீடியோவை ஆன் செய்ய வேண்டும் என்ற நடைமுறை உள்ளது. அப்படிப்பட்ட நடைமுறையில் அவர்களும் குற்றவாளி களைப் பிடித்துவிடுகின்றனர். அடி உதை அங்கு இல்லை. போலீஸார் இங்கு அப்படிச் செய்வது கிடையாது. அதற்கான பயிற்சிகள் இவர்களுக்குத் தரப்படுவதில்லை.

இந்தியாவில் பதிப்பாளர் மற்றும் படைப்பாளியின் நிலைமை எப்படி உள்ளது?

இந்தியாவைப் பொறுத்தவரை பொதுப்படையாகப் பேச எனக்குப் பரந்த அறிவில்லை. ஆனால் தமிழ்நாடு மற்றும் கேரளாவைப் பொறுத்தவரை ஓரளவு கூற முடியும். ஒப்பீட்டு அளவில் பார்க்கும்போது, படைப்பாளிகள் கேரளாவைப் போன்று தமிழ்நாட்டில் மதிக்கப்படுவதில்லை. ஒரு சின்ன எடுத்துக்காட்டு. கேரளாவில் சமீபத்தில் முக்கிய எழுத்தாளர் ஓ.வி. விஜயன் மறைந்தார். மரணமடைந்த அன்று மலையாள ஊடகங்கள் அனைத்தும் அதைப் பிரதானப்படுத்திச் செய்தி வெளியிட்டன. மலையாளத் தினசரிகள் முதல் பக்கம் முழுக்கச் செய்தி வெளியிட்டு அரசியல் தலைவர்களுக்குக் கொடுக்கும் முக்கியத்துவம் போன்று கொடுக்கப்பட்டது. தமிழ்நாட்டில் எந்தக் காலகட்டத்திலும், எந்த எழுத்தாளரும் அவர் சிறந்த எழுத்தாளரோ, சாதாரண எழுத்தாளரோ, மரணமடைந்தால் இத்தகைய மரியாதையை எதிர்பார்க்க முடியாது. அடிப்படையாகத் தமிழ்ச் சமுதாயத்தில் எழுத்தாளருக்குப் பெரிய அங்கீகாரம் கிடைக்குமென்றும் சொல்ல முடியாது. ஆனால் இந்நிலையில் சின்ன மாறுதல் ஏற்பட்டுள்ளது. பத்து ஆண்டுகளுக்கு முன்னர் இருந்ததை விட இன்று மாற்றம் ஏற்பட்டுள்ளது. பதிப்புத் துறையிலும் நல்ல வளர்ச்சி உள்ளது. முழுமையாக இல்லையென்றாலும் கணிசமான வளர்ச்சியைத் தற்போது அடைந்துகொண்டிருக்கிறது.

பத்திரிகை ஆசிரியராக ஆவதற்குக் குடும்பப் பின்னணி உங் களுக்கு எந்த வகையில் உதவியது?

தந்தை சுந்தர ராமசாமி பெரிதும் மதிக்கப்பட்ட எழுத்தாளர் என்பதால் வீட்டிற்குப் பல எழுத்தாளர்கள் வருவார்கள். வீட்டில் பல புத்தகங்கள், பத்திரிகைகள் என ஒரு விழிப்புணர்வை ஏற்படுத்தும் நிலை இருந்தது. செய்திகளை விவாதிப்பது, புரிந்துகொள்வது, மாற்றுக் கருத்துகளை அறிந்துகொள்வது என அரிய வாய்ப்பு எனக்கு ஏற்பட்டிருந்தது. இதை முக்கியமான விஷயமாக நான் கருதுகின்றேன்.

ஒரு எழுத்தாளரின் மகனாக, இலக்கிய முத்திரை பதித்த ஒருவரின் மகனாக உங்கள் படைப்பு எவையேனும் உண்டா?

நான் கவிதை, சிறுகதை எழுதுவது இல்லை. முயற்சிசெய்யவும் இல்லை. எனக்கு அதில் ஆர்வம் இல்லை. என் ஆர்வம் பத்திரிகைத் துறையில்தான். சில கட்டுரைகள் எழுதியுள்ளேன். அவை 'வன்முறை வாழ்க்கை' என ஒரு தொகுப்பாக வெளிவந்துள்ளன. படைப்பு சார்ந்து எனக்கு ஆர்வமில்லை.

காலச்சுவடு பதிப்பகம் தற்போது எந்த நிலையில் உள்ளது? அதன் தோற்றம், வளர்ச்சி குறித்து?

காலச்சுவடு பதிப்பகம் 1995இல் உருவாக்கப்பட்டது. 1996இல் முதல் நூல் வெளிவந்தது. இந்தப் பத்து ஆண்டுகளில் கணிசமான வளர்ச்சி அடைந்துள்ளது. முதல் ஆண்டில் இரண்டு புத்தகம் வெளியிட்டோம். கடந்த வருடம் 40 புத்தகங்கள் வெளிவந்திருக்கின்றன. இதுவரை 125 முதல் 130 தலைப்பில் புத்தகங்கள் வெளியிட்டுள்ளோம். இந்த ஆண்டு 2004இல் பாரதியாரின் இதுவரை வெளிவராத புதிய எழுத்துக்கள் 'பாரதி விஜயா கட்டுரைகள்' நூலாக வெளிவந்துள்ளன. அதன் பதிப்பாசிரியர் ஆஇரா.வேங்கடாசலபதி சென்னை MIDSஇல் பணியாற்றுகிறார். அதேபோன்று புதுமைப்பித்தனின் வெளிவராத படைப்புகளை வெளியிட்டுள்ளோம். புதுமைப்பித்தன் தமிழ்ச் சிறுகதையின் தந்தை என அழைக்கப்படுகின்றார். அவர் 1948இல் காலமானார். அவர் காலமாகிக் கிட்டத்தட்ட 50 வருடங்களுக்குப் பின் 1998இல் இதுவரை வெளிவராத, எழுதப்பட்ட கைப்படிகளின் தொகுப்பு 'அன்னை இட்ட தீ' சுமார் 400 பக்கங்களில் புத்தகமாக வெளிவந்துள்ளது. இதுமாதிரி பல முக்கிய எழுத்தாளர்களின் வெளிவராத தொகுப்புகளை வெளியிட முயற்சி செய்துவருகின்றோம். ஒரு கைப்படியைப் பெற்றுப் புத்தகமாக வெளியிடுவது என்றல்லாமல், ஒரு புத்தகத்திற்காகவே பல வருடங்கள் பணி மேற்கொள்கிறோம்.

புதுமைப்பித்தன் சார்ந்து பத்து வருடமாகத் தொடர்ந்து பணி மேற்கொண்டிருக்கின்றோம். இனியும் இரண்டு தொகுப்புகள் வெளிவரவுள்ளன. இதுபோன்ற முயற்சிகள் தொடர்ந்து நடைபெறுகின்றன. சுமார் இரண்டு வருட உழைப்பில் ஒவ்வொரு புத்தகத்தையும் வெளியிடுகின்றோம். நாங்கள் மட்டுமல்ல எங்கள் நண்பர் வட்டாரமும் ஆர்வத்துடன் செய்யும் விஷயம் இது.

பதிப்பகத் துறையில் உங்கள் துணைவியார் ஒத்துழைப்பு எப்படி உள்ளது? எந்த வகையில் உள்ளது?

கிட்டத்தட்ட சமபங்கு உள்ளது என்றே கூறலாம். ஏனென்றால் என் மனைவி மைதிலி கம்ப்யூட்டர் சாப்ட்வேர் ப்ரோகிராமர். பதிப்பகத்தின் மென்பொருள் சார்ந்த

பிரச்சனைகளை அவர்கள் பார்த்துக்கொண்டிருக்கிறார்கள். கணக்குவழக்குகளையும் சரிபார்த்துக்கொள்கிறார்கள். இவற்றைத் தவிர்த்து புத்தகக் கைப்படிகளைச் சேகரிப்பது, எழுத்தாளர்களைத் தொடர்பு கொள்வது போன்றவற்றில் முழுக் கவனத்தையும் செலுத்த முடிகிறது. அன்றாடம் அலுவலகம் சார்ந்த பிரச்சனைகள், கணினி வாங்குவது, மென்பொருள் வாங்குவது அவை சார்ந்த பிரச்சனைகள், அவற்றைச் சரிபார்ப்பது போன்றவற்றை அவர்களே கவனித்துக்கொள்கிறார்கள்.

நேர்கண்டவர்: ஜே. ராஜசேகர்
பத்திரிகைச் சுதந்திர தினத்தன்று
என்.என்.டி.வி (நாஞ்சில் நாதம் தொலைக்காட்சி)இல்
ஒளிபரப்பப்பட்ட நேர்காணல் (03.05.2004)

உலகத் தமிழ் மீடியா

மாணவருக்கு ஒரு அறிமுகம்

இளங்கலை வரலாற்று மன்றத் துவக்கவிழாவில் பங்கேற்பதில் மிகுந்த மகிழ்ச்சி அடைகிறேன். இந்துக் கல்லூரியின் வரலாற்றுத் துறையில் பயின்றுவரும் மாணாக்கர்களிடம் மீடியா பற்றிப் பேசவேண்டுமென்று என் நண்பர் டாக்டர் பகவதி பெருமாள் அவர்களும் துறைத் தலைவர் பேராசிரியர் வித்யாசாகர் அவர்களும் கேட்டுக்கொண்டபோது எனக்குச் சற்று வியப்பாக இருந்தது. ஏனென்றால் நான் கல்வித் துறையைச் சார்ந்தவனல்ல. மீடியா ஆய்வில் டாக்டர் பட்டமும் பெற்ற தில்லை.

என் நண்பர் ஒருவர், வட இந்தியாவில் ஒரு குதிரைப் பண்ணையில் பல ஆண்டுகளாகப் பணியாற்றி வருகிறார். பந்தயக் குதிரைகளை உருவாக்கும் பண்ணை அது. சமீபத்தில் அமெரிக்காவில் கார்னல் பல்கலைக்கழகத்தில் இது தொடர்பாகக் கற்பதற்காகச் சென்றிருந்தார். குதிரை வளர்ப்பு பற்றி அங்கு கற்றுத்தரப்படுகிறது. என் நண்பர் தேர்ந்தெடுத்த பாடம் – குதிரைக்கு லாடம் அடிப்பது பற்றியது. யார் கற்றுக்கொடுத் தார்கள் என்று அவரிடம் கேட்டபோது, வழக்கமாகக் குதிரைக்கு லாடம் அடிப்பவர்தான் கற்றுக்கொடுத்தார் என்று அவர் கூறினார். அதுபோல், கடந்த பத்தாண்டுகளாகக் *காலச்சுவடு* என்கிற இதழை நடத்திவரும் என்னை, பட்டறிவின் அடிப் படையில், மீடியாபற்றி இங்கு பேச அழைத்திருக்கிறார்கள் என்று நினைக்கிறேன்.

நான் சுமார் 15 அல்லது 20 நிமிடங்கள் மாணவர்களுக்கு இந்தியாவில் மீடியாவில் இருக்கும் வாய்ப்புகள் பற்றிப் பேசலா மென்று நினைக்கிறேன். கலந்துரையாடல் இல்லாமல் எந்தப் பேச்சும் முழுமையடைவதில்லை. எனவே, இந்த உரைக்குப் பிறகு நமக்குள் ஒரு கலந்துரையாடல் ஏற்படும் என்று மிகுந்த ஆவலுடன் எதிர்பார்க்கிறேன்.

இன்று மீடியா மிக வேகமாக வளர்ச்சி பெற்றுவரும் ஒரு துறை. வேறு எந்த ஒரு துறையைக் காட்டிலும் அதிக முதலீடும் அதிக வளர்ச்சியும் அதிக லாபமும் ஏற்பட்டுவரும் ஒரு துறை என்று மீடியாவைச் சொல்லலாம். மீடியா என்பது நாளிதழ்கள், பத்திரிகைகள், வானொலி, தொலைக்காட்சி போன்ற வெகுஜனங்களால் படிக்கப்படுகிற, பார்க்கப்படுகிற அனைத்தையும் குறிக்கப் பயன்படுத்தப்படும் ஒரு சொல். மீடியாவுக்குத் தமிழில் ஊடகம் என்ற சொல் பயன்படுத்தப் படுகிறது.

இந்தியாவில் நாளிதழ்களுக்குச் சுமார் 20 கோடி வாசகர் களும், தொலைக்காட்சிக்குச் சுமார் 40 கோடி பார்வையாளர் களும், வானொலிக்குச் சுமார் 70 கோடி நேயர்களும் உள்ளனர். புதிய ஊடகமாக வளர்ந்துவரும் இணையத்திற்குத் தற்போது சுமார் ஒரு கோடி அன்பர்கள் உள்ளனர்.

இந்தியாவில் நாளிதழ்கள் விற்பனையில் தொடர்ந்து வளர்ச்சி பெற்றுவருகின்றன. இவ்வளர்ச்சி இந்திய மொழிகளில் வெளிவரும் நாளிதழ்களில் மிக அதிகமாகவும் ஆங்கில நாளிதழ்களில் குறைவாகவும் உள்ளது. மேற்கத்திய நாடுகளில் தொலைக்காட்சி யின் வருகைக்குப் பிறகு நாளிதழ்களின் வளர்ச்சி குன்றி வருகிறது. ஆனால், இந்தியாவில் அப்படியல்ல. தொலைக்காட்சி வளர்ச்சி அடைந்தாலும் நாளிதழைப் படிக்கும் பழக்கம் குறையவில்லை.

அதேபோல் வாரந்தோறும் அல்லது வாரத்திற்கு இருமுறை வெளிவரும் இதழ்களிலும் தமிழைப் பொறுத்தவரையில் கணிசமான வளர்ச்சி ஏற்பட்டுவருகிறது. பத்திரிகைகள் அகில இந்திய அளவில் விற்பனையில் வீழ்ச்சியடைந்துவருகின்றன. ஆனால் தமிழ்ப் பத்திரிகைகளின் மொத்த வாசக எண்ணிக்கை இவ் வாண்டுவரை தொடர்ந்து வளர்ச்சிபெற்றே வருகின்றது.

சுமார் 15 அல்லது 20 ஆண்டுகளுக்கு முன்னர் தமிழில் வெளிவரும் வெகுஜன இதழ்கள் சுமார் ஒரு டஜன் இருந்திருக்கு மென்று நினைக்கிறேன். இன்று அவை பலமடங்காகப் பெருகித் தமிழில் 100க்கு மேற்பட்ட இதழ்கள் வெளிவருகின்றன. பல்வேறு துறையைச் சார்ந்த இதழ்கள் வெளிவருகின்றன. அரசியல், சினிமா நீங்கலாகப் பார்த்தாலும் கணினி, சுற்றுச்சூழல், அறிவியல், விவசாயம், பக்தி, ஜோதிடம், தொழில் வளர்ச்சி பற்றிய இதழ்கள், பெண்களுக்கான இதழ்கள் எனப் பல்வேறு இதழ்கள் வெற்றிகரமாக வெளிவந்துகொண்டிருக்கின்றன.

இதழியல் துறையில் ஏற்பட்டிருக்கும் பூதாகரமான வளர்ச்சி யைச் சுட்டிகாட்ட ஒரு உதாரணத்தை மட்டும் தராலாமென்று நினைக்கிறேன். இன்று செல்வாக்குடன் இருக்கும் சினிமா

நட்சத்திரங்களுக்காகத் தனியான இதழ்கள் வெளிவருவது உங்களுக்குத் தெரிந்திருக்கும். விஜய், விஜயகாந்த், ரஜினி போன்றவருக்காகப் பல இதழ்கள் இன்று வெளிவருகின்றன. திரைப்பட நட்சத்திரங்களுக்காக மட்டும் சுமார் 25 இதழ்கள் தமிழில் வெளிவருகின்றன. எம்.ஜி.ஆருக்காக அவர் மறைந்த பின்னர், 5 ஆண்டுகளுக்கு முன்னர், *இதயக்கனி* என்ற ஓர் இதழ் வெளிவந்தது. இன்று எம். ஜி. ஆருக்கு மட்டும் நான்கைந்து இதழ்கள் வெளிவருகின்றன. இது தமிழக இதழியல் துறையில் ஏற்பட்டுவரும் வளர்ச்சிக்கு ஒரு உதாரணம்.

அதேபோல மிகப் பெரும் வளர்ச்சி கண்டுவரும் இன்னொரு மீடியா, தொலைக்காட்சி. தமிழகத்தில் மட்டும் இன்று சுமார் 100 சேனல்கள் இயங்கிவருகின்றன என்று நினைக்கிறேன். அதேபோல் வானொலியைப் பொறுத்தவரையிலும் பல புதிய தனியார் நிறுவனங்கள் வானொலி நிலையங்களைத் துவங்கி யுள்ளன. இணையத்திலும் பல புதிய முயற்சிகள் எடுக்கப்பட்டு வருகின்றன.

மீடியாவின் பல வகைகள் பற்றியும் அவற்றில் ஏற்பட்டு வரும் வளர்ச்சி பற்றியும் விரிவாக நான் கூறுவதற்குக் காரணம் அதில் உங்களுக்கு இருக்கும் எண்ணற்ற வேலைவாய்ப்புகளைச் சுட்டிக்காட்டுவதற்காகத்தான். இந்த வேலைவாய்ப்புகளை இரண்டு வகையாகப் பார்க்கலாம். ஒன்று ஏற்கெனவே இயங்கி வரும் தமிழ், ஆங்கில நாளிதழ்களில் தொலைக்காட்சியில் வானொலியில் இணைய நிறுவனங்களில் வேலைவாய்ப்பு களைப் பெறலாம். அல்லது நீங்களே புதிய முயற்சிகளில் ஈடுபடலாம்.

இங்கு இளநிலைப் பட்டப்படிப்பு மேற்கொண்டுவரும் மாணவர்களுக்குத் தமிழகத்தில் சில பல்கலைக்கழகங்களில் முதுநிலை மீடியா கல்வி உள்ளது. மனோன்மணியம் சுந்தரனார் பல்கலைக்கழகத்தில் மீடியா கல்வி இருக்கிறது. சென்னை லயோலா கல்லூரியிலும் கோவையில் உள்ள சில கல்லூரி களிலும் நீங்கள் மீடியா கல்வி பயிலலாம். இதைத் தவிர ஏசியா நெட் – ஐ உருவாக்கிய சசிகுமார், *த ஹிண்டு* நாளிதழின் ஆசிரியர் என். ராம் போன்ற மூத்த பத்திரிகையாளர்கள் இணைந்து மீடியா கல்விக்காக Asian College of Journalism என்ற கல்வி நிறுவனத்தைச் சென்னையில் நடத்திவருகின்றனர். இதில் மீடியாவின் பல்வேறு துறைகள் சார்ந்து பல பாடங்கள் கற்பிக்கப்படுகின்றன.

சுயமாகத் தங்களுக்கு விருப்பமான மீடியாவைப் புதிதாகத் துவங்குவது பற்றி மாணவர்கள் யோசிக்கலாம். ஒரு நாளிதழையோ, கேபிள் தொலைக்காட்சி நிறுவனத்தையோ, வானொலியையோ,

இணையதளத்தையோ நீங்கள் துவங்கி நடத்த முடியும். ஒரு பலசரக்குக் கடை வைப்பதற்கான முதலீட்டில் நீங்கள் சிறிய அளவில் ஒரு மீடியா கம்பனியைத் துவங்க முடியும். நக்கீரன் இதழ் மிகச் சிறிய முதலீட்டில் துவங்கப்பட்டு இன்று பெரிய அளவில் வளர்ச்சி அடைந்துள்ளது. சில சாத்தியங்களை மட்டும் இப்போது பார்க்கலாம்.

மாணவர்கள் இணைந்து நகரச் செய்திகளை வழங்கும் ஒரு இலவச நாளிதழைத் துவங்க முடியும். இவை சென்னை போன்ற நகரங்களில் வெற்றிகரமாக நடைபெற்றுவருகின்றன. இங்கும் வெற்றிகரமாக நடத்துவது சாத்தியம்தான். மாவட்ட அளவில் இருக்கும் வியாபார நிறுவனங்களிடமிருந்து விளம்பரங் களைச் சேகரித்து நடத்த வேண்டும்.

அதேபோல இன்று தனியார் வானொலி நிலையங்களைத் துவங்க முடியும். நீங்கள் ஆங்கிலத் தொலைக்காட்சி சேனல்களைப் பார்க்கும்போது அவை பல்வேறுபட்ட விஷயங்கள் தொடர்பாக இருப்பதைக் கவனித்திருப்பீர்கள். செய்தி, சினிமா, காட்டு உயிரினங்கள், விளையாட்டு, ஃபேஷன் எனப் பலவகை சேனல்கள் உள்ளன. ஆனால் தமிழைப் பொறுத்தவரை சினிமா மற்றும் செய்தி தவிர வேறு விஷயங்களில் சேனல்கள் இல்லை. ஒரு உதாரணத்திற்காகச் சொல்வதென்றால் விளையாட்டு தொடர்பான ஒரு தமிழ் சேனலை வெற்றிகரமாக நடத்த முடியும். புதிய முயற்சிகளை மேற்கொள்வதற்கான ஆசை மற்றும் கற்பனைத் திறன் நம்மிடமிருந்தால் இதுபோன்ற முயற்சிகளில் ஈடுபடலாம்.

மீடியாவில் வேலைவாய்ப்பைப் பெற விரும்புபவர்கள் சில மிக முக்கியமான தகுதிகளை வளர்த்துக்கொள்வது நல்லது என்று நினைக்கிறேன். ஒன்று ஆங்கில அறிவு. போதுமான அளவு ஆங்கில அறிவு இல்லாமல் இன்று ஆங்கில மீடியாவில் மட்டுமல்ல தமிழ் மீடியாவிலும் சிறப்பாகப் பணியாற்றுவது கடினம். உதாரணமாக, பல்வேறு தகவல்களை ஆங்கிலத்தில் இருக்கும் இணையத்தளங்களிலிருந்து பெற்றுப் பயன்படுத்த வேண்டியிருக்கும். ஆங்கிலத் தினசரி மற்றும் பத்திரிகைகளி லிருந்து விஷயங்களைப் படித்துப் புரிந்துகொண்டு தமிழில் கொடுக்க வேண்டிய அவசியம் ஏற்படும். எனவே ஆங்கில அறிவு மிக முக்கியம்.

அதேபோல் தமிழ் அச்சு ஊடகங்களில் பணியாற்ற விரும்பு பவர்கள் தமிழைப் பிழையில்லாமல் எழுதக் கற்றுக்கொள்ள வேண்டும். ஆங்கில மற்றும் தமிழ்த் தட்டச்சுப் பயிற்சி மிக உதவியாக இருக்கும். அதேபோல் கணினிப் பயிற்சியும் மிக அவசியமானது.

தமிழ் மீடியாவில் பணியாற்ற நினைப்பவர்கள் கவனிக்க வேண்டிய மிக முக்கியமான விஷயம், தமிழ் இன்று தமிழகத்தில்

மட்டும் பேசப்படக்கூடிய ஒரு மொழி அல்ல. ஆங்கிலத்தைப் போலத் தமிழ் இன்று ஒரு உலக மொழி. இந்தியாவைத் தவிர இலங்கை, மலேசியா, சிங்கப்பூர் ஆகிய நாடுகளில் தமிழ் அரசு மொழியாக உள்ளது. அதேபோல இலங்கையில் ஏற்பட்ட இனப்பிரச்சனை காரணமாக இலங்கைத் தமிழர்கள் உலகில் பல்வேறு நாடுகளில் குடியேறியுள்ளனர். இந்தியாவிலிருந்து வேலைவாய்ப்பு கருதிப் பல்வேறு தமிழர்கள் அமெரிக்காவில் குடியேறியுள்ளனர். கனடா தலைநகரான டொரன்டோவில் தமிழ் ஒரு நகராட்சி மொழி. எனவே, தமிழ் இன்று வட அமெரிக்காவிலும் ஐரோப்பாவிலும் ஆஸ்திரேலியாவிலும்கூடப் பேசப்படுகிறது. இந்த நாடுகளில் தமிழ்த் தொலைக்காட்சிகள், தமிழ் நாளிதழ்கள், தமிழ்ப் பத்திரிகைகள், தமிழ் வானொலிகள், தமிழ் இணைய இதழ்கள் எல்லாம் இயங்கிவருகின்றன. இவை எல்லாவற்றிலும் இன்று மாணவர்களுக்கு வேலைவாய்ப்பு உள்ளது.

மீடியாவில் பணியாற்றுவதற்கு நான் குறிப்பிட்ட தொழில் ரீதியான திறனைத் தவிரக் கோட்பாட்டு ரீதியான விழிப்புணர்வும் மிக அவசியம். பத்திரிகையாளர்கள் நுண்ணுணர்வுள்ளவர்களாக இருக்க வேண்டும். இந்திய ஜனநாயகத்திலும் நமது அரசியல் அமைப்புச் சட்டத்திலும் நம்பிக்கை கொண்டவர்களாக இருக்க வேண்டும். மனித உரிமை பற்றிய விழிப்புணர்வு பத்திரிகை யாளர்களுக்கு மிக முக்கியம். ஒடுக்கப்பட்ட மக்கள், பெண்கள், சிறுபான்மையினர் உரிமை பற்றி அவர்களுக்கு மிகுந்த அக்கறை இருக்க வேண்டும்.

நமது ஊடகங்கள் போலீஸ் சித்திரவதையை ஆதரிப்பது, சாதிப் பிரச்சனைகளை வளர்த்துவிடுவது, மதப் பிளவுகளை வளர்த்துவிடுவது என விற்பனைக்காக எதையும் செய்யத் துணி கின்றன. மாணவர்கள் இவற்றைப் பற்றிய விழிப்புணர்வுடன் இருப்பது சமூகப் பொறுப்புணர்வோடு பத்திரிகையாளராகப் பணியாற்ற மிக அவசியம். சமூகப் பொறுப்புணர்வோடு பணி யாற்றும்போது ஏற்படும் மனநிறைவு பணத்தால் கிடைக்காது.

(2005 பிப்ரவரி மாதம் நாகர்கோவில் தெ.தி. இந்துக் கல்லூரி
வரலாற்றுத்துறை மாணவர் பேரவையின்
தொடக்க விழாவில் பேசியது)

என் ஊடக அனுபவங்கள்

காலச்சுவடு ஆசிரியராக வருவதற்கு முன்பு என்ன செய்து கொண்டிருந்தீர்கள்?

பத்திரிகை படிக்கும் ஆர்வம் பதினைந்து வயதிலிருந்து இருக்கிறது. அப்போது வந்த பத்திரிகைகளில் *துக்ளக், விசிட்டர்,* பின்னர் வந்த *தீம்தரிகிட* இதெல்லாம் தொடர்ந்து படித்திருக்கிறேன். *இந்தியா டுடே* ஆங்கில இதழ் வர ஆரம்பித்ததிலிருந்தே தொடர்ந்து படித்து வந்திருக்கிறேன். நாகர்கோவிலில் இருக்கும் போது, இவ்வளவுதான் பார்க்க முடிந்தது. *குமுதம், ஆனந்த விகடன்* படிக்கிற பழக்கம், தொடர்கதை படிக்கும் பழக்கம் கொஞ்ச காலத்துக்கு இருந்தது. பின்னர் அரசியல் விஷயங்களில் அதிக ஆர்வம் ஏற்பட்டது.

நாகர்கோவிலில் எஸ்.எல்.பி. அரசுப் பள்ளியிலும், கார்மல் பள்ளியிலும் படித்தேன். அது முடிந்ததும் பெங்களூர் போய் மெகானிக்கல் என்ஜினீயரிங் படித்தேன். என்ஜினீயரிங் படிப்பு மேல் பெரிய ஆர்வம் எதுவும் இருக்கவில்லை. வீட்டிலிருந்து வெளியே போய் இருக்கணும் என்பதற்கான விஷயம்தான். இப்போது இருக்கிற மாதிரி அப்போது பலவிதமான படிப்புகள் கிடையாது. மெடிக்கல் இல்லைன்னா என்ஜினீயரிங். வேறு டிகிரி படிக்க வேண்டும் என்றால் ஊரிலேயே படிக்கலாம். வெளியே போக வேண்டிய அவசியம் இருக்காது. அப்போது மீடியா கல்வி இருந்திருந்தால் அதையே படித்திருந்திருப்பேன்.

பெங்களூர் போனபிறகு பல்வேறு புதியபுதிய பத்திரிகைகள் பார்க்க முடிந்தது. குறிப்பாக ஆங்கிலத்தில். நிறைய பத்திரிகைகளைப் படித்துப் பார்த்து, பிடித்த பத்திரிகைகளைத் தொடர்ந்து வாங்குவேன். வெவ்வேறு காலகட்டத்தில் பல பத்திரிகைகள் வரும். பிறகு நின்றுவிடும். *இண்டிபெண்டன்ட்* என்று ஒரு பேப்பர் வந்தது. *டெபனேர்* என்று ஒரு பத்திரிகை, அது கவர்ச்சிப் படங்களுக்கான பத்திரிகையாக இருந்தாலும் கூடவே நல்ல பேட்டிகள் வரும். முக்கியமான பேட்டிகளெல்லாம் அதில்

வந்திருக்கின்றன. அமெரிக்காவில் *ப்ளேபாய்* பத்திரிகைக்கும் அப்படி ஒரு மரபு உண்டு. சீரியசான பேட்டிகளை வெளியிடு வார்கள். அதுமாதிரி இவர்களும் பண்ணினார்கள். *சண்டே* வந்துகொண்டிருந்தது. *இல்லஸ்ட்ரேடட் வீக்லி ஆப் இண்டியா*, பிரித்திஷ் நந்தியை ஆசிரியராகப் போட்டு மீண்டும் ஆரம்பித் திருந்தார்கள். அந்தப் பத்திரிகைகள் எல்லாமே வாங்கிப் படிப்பேன்.

பிரிட்டிஷ் கவுன்சில் லைப்ரரியில் மெம்பராகி, வெளி நாட்டுப் பத்திரிகைகளைத் தொடர்ந்து பார்க்க ஆரம்பித்தேன். அந்த மாதிரி விஷயங்களிலிருந்து பத்திரிகைத் துறையைப் பற்றிய ஆசை உருவாயிற்று. சிறுபத்திரிகைகளின் பழைய வால்யூம்ஸ் நிறைய வீட்டில் இருக்கும். அதெல்லாம் பார்த்தேன். பல விஷயங்களை ரொம்ப விரும்பிப் படித்திருந்திருக்கிறேன். ஆனாலும் கையாளப்படக்கூடிய விஷயங்களின் பரப்பு ரொம்பக் குறுகலாக இருப்பதை உணர்ந்தேன். இலக்கியம், அதை ஒட்டின ஒரு சில விஷயங்கள். சிறுபத்திரிகையில், என்ன பண்ணலாம், என்ன பண்ணக் கூடாது என்கிற வரையறை ரொம்பக் குறுகிய தாகவும் ரொம்ப கறாராகவும் இருப்பதாகத் தோன்றியது. இதெல்லாம் செய்யக் கூடாது என்கிற மாதிரி. புதுசா தீவிரமான பல விஷயங்களைப் பண்ண முடியும் என்று என்னுடைய வாசிப்பில் இருந்து கருத்து உருவாகி இருந்தது.

என்ஜினீயரிங் முடித்துவிட்டுப் பிறகு, படிக்க விருப்பம் இல்லை. திரும்ப ஊருக்கே வந்துவிட்டேன். அப்பாவுக்கு அப்போது உடல் நிலை மோசமாகிவிட்டிருந்தது. அவருக்குத் தொடர்ந்து வியாபாரத்தைப் பார்க்க உடல்நிலையும் இல்லை, மனநிலையும் இல்லை. அவருக்கு எழுதணும் என்கிற ஆர்வம் அதிகமாக இருந்தது. அந்தச் சமயத்தில் வியாபாரத்தில் சில பிரச்சனைகள் இருந்தன. நானும் அவரும் சேர்ந்து இரண்டு வருஷமாகச் சரிசெய்து பிரச்சனையெல்லாம் குறைந்தபோது, அவர் மெதுவாக அதிலிருந்து விலக ஆரம்பித்தார். நான் தொழிலைப் பார்த்துக் கொள்ள ஆரம்பித்தேன். 94இல் பத்திரிகை நடத்தலாம் என்ற எண்ணம் ஏற்பட்டது. *காலச்சுவடு* பெயர் அப்பா பெயரில் பதிவாயிருந்ததால் அதையே எடுத்துக்கொண்டேன். அப்பா நடத்திய *காலச்சுவடை* முன்மாதிரியாக வைத்து நடத்த வேண்டும் என்று நான் நினைக்கவில்லை. எனக்கு ஏற்கனவே உள்ள அபிப்பிராயங்களின்படிதான் நடத்தினேன். அப்பா லீகலாகவே ரெஜிஸ்டர் ஆபீசுக்குப் போய் பேரை எனக்கு மாற்றிக் கொடுத்து விட்டார். லஷ்மி மணிவண்ணன், மனுஷ்ய புத்திரன், நான் எல்லோரும் சேர்ந்து ஆசிரியர் குழு அமைத்து நாங்கள் விரும்பின மாதிரி செய்ய ஆரம்பித்தோம். பின்னணி இதுதான்.

பேசப்படக்கூடிய பத்திரிகையாய் நடத்துவோம் என்கிற நம்பிக்கை, *காலச்சுவடு* ஆரம்பிக்கையில் இருந்ததா?

பின்னால் நடந்த விஷயம் எல்லாம் முன்னாலேயே திட்டமிட்டுப் பண்ணினேன் என்று சொல்ல முடியாது. ஒரு வேளை முன்வந்த வாய்ப்புகளைச் சரியாகப் பயன்படுத்திக் கொண்டேன் என்று வேண்டுமானால் சொல்லலாம். வியாபாரத்தில் கடையை நிர்வகித்த அனுபவம் ஒரு நம்பிக்கையைக் கொடுத்திருந்தது. காலாண்டு இதழாக ஆரம்பித்தால், ஒரு ஆண்டுக்கு எவ்வளவு நஷ்டம் ஏற்படும் என்று கணக்குப் போட்டுப் பார்த்தேன். அதைத் தாங்கிக்கொள்ள முடியும் என்ற எண்ணம் தோன்றியது. அதன் அடிப்படையில்தான் அப்போது காலாண்டிதழாக ஆரம்பித்தேன். அது ஏற்படுத்திய தாக்கம் எதிர்பார்த்த அளவைவிட அதிகமாயிருந்தது. பத்திரிகை அளவைப் பெரிதாகப் பண்ணலாம் என்று தோன்றியது. பண்ணினேன். சிறுபத்திரிகை போன்று பிளாக் அண்ட் ஒயிட்; ஆனால் அளவு மட்டும் பெரிதாகப் பண்ணினேன்.

ஒரு முறை சென்னை வந்தபோது உஸ்மான் ரோட்டில் 'லலிதா ஜுவல்லரி' கடை போர்ட் கண்ணில் பட்டது. சிறு நகை ஒன்று மைதிலிக்காக வாங்க வேண்டியிருந்தது. அப்போது முதல் பையன் சாரங்கன் பிறந்த சமயம். மைதிலிக்கு ஏதாவது பரிசு வாங்கிக் கொடுக்கலாம் என்று தோன்றியது. 'லலிதா ஜுவல்லரி'யில் சுகுமாரன் என்று ஒருவர் அங்கு இருப்பதாக முன்னால் யாரோ ஒருவர் என்னிடம் சொல்லியிருந்தார். அவருக்கு இலக்கியத்தில் அதிக ஆர்வம் உண்டு என்று அவர் சொன்னது என் நினைவுக்கு வந்தது. போய்ப் பார்த்தேன். அவர் சொன்னார்: 'நான் கட்டாயம் உதவி செய்கிறேன். அட்டையை மல்டி கலரில் போடுங்க. அட்டைக்கான செலவைக் கொடுத்து, பின்அட்டை விளம்பரம் போட்டுக்கொள்கிறேன்' என்றார். அது இதழுக்கு ஒரு கவர்ச்சியை ஏற்படுத்தியது. அதனால் ஸ்டாலில் கொண்டு போட முடிந்தது.

ஆரம்பத்தில் மேட்டர் கம்போஸ் செய்வதற்கு வெளியே வேறு வேறு இடங்களில் கொடுத்து கொஞ்சம் கஷ்டப்பட்டோம். மைதிலி சாப்ட்வேர் ப்ரோக்ராம் படித்திருக்கிறார்கள். எனவே வீட்டிலேயே ஆள் போட்டு ஆர்வத்தோடு செய்ய ஆரம்பித்தோம். எனவே பக்கங்களை டிசைன் செய்து அழகாகத் தர முடிந்தது. காலாண்டிதழ் என்பதால் வசதிப்படி வியாபாரத்திற்கு இடையில் பார்த்துக்கொண்டிருந்தேன். இலக்கியவாதிகளை மட்டும் பேட்டி காணவில்லை. ஓவியா என்கிற சமூகப் போராளியையும், முத்தம்மா என்கிற கூலித் தொழிலாளியையும் பேட்டி எடுத்துப்

போட்டோம். இதையெல்லாம் முந்தின சிறுபத்திரிகை மரபில் யாரும் செய்யமாட்டார்கள். பரந்துபட்ட அளவில் நாங்கள் செய்யச்செய்ய வாசகர்களுடைய பரப்பும் கூடியது. வியாபாரத்தில் பின்புலம் இருந்ததால் வினியோகம் ஓரளவுக்கு நன்றாகச் செய்ய முடிந்தது. ஆள் வசதி இருந்தது. உதவியாளர்கள் வைத்துக் கொள்ள முடிந்தது. துவக்கத்தில் கடை அலுவலகத்தையே பயன்படுத்தி பார்சல் போடுகின்ற வேலைகளையெல்லாம் பண்ணினேன். இப்படிப்பட்ட சந்தர்ப்பம் பத்திரிகையை வளர்த் தெடுத்தது.

அப்போது பதிப்பகம் ஆரம்பிக்கின்ற எண்ணம் கிடையாது. பத்திரிகை, பதிப்பகம் காம்பினேஷன், அதையும் திட்டமிட்டுச் செய்தேன் என்று சொல்ல முடியாது. பத்திரிகை ஆரம்பித்து ஓராண்டு கழிந்தபின்தான் பதிப்பகம் ஆரம்பித்தோம். ஆரம்பிக்க வேண்டிய சூழல் வந்தபோது, பத்திரிகை நஷ்டமாகலாம், புத்தகத்தை நஷ்டமில்லாது விற்கலாம் என்று நம்பிக்கை இருந்தது. புத்தகத்து லாபத்தைப் பத்திரிகையில் போட்டுச் சரிசெய்ய முடியும். தொடர்ந்து பணம் போடாமலே நடத்த முடியும் என்று தோன்றியது.

பதிப்பகம் ஆரம்பிக்க வேண்டிய சூழல் எதேச்சையாக உண்டானதுதான். எப்படி உருவானதென்றால், அதுவரைக்கும் அப்பாவின் புத்தகங்களை 'க்ரியா'தான் போட்டுக்கொண்டிருந் தார்கள். அப்பாவிற்கு ஒரு குறை இருந்தது. எப்போதுமே அப்பாவினுடைய ஒரு புத்தகம்தான் கிடைக்கும். மற்ற புத்த கங்கள் இருக்காது. மேலும் 'க்ரியா', அரசு லைப்ரரிக்குப் புத்தகம் கொடுக்கமாட்டார்கள். அப்பா என்னை 'க்ரியா' போய் ராம கிருஷ்ணனைப் பார்த்துப் பேசச் சொன்னார்கள், அவருடைய எல்லாப் புத்தகங்களையும் போடவேண்டும் என்று. ராம கிருஷ்ணன் அது சாத்தியமில்லை என்று கூறிவிட்டார்.

மதுரையிலிருந்து 'வர்ஷா' என்று பதிப்பகம் ஆரம்பித்தார்கள். அப்பா சரி என்று சொன்ன பிறகு அவருடைய புத்தகங்களைப் போடத் திட்டமிட்டார்கள். ஆனால் புத்தகம் போட முடியாமல் விட்டுவிட்டார்கள். அப்போது, எவரிடமாவது போடுவதற்குப் பதில் நாமே போடலாமென்று தோன்றியது. அப்பாவின் '107 கவிதைகள்', 'ஒரு புளியமரத்தின் கதை' இவற்றைத்தான் முதலில் போட்டோம். அந்தப் புத்தகங்கள் எல்லாம் அனுபவமின்மை என்று தெரியக்கூடிய அளவில் முன்னேபின்னே இருக்கும். அதன்பிறகு அப்பாவின் கட்டுரைகள். புத்தக உருவாக்கத்தில் அனுபவம் இல்லாததால் சி. மோகனிடம் உதவி கேட்டேன். சரியான எழுத்துருவைத் தேர்வு பண்ணுவது, புத்தக வடிவமைப்பு, *natural shade* மேப்லித்தோ பேப்பர் பயன்படுத்துவது . . . இதை யெல்லாம் சொன்னவர் சி. மோகன்.

பதிப்பகத்துறை மறுமலர்ச்சியின் முன்னோடி *காலச்சுவடு* என்று சொல்வது உண்மைதானா?

ஓரளவுக்கு உண்மையிருக்கலாம் என்று நினைக்கிறேன். 1998இல் 'அன்னை இட்ட தீ', 'குழந்தைகள் பெண்கள் ஆண்கள்' வெளியிட்ட நிகழ்வு பதிப்புத்துறைக்கு ஒரு திருப்புமுனையாக இருந்தது என்று தோன்றுகிறது. இதை விஜயா பதிப்பகம் வேலாயுதம் சந்திக்கும்போதெல்லாம் சொல்வார். அசோகமித்திரன், பிரபஞ்சன், சின்னக்குத்தூசி இன்னும் பலர் இதைப் பதிவு செய்திருக்கிறார்கள்.

லக்ஷ்மணன் (மணா) இங்கே வீட்டுக்கு வந்திருந்தபோது மேற்படி நூல்களைச் சென்னையில் வெளியிடலாமே என்று கூறினார். சரி என்று செய்தோம். நல்ல யோசனை சொல்லும் போது அதை உடனே அப்படியே எடுத்து செய்வோம். அதுதான் வளர்ச்சிக்குக் காரணமாய் இருந்தது என்று சொல்லலாம்.

சென்னையில் 'புக் பாயிண்ட்'டில் விழா நடந்தது. அதற்குப் பெரிய வரவேற்பு இருந்தது. ஹால் முழுக்க ஆர்வலர்கள் நிறைந்து கீழேயும் உட்கார்ந்து பார்த்தார்கள். தமிழ்நாட்டில் ஒரு இலக்கிய நிகழ்ச்சிக்கு இத்தனைக் கூட்டம் வந்தது அன்றைக்குத்தான். அதுவும் இயல்பாக வந்த கூட்டம். இன்று அரசியல் கூட்டங்கள் போல் ஆள் பிடித்துக் கூட்டம் கூட்டும் அவலம் இலக்கியத்துக்கும் வந்துவிட்டது. வந்தவர்கள் எல்லோருமே முக்கியமான பதிப் பாளர்கள், எழுத்தாளர்கள். அப்போது 100 ரூபாய்க்கு மேல் புத்தகங்கள் அதிகமும் போடமாட்டார்கள். நாங்கள் 300 ரூபாய்க்கு மேல் புத்தகம் போட்டோம். வந்தவர்கள் எல்லாருமே புத்தகம் விற்றதைப் பார்த்தார்கள். இரண்டு மணி நேரத்தில் 50,000 ரூபாய்க்கு விற்பனை நடந்தது. அதை எல்லாரும் பார்த்தது, அதுதான் பலருக்கும் உத்வேகத்தைக் கொடுத்திருக்கும் என்று நினைக்கிறேன். *தினமணி* ஆசிரியர் சம்பந்தம் வந்திருந்தார். அவருக்கு அந்த நிகழ்ச்சி வியப்பு ஏற்படுத்தியது. அவர் நான்கு புகைப்படம் போட்டு *தினமணி*யில் சிறப்பாக வெளியிட்டார். கட்சி மாநாட்டுக்குப் போடுகின்ற மாதிரி போட்டார்கள். இந்த மாதிரி பல விஷயங்கள் *காலச்சுவடு*க்குச் சாதகமாக அமைந்தன என்று நினைக்கிறேன். பதிப்புத்துறைக்கும் தூண்டுதலாக இருந் திருக்கலாம்.

வெளிநாட்டுப் பயண அனுபவங்கள் பற்றிச் சொல்லுங்கள் . . .

முதல் வெளிநாட்டுப் பயணம் என்றால் அது 2001இல் நானும் ரவிக்குமாரும் இலங்கைக்குப் போனோம். ஆரம்பமே நல்ல அனுபவமாக இருக்கவில்லை. அதற்குப் பத்து நாள் முன்னர்தான் இலங்கை விமான நிலையத்தில் விடுதலைப் புலிகள் தாக்குதல் நடத்தியிருந்தார்கள். அதாவது இலங்கைக்குப்

போவதற்கு டிக்கெட் எடுத்து, விமானம் ஏறுவதற்கு இடையே யான சமயத்தில் தாக்குதல் நடந்தது. திருவனந்தபுரத்தில் விமானம் ஏறும்போது கொஞ்சம் டென்ஷனாக இருந்தது. முதல் நாள் பயணிக்க அனுமதிக்கப்படவில்லை.

திருவனந்தபுரத்திலிருந்து கொழும்புக்கு இரண்டுவிதமாகப் போகிறார்கள். ஒன்று, சில வெளிநாடுகளுக்குச் செல்பவர்கள் கொழும்புவில் விமானம் மாற்றிச் சென்றால் பயணக் கட்டணம் குறையும். இன்னொன்று, வியாபாரம் செய்யப் போகிறவர்கள். குருவிகள் என்று சொல்வார்கள். சுற்றுப்பயணத்திற்குப் போகிறவர்கள் என்று கிட்டத்தட்ட அப்போது யாருமே கிடையாது. நாங்கள் இரண்டு பேரும்தான் போனோம். சந்தேகப்பட்டு முதல்நாள் ஆப்லோட் செய்துவிட்டார்கள். பலவிதமான கேள்விகள் எல்லாம் கேட்டார்கள். தமிழன் என்கின்ற அடையாளம் ஒரு பிரச்சனையாக மாறியது அன்றுதான். பிறகு மறுநாள் அனுமதி கொடுத்தார்கள். பயணத்தைத் தொடர்ந்தோம். கொழும்பில் ஆறு நாட்கள் இருந்தோம். பேராதனைப் பல்கலைக் கழகம் சென்றோம். கொழும்பு தமிழ்ச் சங்கக் கூட்டத்தில் கலந்துகொண்டோம். பயணம் உற்சாகமாக இருந்தது.

***காலச்சுவடு*க்காகப் போனீர்களா?**

‘*தமிழ் இனி 2000*’ மாநாட்டை ஒட்டிய தொடர்புகளால் தான் அந்தப் பயணம் சாத்தியப்பட்டது. குறிப்பிட்ட நோக்கம் எதுவுமில்லை. அடிப்படையாக அங்குள்ள மக்கள் தோற்றமோ, நிலப்பரப்போ, மரங்களோ, செடிகொடிகளோ எந்த வேறுபாடும் தெரியவில்லை. புவியியல் ரீதியாகப் பார்க்கும்போது பெரிய வேறுபாடு இல்லை. தமிழர்களோடுதான் இருந்தோம். அதனால் வெளிநாட்டுப் பயணமாவே தோன்றவில்லை.

அங்கு *காலச்சுவடு* வாசகர்கள் இருக்கிறார்களா? இங்கே இருக்கும் வாசகருக்கும் அங்கே உள்ள வாசகருக்கும் வேறுபாடு தெரிகிறதா?

2001இல் நாங்கள் போனோம். சொந்தச் செலவில்தான் போனோம். இலக்கிய நண்பர்களிடம் பணம் வாங்கி நான் எங்கேயும் பயணிப்பதில்லை. தமிழ்நாட்டு எழுத்தாளர்களின் வெளிநாட்டுப் பயணங்களில் சுரண்டல் தவிர்க்கமுடியாத பகுதியாக இருந்துகொண்டிருக்கிறது.

1995லிருந்து *காலச்சுவடு* இலங்கைக்குப் போகிறது. இங்கே பல சார்புகள் இருக்கும். இலங்கையில் கொஞ்சம் விலகியிருந்து பார்ப்பார்கள். தனிப்பட்ட விருப்பு வெறுப்புகள் அங்கே அதிகம் இருக்காது. இந்த அளவுக்கு உக்கிரமான கோபங்கள், சண்டைகள் அங்கே இருக்காது.

இங்கே பத்திரிகை வரும்முன்னரே வெறுப்பு உருவாகி விட்டது. வெளிவரும் என்கிற அறிவிப்பு வந்த உடனேயே, முதல் இதழ் வருவதற்கு முந்தியே, எதிர்ப்பு ஆரம்பித்துவிட்டது. காரணம் தெரியவில்லை. அப்போது அதிர்ச்சியாக இருந்தது. நாங்கள் எல்லோருமே இளைஞர்கள். புதிதாக வந்தவர்கள். பெரிதாக எதிரிகளோ, நண்பர்களோ கிடையாது.

அங்கே நட்புணர்வோடு இருந்தார்கள். புலிகள் பிரதேசத்திலேயே *காலச்சுவடு*க்கு வாசகர் கூட்டங்கள் நடந்திருக்கின்றன. அந்தப் பதிவுகள் 97, 98இல் *காலச்சுவடி*ல் வந்திருக்கின்றன. கருணாகரன் என்று ஒரு நண்பர் வாசகர் கூட்டம் நடத்தி அந்தப் பதிவுகளை அனுப்பி வைத்தார்.

அது முதல் பயணம். இரண்டாவது பயணம் அமெரிக்காவுக்கு. யு.எஸ். ஸ்டேட் டிபார்ட்மெண்ட் *International Visitor Program* நடத்தினார்கள். பல்வேறு பணிகளில் உள்ள இந்தியர்களைத் தேர்வு செய்து – இந்தியர்களை மட்டுமல்ல, உலக நாடுகளிலிருந்தும் ஒவ்வொரு ஆண்டும் தேர்வு செய்து – அமெரிக்காவிற்கு அழைத்துச் செல்வார்கள். அமெரிக்கச் சமூகம் பற்றிய பிரக்ஞையை உண்டு பண்ணுவது அதனுடைய நோக்கம். பத்திரிகையாளர்கள், அரசியல்வாதிகள், பஞ்சாயத்துத் தலைவர்களையெல்லாம் கூட்டிக்கொண்டு போவார்கள். இந்தியா, ஆப்கானிஸ்தான், இலங்கை, பாகிஸ்தான், ஆப்பிரிக்கா இங்கேயிருந்தெல்லாம் அழைத்துக்கொண்டு போவார்கள்.

*த ஹிண்டு*விலிருந்து பழனியப்பன், *டைம்ஸ் ஆப் இந்தியா*விலிருந்து நித்தா சோல்ஹெட்கர், நான், மூன்றுபேரும் போயிருந்தோம். அது விண்ணப்பித்து நடக்கிற விஷயமல்ல. *தினமணி*யில் என்னுடைய சில கட்டுரைகள் வந்திருந்தன. அதனடிப்படையில் என் பேரை முன்மொழிந்திருந்தார்கள் என்று, பின்னர் அவர்களுடைய தமிழ்ச் செய்தித் தொடர்பாளர் சொல்லித் தெரிந்து கொண்டேன். நல்ல தாக்கத்தைத் தந்த பயணம் அது.

மூன்று வாரம் அமெரிக்காவில் பயணித்தோம். நிறைய பத்திரிகை அலுவலகங்கள், வானொலி நிலையம், தொலைக்காட்சி நிலையம் போனோம். கல்வியாளர்கள், பேராசிரியர்கள், மாணவர்கள் என்று பார்த்தோம். இருபத்தோரு நாள் நடந்தது. ஈஸ்ட் கோஸ்டில் லாஸ் ஏன்ஜல்ஸ், வெஸ்ட் கோஸ்டில் நியூயார்க், வாஷிங்டன் என்று பல பகுதிகளில் சந்திப்புகள் நடத்தப்பட்டன. நிறைய பயணம் செய்தோம்.

எந்த வருடம்?

*2002*இல். என்னுடைய சகோதரிகள் அங்கே இருந்தார்கள். இந்த வாய்ப்பைப் பயன்படுத்திக் குடும்பத்தோடும் சில நாட்கள்

இருந்தேன். கனடா போயிருந்தேன். லண்டனில் போய் நண்பர்களைச் சந்தித்தேன். ஜெர்மனி போனேன், பிரான்ஸ் போனேன். இரண்டு மாத காலம் சுற்றுப்பயணம் மேற்கொண்டேன். பல நாடுகளைப் பார்க்க முடிந்தது நல்ல அனுபவமாக இருந்தது. குறுகிய காலகட்டத்தில் ரொம்ப நெருக்கமாகப் பழகிய நண்பர்களான கலைச்செல்வன், சி. புஸ்பராஜா இரண்டு பேருமே இப்போது இறந்துபோய்விட்டார்கள்.

அதன்பின் மலேசியா. சை. பீர்முகம்மது அழைப்பினால் *காலச்சுவடு* மற்றும் பல நவீன பதிப்பகங்களின் புத்தகங்களை எடுத்துக்கொண்டு மலேசியாவுக்குப் போனேன். மலேசியாவில் மதம், மரபிலக்கியம் சார்ந்த புத்தகங்கள்தான் விற்பனையாகின்றன. நவீன இலக்கியம் பற்றிப் போதுமான அளவுக்கு விழிப்புணர்வு இல்லை என்று சொன்னார்கள். நீங்கள் புத்தகம் கொண்டுவந்தால் அதை ஏற்படுத்தலாம் என்றார்கள். அப்போது மலேசியா போகிற வழியில் இலங்கைக்கும் புத்தகங்கள் கொண்டு போனேன். சிங்கப்பூருக்கும் புத்தகங்கள் கொண்டுபோக முயற்சி பண்ணினேன். ஆனால் அப்போது அது கைகூடவில்லை.

காலச்சுவடு புத்தகங்கள் மட்டுமல்லாமல், விடியல், தமிழினி, உயிர்மை, கவிதா, கலைஞன் என்று பல பதிப்பகங்களின் நூல்களையும் எடுத்துக்கொண்டு போனேன். எல்லா எழுத்தாளர்களுடைய, எல்லா நவீன பதிப்பகங்களுடைய புத்தகங்களையும் தேர்வு பண்ணினோம். சுமார் 150 தலைப்புகள். நானும் பீர்முகம்மதுவும் மலேசியாவில் நாலைந்து இடங்களில் கண்காட்சி நடத்தினோம். அங்கு நவீன இலக்கியம் பரவலாக அறியப்பட இதுவும் ஒரு காரணமாக இருக்கும் என்று நினைக்கிறேன். இணையமும் ஒரு முக்கியக் காரணி.

அங்குள்ள பல வாசகர்கள் அதுவரை இந்தப் புத்தகங்களைப் பார்த்ததில்லை. அவர்கள் எதிர்பார்த்து வந்தது மு.வ., நா. பார்த்தசாரதி, அகிலன் மாதிரி புத்தகங்கள். அந்த மாதிரியான புத்தகங்களை நாங்கள் கொண்டுபோகவில்லை. அவர்கள் பார்க்காத புத்தகங்களைக் கொண்டுபோனோம். இது அவர்களுக்கு வியப்பாகவும் அதிர்ச்சியாகவும் இருந்தது. இருந்தாலும் ஆர்வத்தில் வந்து வாங்கிச் சென்றார்கள்.

சிங்கப்பூரில் எனக்குப் பல நண்பர்கள் உண்டு. கூப்பிட்டிருந்தார்கள். அங்கே சின்னச்சின்னக் கூட்டங்கள் நடந்தன. கூட்டம் என்றுகூடச் சொல்ல முடியாது. உரையாடல்களில் பங்கெடுத்துக்கொண்டேன்.

இத்தகைய முயற்சிகளினுடைய விளைவு 'தமிழ் இனி' மாநாட்டை 2007இல் மலேசியாவில் நடத்தப்போகிறார்கள்.

இலங்கைக்குப் பலமுறை போயிருக்கிறேன். 2001இல் போனேன். மீண்டும் ஒருமுறை புத்தக விற்பனைக்காகக் கொழும்பு போய்வந்தேன். இடையில் சமாதானச் சூழலையொட்டி யாழ்ப்பாணம் மற்றும் கிழக்குப் பகுதிக்குப் போக வாய்ப்பும் வந்தது. கிழக்கில் போய்த் தங்கிக் கூட்டங்களில் கலந்து கொண்டேன். நண்பர்களுடன் வேனிலேயே யாழ்ப்பாணம் போய்வந்தோம். இப்போது ரோடு அடைபட்டுப்போய்விட்டது.

அப்போது ரோட்டின் இருபுறமும் கண்ணி வெடிகளை அகற்றிக்கொண்டிருந்தார்கள். அதைப் பார்த்துக்கொண்டேதான் போனோம். நானூறு கிலோ மீட்டர் இருக்கும். பதினைந்து மணிநேரப் பயணம். புலிகள் பிராந்தியம் குறுக்கே வரும். இலங்கை கஸ்டம்ஸ் இருக்கும். பின்னர் புலிகளுடையது இருக்கும். இரண்டு எல்லைகளைக் கடந்துதான் யாழ்ப்பாணம் போகமுடியும். புலிகள் பஸ் சர்வீஸ், நீதிமன்றம், போலீஸ் எல்லாம் உருவாக்கி நல்ல நிர்வாகமாக நடத்திக்கொண் டிருந்தார்கள். இரண்டு நாள்தான் இருக்க முடிந்தது. முதலில் கொழும்பிலிருந்து யாழ்ப்பாணத்திற்கு விமானத்தில் போக நினைத்திருந்தோம். விமான சேவையை கேன்சல் பண்ணி விட்டார்கள். அதனால் யாழ்ப்பணத்தில் அதிக நாள் இருக்க முடியவில்லை. அதிகம் பார்க்க முடியவில்லை. திரும்ப எப்போது வாய்ப்புக் கிடைக்கும் என்று தெரியவில்லை. யாழ்ப்பாணம் பல்கலைக்கழகத்திலேயும் வெளியிலேயும் சில சந்திப்புகள் நடந்தன. முக்கியமாக ஏ.ஜே. கனகரட்னாவைச் சந்தித்தேன்.

மனதை நெகிழ வைத்த நிகழ்ச்சி?

இதுபோன்ற கேள்விகள் மனதை மிகவும் இறுகவைத்து விடுகின்றன.

பத்திரிகைத் துறையைக் கடந்த ஆர்வம்?

பத்திரிகைத் துறையைக் கடந்த ஆர்வம் என்றால் அது, வாசிப்புதான். ஆர்வம் உள்ள எல்லாமே வாசிப்பேன். இலக்கிய வாசிப்பு ஓரளவுக்குத்தான். வேறு துறைகள் சார்ந்த வாசிப்பு அதிகமாக இருக்கும். பயணம் செய்வதில் ரொம்ப ஆர்வம். நண்பர்களைச் சந்திக்கிறதில் ஆர்வம் மிகவும் அதிகம்.

திரைப்படம், ஓவியம்?

தமிழ்த் திரைப்படங்களைத் தியேட்டரில் சென்று பார்த்து ரொம்ப வருடங்கள் ஆயிற்று. அபூர்வமாகத்தான் போவேன். வாய்ப்புக் கிடைக்கும்போது ஹாலிவுட் படங்கள் பார்ப்பேன். ஓவியங்களை நேரில் பார்க்கும் வாய்ப்பு அமெரிக்க, ஐரோப்பியப் பயணத்தில்தான் ஏற்பட்டது. போன எல்லா இடங்களிலும்

ஓவியக் கலைக்கூடங்களுக்குத் தவறாமல் போனேன். சிகாகோவில் போனேன்; லண்டனில், பாரீசில் போனேன். அது ரொம்பப் பெரிய அனுபவமாக இருந்தது.

வீட்டில் அப்பா லைப்ரரியில் ஓவியப் புத்தகங்கள் உண்டு. அதன் மூலம் ஓரளவு மேலோட்டமான பரிச்சயம் இருந்தது. பெரிய ஓவியக் கண்காட்சிக் கூடங்களில் எல்லாவற்றையும் ஒரு நாளில் பார்க்க முடியாது என்பதால் குறிப்பிட்ட கால கட்டத்தைத் தேர்வுசெய்து பார்க்க வேண்டும் என்று நான்கைந்து கலைக்கூடங்களுக்குப் போய்ப் பார்த்தேன். அது ஒரு பெரிய அனுபவம்தான். தொழில்நுட்பம் எவ்வளவு முன்னேறி இருந்தாலும் அச்சில் பார்ப்பதற்கும், மூலத்தில் பார்ப்பதற்கும் சம்பந்தமே கிடையாது. மூலத்தின் ஆழம் முற்றிலும் வேறுபட்டது. பிரிண்ட்டை வைத்துக்கொண்டு கலைவிமர்சனம் செய்வது மேலோட்டமானது.

மகிழ்ச்சியான விஷயம் என்னவென்றால், சிகாகோவில் சின்னக் குழந்தைகளை ஓவியக்கூடங்களுக்குக் கூட்டி வந்து, ஓவியங்கள் முன்னால் உட்கார வைத்துப் பார்க்க வைப்பது – கற்றுத் தருவது. ஒவ்வொன்றையும் எப்படிப் பார்க்க வேண்டும், என்னென்ன பொருள் அதில் இருக்கிறது என்றெல்லாம் சிறப்பாகவும் ஆழமாகவும் சொல்லிக் கொடுத்தார்கள். நானும் உட்கார்ந்து கேட்டுக்கொண்டிருந்தேன். சில அடிப்படையான விஷயங்களைத் தெரிந்துகொள்ள முடிந்தது.

அடுத்த தளத்துக்கு எப்போது? அடுத்து என்ன? இணையதளமா?

ஏற்கனவே ‘உலகத்தமிழ்.காம்’ என்று மூன்று வருஷம் இணையப் பத்திரிகை நடத்தினோம். அது நல்ல அனுபவமாக இருந்தது. ஸ்ரீராம் சிட்ஸ் ஆதரவில் நடத்தினோம். ஒப்பந்தம் இப்போது முடிந்துவிட்டது. இப்போது ஆர்.எம்.கே.வி. நிறுவனத்திற்காகத் ‘தோழி.காம்’ நடத்துகிறோம். பல புதிய விஷயங்களைக் கற்றுக் கொடுக்கிற அனுபவங்கள் இவை. ‘உலகத்தமிழ்’க்குப் பிறகு சென்னையில் காலச்சுவடு அலுவலகத்தைத் திறந்தேன். தமிழில் இணையதளத்தின் சாத்தியங்களை முழுமையாகப் பயன்படுத்தவில்லை என்பதுதான் என்னுடைய அபிப்ராயம். பெரும்பாலும் எழுத்துதான் வந்துகொண்டிருக்கிறது. இணையம் என்பது வெறும் ‘டெக்ஸ்ட்’டுக்கான மீடியம் அல்ல.

வீடியோ, குரல் போன்ற பல்வேறு விஷயங்கள் சேர்ந்து பத்திரிகை சொல்லாத விஷயத்தையும், சாத்தியப்படாத விஷயத்தையும் கொண்டுவருகிற மீடியம் அது. அதிகப் பண வசதி, அதிக மூலதனம் இருந்தால் அதற்கான சாத்தியங்கள் நிறைய இருக்கின்றன.

அடுத்த இலக்கு?

திட்டங்கள் நிறைய இருக்கின்றன. அடுத்து என்ன வாய்ப்பு வருகிறது என்று பார்க்கலாம். வாய்ப்பைப் பொறுத்துதான் செயல்பாடுகள். கூட்டங்கள் நடத்துவது மிகவும் பிடித்த விஷயம். நிறைய கூட்டங்கள் நடத்திக்கொண்டிருக்கிறேன்.

அற்றைத் திங்கள் ஆரம்பித்தது?

கடந்த ஆண்டு ஆரம்பித்ததுதான். தொடர் கூட்டம் ஒன்று நடத்தலாம் என்று கிருஷ்ணா ஸ்வீட்ஸ்லிருந்து ஒரு யோசனை யாகக் கேட்டார்கள். 2004 டிசம்பரில் கோயம்புத்தூரில் எட்டுப் புத்தகங்களை வெளியிட்டோம். அப்பாவும் அதற்கு வந்திருந் தார்கள். அதையொட்டி இப்படிப் பண்ணலாமென்று கேட் டார்கள். அந்த 'கான்செப்ட்' அடிப்படையில் 'நாஸ்டால்ஜியா' தொடர்பானது. மூத்த எழுத்தாளர் அவர் நடந்துவந்த பாதையைத் திரும்பிப் பார்க்கிறது என்று. 'அற்றைத் திங்கள்' என்று தலைப்பு சொன்னோம். கி.ரா. வந்து ஆரம்பித்து வைத்தார். 2005 ஏப்ரலில் முதல் கூட்டம் நடத்தினோம். பெரிய வெற்றி என்றுதான் சொல்ல வேண்டும். இருபது கூட்டங்கள் நடந்திருக்கின்றன. பல ஊர்களிலிருந்து இதுபோல நடத்தக் கோரிக்கைகள் வந்துள்ளன.

கிட்டத்தட்ட ஹால் நிறைந்துவிடும். பாரதி வித்யா பவன் பள்ளியினுடைய மாடி. அருமையான அரங்கம். ஜெயகாந்தன் கூட்டத்தில் அரங்கு நிறைந்து வராந்தாவில் வெளியிலும் இருந்தார்கள். ஜெயகாந்தன், கி.ரா. போன்ற பிரபல எழுத்தாளர் களும் வந்திருக்கிறார்கள், பிரபலமாகாத முக்கியமானவர்களையும் கூட்டிப் போயிருக்கிறோம். இடதுசாரி, திராவிடப் பார்வை என்று எல்லாப் பார்வை உள்ளவர்களையும் பேச வைத்திருக் கிறோம். அம்பை, வசந்திதேவி பேசியிருக்கிறார்கள். எழுத் தாளர்கள், கல்வியாளர்கள் எல்லோரையும் அழைத்திருக்கிறோம். சென்னையிலும் இதுமாதிரி தொடங்கலாம் என்று நினைக்கிறோம்.

கூட்டம், பயிலரங்கு, செமினார் எல்லாம் வருடத்திற்கு நான்கு, ஐந்தாவது நடத்துவோம். இரண்டு, மூன்று நாள் குறிப்பிட்ட பொருள் பற்றிக் கவிதைப் பட்டறை, பயிலரங்கு என்று சிறிய சந்திப்புகள். பெரிய கூட்டங்கள் 'அற்றைத் திங்கள்' மாதிரி. இரண்டு விதமாவும் தொடர்ந்து நடத்துகிறோம். புத்தக வெளியீடு என்னும் வடிவம் மிகவும் நைந்துபோய்விட்டது. அதைப் புதுப்பிக்க வேண்டும்.

துன்பப்படும் மக்கள் பற்றிய அக்கறைக்குக் *காலச்சுவடில்* இடம் உண்டா?

துன்பப்படும் மக்கள் என்றால்? துன்பப்படாத மக்கள் யாராவது இருக்கிறார்களா?

பத்திரிகை வாசிக்காத மக்கள் இருக்கிறார்களே?

சமூகக் கடமை, தீர்வு இந்த மாதிரி விஷயங்களில் எனக்கு நேரடியான கவனம் இல்லை. எனது கவனம் வாசகர்கள் பற்றித்தான். ஆனால் எல்லாப் பிரச்சனைகள் பற்றிய அக்கறையும் *காலச்சுவடி*ல் பிரதிபலிக்கப்படுகின்றன. மக்கள் நேரடியாகப் பயனடைவார்களா என்று தெரியவில்லை. மொத்தச் சமூகத்தினுடைய எல்லா விஷயங்களைப் பற்றிய மாற்றுப் பார்வைகளையும் கருத்துகளையும் தருகிறோம். தாக்கம் இருக்கும் என்று தெரிகிறது. மக்களுக்கு எப்படிப் பயன்படும் என்று சொல்லத் தெரியவில்லை. பயன்படலாம், பயன்படாமலும் இருக்கலாம். தீவிர வாசகர்கள் மத்தியில் புதிய கருத்துகள், அனுபவங்கள் போய்ச் சேருகின்றன. பலதரப்பட்ட வாசகர்கள் விழிப்புணர்வு கொண்டிருக்கிறார்கள்.

மறைமுகத் தாக்கம் இன்னொரு மட்டத்தில் இருக்கிறது. பல உயர் அதிகாரிகள், அரசியல்வாதிகள் தொடர்ந்து படிக்கிறார்கள். இதன் பாதிப்பு என்னவென்று கணிப்பது, அளவிடுவது கஷ்டம் என்று நினைக்கிறேன். குறிப்பிட்ட நேரடித் தாக்கம் என்றால் வாசிப்பவர்களை இன்னும் நுண்ணுணர்வுள்ளவர்களாக்குவது. ஒரு கலெக்டரை, போலீஸை, அரசியல்வாதியை நுண்ணுணர்வுள்ளவராக ஆக்க முடியலாம். அதனுடைய தாக்கங்கள் பரவலாக இருக்கும் என்று நம்ப வேண்டியதுதான்.

காலச்சுவடு வந்த பிறகு வெகுஜனப் பத்திரிகைளில் சில மாற்றங்கள் ஏற்பட்டிருக்கின்றன. சினிமா உலகில் பலர் படிக்கிறார்கள். அவர்களுக்குக் *காலச்சுவடு* வாசிப்பதன் மூலமாக யதார்த்தமாக ஒரு சீன் காட்டவேண்டுமென்று தோன்றலாம். சிலவற்றை அளக்க முடியும்; சிலவற்றை அளக்க முடியாது. ஆனால் பலதரப்பட்ட பாதிப்பு இருக்கிறது என்றுதான் நினைக்கிறேன். விரும்புகிறவர்கள், விரும்பாதவர்கள் இடையே *காலச்சுவடு*க்கான முக்கியத்துவம் இருக்கிறது. படிக்கிறார்கள், திட்டுகிறார்கள். வாசகர்கள் மட்டுமல்லாமல் பொதுக்கூட்டங்களில் பத்திரிகை குறித்த விமர்சனங்கள் வருகின்றன; தாக்கப்படுகிறது; பெரிய அரசியல் கட்சிகள் எல்லாம் கண்டிக்கின்றன, கோபப்படுகின்றன, மிரட்டுகின்றன. அது தாக்கத்தைத்தானே காட்டுகிறது.

பிரச்சனைகளை எப்படி எதிர்கொள்கிறீர்கள்?

எதிர்ப்பு என்றைக்குமே இருந்துகொண்டேதான் இருக்கும். அதிகமாகிக்கொண்டேதான் இருக்கும். பத்திரிகை தொடங்கியதி

லிருந்து போராட்ட அடிப்படையில்தான் தொடர்ந்து செயல் பட்டுக்கொண்டிருக்கிறோம். எதிர்ப்பில்லாமல் நிம்மதியாக இந்தப் பத்து ஆண்டுகளில் இல்லவே இல்லை. வியாபார ரீதியில் தாக்கம், விளம்பரம் தடைப்படுவது, கூட்டங்களில் பேசுவது, வதந்தி பரப்புவது, அவதூறு செய்வது. இப்படிப் பல எதிர்ப்புகள், பிரச்சனைகள் தொடர்ந்து இருக்கின்றன. மனநெருக்கடி, போராட்டம் பத்து ஆண்டுகளிலும் இது இல்லாமல் இல்லை. தமிழ்நாட்டிலும் இருக்கிறது. உலகம் பூராவும் இலங்கை, சிங்கப்பூர், மலேசியா, கனடா, ஐரோப்பா எல்லா இடங்களிலும் இருக்கிறது. உலகளவில் எதிர்ப்பு இருப்பதால்தான் ‘உலகத்தமிழ் இதழ்’ என்று சொல்கிறோம்!

நட்பு . . . ?

நட்பு என்பது எனக்கு மிகவும் முக்கியமான விஷயம். உறவுகளைவிட நட்புதான் சின்ன வயதிலிருந்தே முக்கியமாக இருந்திருக்கிறது. நண்பர்கள் உலகம் பூராவும் இருக்கிறார்கள். அடிக்கடி சந்திக்காத உறவுகள்கூட ஆழமான உறவுகள்தான். உதாரணமாக, கலைச்செல்வனுடைய இழப்பு ஆழமாகப் பாதித்தது. அவருடன் மூன்று நாள்தான் இருந்தேன். ஆனால் நட்பும் புரிதலும் ஆழமானது. ஒரு கடிதம், ஈமெயில்கூட நாங்கள் பரிமாறிக்கொண்டது கிடையாது. அவருக்கும் அப்படித்தான் இருந்திருக்கும் என்று நினைக்கிறேன். ப்ரஸன்னா ராமசாமியிடம் அதைச் சொல்லியிருக்கிறார். அந்த ஆழத்தை என்னால் உணர முடிந்தது.

விமர்சனங்களை எப்படி எதிர்கொள்கிறீர்கள்? வருத்தம் எதுவும் இல்லையா?

ஒவ்வொரு கட்டத்தில் ஒவ்வொரு மாதிரி இருந்தது. ஆரம்பத்தில் இரவு தூங்காமல் இருந்து கஷ்டப்பட்டிருக்கிறேன். சிறுவட்டத்தில் பொது வாழ்க்கைக்கு வந்து கடுமையான விமர்சனத்தை எதிர்கொள்வது முதலில் கஷ்டமாக இருந்தது. நான் கூச்ச சுபாவம். யாரிடமும் அதிகம் பேசமாட்டேன். குறிப்பிட்ட நண்பர்களை மட்டும் வைத்துக்கொள்வேன். ஒரு காலகட்டத்தில் மாறிவிட்டேன் என்று நினைக்கிறேன். ‘தமிழ் இனி’யை அடுத்துப் பல தொடர்புகள் ஏற்பட்டதும் என்னுடைய ஆளுமையில் மாற்றம் ஏற்பட்டது என்று நினைக்கிறேன். முன்பு கடுமையான விமர்சனங்களைப் படித்த பிறகு கோபப்பட்டுக் கடுமையான வார்த்தைகளில் பதில் எழுதியிருக்கிறேன். பிறகு எதற்குமே பதில் எழுதவில்லை. பதில் எழுதுவதால் எந்தப் பயனும் இல்லை என்று தோன்றியது. எனக்கு நேரமும் இல்லை. ‘தமிழ் இனி’க்குப் பிறகு கிட்டத்தட்ட 500 அல்லது 1000

கட்டுரைகள் பலவிதமாகத் தாக்கி அவதூறு செய்து வந்து கொண்டிருந்தன. எல்லாவற்றிற்கும் பதிலெழுத முடியாது. பதில் எழுதவும் கூடாது என்று முடிவு செய்தேன். அது முழுநேர வேலை. அதிலேயே இருந்தால் பிறகு செயல்பாடுகள் நின்றுபோய்விடும். *காலச்சுவடு* வாசக வட்டம் விரிந்துவிட்டது. 6700 பிரதிகள் அச்சிடுகிறோம். ஒரு இதழை 5 பேர் படிக் கிறார்கள் என்று வைத்துக்கொண்டால்கூட 30, 35 ஆயிரம் வாசகர்களுக்குப் போய்ச் சேரும். சிறுபத்திரிகையில் எங்களைத் தாக்கி எழுதுவதுபற்றிக் *காலச்சுவடில்* பதில் எழுதினால் அதைப் புரியக்கூடியவர்கள் 500 பேர் இருப்பார்கள். 500 பேருக்காக எழுதுவது எனக்கும்கூட சரியாகப் படவில்லை. அதை முழுமையாக விட்டுவிட்டேன்.

நண்பர்கள் பலம், வாசகர்கள் பலம், ஆதரவு இருக்கிறது. இதில் நம்பிக்கை இருக்கிறது. விமர்சனங்கள் தொடர்ந்து வந்துகொண்டிருக்கின்றன. விமர்சனத்துக்காக நான் கோபப் பட்டதே கிடையாது. எந்த நேர்மையான விமர்சனம் வந்தாலும் உடனே என்னை மாற்றிக்கொள்கிறேன். எனக்குக் கோபம் ஏற்படுத்துகிற விஷயம் பொய்களைப் பரப்புவதுதான். விமர்சனத் துக்காக இதுவரை யாருடைய தொடர்பையும் உறவையும் மோசமாக்கிக்கொண்டதோ, முறித்துக்கொண்டதோ கிடையாது. திட்டம்போட்டு அவதூறு செய்தால், அந்த உறவைத் தொடர விரும்புவதில்லை. எழுதுவது, தொடர்ந்து செயல்படுவது, இன்னும் ஆழமாக, வேகமாகச் செயல்படுவது. அதுதான் என்னுடைய எதிர்வினை. எதிர்ப்பைக் *காலச்சுவடின்* வளர்ச்சிக்கான உரமாக மாற்றிவிட வேண்டும்.

இலக்கிய அரசியல். இதைப் பற்றிய உங்கள் கருத்து . . . ?

அரசியல் இல்லாமல் எந்தத் துறையும் இருக்கும் என்று தோன்றவில்லை. இலக்கிய அரசியல் என்று மட்டும் சொல்ல வேண்டியதில்லை. அரசு அலுவலகம், பள்ளி எங்கு போனாலும் அரசியல் இருக்கும். குழு மனப்பான்மை என்று நான் பேசவே மாட்டேன். தொடர்ந்து எல்லோரும் சொல்வது, இலக்கியம் வளர்ச்சி பெறாததற்குக் குழுதான் காரணம் என்று. எனக்கு அதில் உடன்பாடு கிடையாது. அதற்காகக் குழுச்சண்டையை ஏற்றுக்கொள்கிறேன், வரவேற்கிறேன் என்று சொல்லவில்லை. குழுச் செயல்பாடில்லாமல் பத்திரிகைகள் நடக்காது. இலக்கியச் செயல்பாடுகள் இருக்காது.

இயக்கம் ஒன்று, கட்சி சார்ந்தது. உதாரணமாக, தமுஎச – சிபிஎம் சார்ந்தது. இதற்கு அப்பாற்பட்டுக் கூட்டுச் செயல்பாடு என்றால் குழுதான். பணம் கொடுத்து, ஆள்வைத்து, சம்பளம்

கொடுத்து எல்லோரும் இயங்க முடியாது. குழு அடிப்படையில் இருந்தால் நல்ல செயல்பாடுகள் இருக்கும். அது ஆக்கபூர்வமான விஷயம்தான்.

குழு என்பது புதிதாக இன்றைக்கு உருவாகி நடத்துவது இல்லை. *மணிக்கொடியைக்* குழுதான் நடத்தியது. *கசடதபறவை* ஒரு குழுதான் நடத்தியது. குழு என்பதை ஒரு கெட்டவார்த்தை மாதிரி உருவாக்கியது இடதுசாரிகள் செய்த இலக்கியத்துக்கு எதிரான சதித்திட்டம். அவர்கள் குழுக்களுக்கு அப்பாற் பட்டவர்கள் இல்லை. அமைப்பில் இருப்பதனால் வெளியே தெரியவில்லை. மேலிடத்துக்கு அடங்கிப்போய்விடுகிறார்கள்.

அடக்குவதற்கோ, அடங்கிப்போவதற்கோ இலக்கியக் குழுக்களில் அதிகார அமைப்பில்லை. கருத்தை முழுமையாக வெளிப்படுத்துவதற்கான ஜனநாயகச் சூழல் இருப்பதனால் எழுதுகிறார்கள், வெளிப்படுத்துகிறார்கள். ஒரு கட்டுக்கடங்காத சூழல். காலப்போக்கில் சுயக்கட்டுப்பாடு உருவாகும். இலக்கியத் துக்கான அங்கீகாரம் கிடைக்கும்போது, கோபதாபங்கள் குறைந்து சுயக்கட்டுப்பாடு உருவாகும். இன்று வாசிப்புத் தளம் விரி வடையும்போது கோபதாபங்கள் குறைந்து சுயக்கட்டுப்பாடு உருவாகிக்கொண்டிருக்கிறது என்றுதான் நினைக்கிறேன்.

சில கருத்து வேறுபாடுகள் தனிநபர் அவதூறுகளாக வெளிப்பட்டிருக்கின்றன. இது தவிர்க்க வேண்டிய விஷயம்தான். ஆனால் குழுச்செயல்பாட்டை வேண்டாம் என்று சொல்வது, இலக்கியத்தை அழிப்பதற்கான விஷயம். இன்றைக்குச் செயல் படும் பல பதிப்பகங்கள், பத்திரிகைகள் குழுக்களுடைய வெளிப்பாடாகத்தான் இருக்கின்றன. குழு என்பது ஆர்வத் திற்காக, நோக்கத்திற்காகப் பொருளாதார லாபத்தை எதிர் பார்க்காமல் பணியாற்றக்கூடிய, செயல்படுகிற நண்பர்கள் வட்டம். இலக்கியத்தில் குழுக்களை ஒரு கெட்ட வார்த்தைபோலப் பயன்படுத்துவது தவறு. யோசிக்காமல் பயன்படுத்துகிறார்கள். குழு வேண்டாம் என்றால் *மணிக்கொடியிலிருந்து* எல்லாமே இல்லாமல்போகும்.

அவதூறு பரப்புவதால் வாசகர்களுக்கு மனரீதியான உளைச்சல் ஏற்படுகிறதே?

மனரீதியாக இந்த மாதிரி விஷயங்கள் உளைச்சல் ஏற் படுத்துவது உண்மைதான். அவதூறு பரப்புவது இலக்கியத்துக்கே உண்டான விஷயம் அல்ல. ரோட்டரி சங்கம் போன்ற மேட்டுக் குடி கிளப்களில்கூட நடக்கிறது. தேர்தல் சமயங்களில் மொட்டைக் கடிதம் எழுதி எத்தனையோ அவதூறுகளைப் பரப்புகிறார்கள். அடிப்படையாகச் சமூகத்தில் உள்ள மனிதனின் செயல்பாடு

என்றுதான் இதைப் பார்க்க வேண்டும். இலக்கியம் என்று வருகிறவர்கள் அதிகம் உணர்ச்சிவசப்படக் கூடியவர்கள். அவதூறு தேவையில்லை, வேண்டாம் என்று வாசகர்கள் உரக்கத் தங்களுடைய கருத்தை முன்வைக்க வேண்டும். அதுதான் ஜனநாயக ரீதியான கட்டுப்பாடாக இருக்கும் என்று நினைக்கிறேன். வாசகர்கள் தங்கள் அபிப்பிராயங்களை உரக்கச் சொல்ல வேண்டும். மேலிருந்து உத்தரவு போட்டுச் செய்வதுபோல் இதைச் செய்ய முடியாது.

‘வன்முறை வாழ்க்கை’, ‘பதிவுகள் அழியும் காலம்’ கட்டுரைத் தொகுப்புகளுக்கான வரவேற்பு எப்படி இருந்தது? இது குறித்த உங்கள் எண்ணவோட்டம், ஆதங்கம்?

என்னுடைய கட்டுரைத் தொகுதிகளுக்குப் பெரிய வரவேற்பு இல்லை. அவற்றை முன்னிறுத்த நானும் எந்த முயற்சியும் மேற்கொள்வதில்லை. பதிப்பாளர், இதழ் ஆசிரியர், ஒருங்கிணைப் பாளர் என்பதுதான் என்னுடைய முதன்மையான அடை யாளங்கள். எழுத்தாளர் என்னும் பிம்பத்தை நான் விரும்ப வில்லை. என்னுடைய பதிப்பகம் மற்றும் இதழியல் செயல் பாடுகள் சார்ந்து பிற எழுத்தாளர்களை நான் முன்னிலைப்படுத்த வேண்டும்.

சில விஷயங்கள் பற்றி நான் தீவிரமாக உணரும்போது அவற்றைப் பதிவு செய்கிறேன். பிரசுரமாகும்போது அவை உரிய கவனம் பெறுகின்றன. ஊடகங்கள் பற்றிய விமர்சனப் பார்வையை முன்வைப்பது இப்போது என்னுடைய முதல் அக்கறையாக இருக்கிறது.

***காலச்சுவடு* கண்ணன் & சர்ச்சை. இதென்ன விளம்பரத்திற் காகவா? இல்லையெனில் வேறு என்ன காரணம்?**

என்னைச் சுற்றிச் சர்ச்சைகளை உருவாக்க நான் எந்த முயற்சியும் செய்வதில்லை. அதுக்காகப் பலர் கிட்டத்தட்ட தங்கள் வாழ்க்கையையே அர்ப்பணித்திருக்கிறார்கள். தங்கள் செயல்பாடுகள் சார்ந்து தங்களுக்கான எந்த அடையாளத்தை யும் உருவாக்கிக்கொள்ளத் திராணி இல்லாதவர்களுக்குக் *காலச்சுவடு* எதிர்ப்பு கைகொடுக்கிறது.

ஆரம்பத்தில் இத்தகைய ஒரு எதிர்ப்பு அரசியல் பலருடைய ஆதரவையும் பெற்றுத்தரும். உற்சாகம் கொடுக்கும். காலப்போக்கில் இது சுய வெறுப்பாகவும் பிற வெறுப்பாகவும் மாறும். இத்தகைய இருமுனை வெறுப்பு மனப்பிறழ்வை ஏற்படுத்திவிடும் சாத்தியங்கள் கொண்டது.

முதலீடில்லாமல் அல்லது குறைந்த முதலீட்டில் அதிகம் ஈட்டுவதற்கு, முன்பு அரசியல் சிறந்த வழியாக இருந்தது. அதுவும் இப்போது அதிக முதலீட்டை வேண்டும் தொழிலாகி விட்டது. இலக்கியத் தளத்தில் ஈட்ட சிறந்த வழி *காலச்சுவடு* எதிர்ப்பு என்பது பல முறை நிரூபிக்கப்பட்டுவிட்டது.

என்னுடைய செயல்பாடுகளின் தகுதிக்கு மிக அதிகமான எதிர்மறையான முக்கியத்துவம் எனக்குத் தரப்படுகிறது. பாரதி, புதுமைப்பித்தன் எப்போது தூங்குவார்கள் என்று உங்களுக்குத் தெரியுமா? என்னுடைய தூங்கும் பழக்கம் அச்சில் வந்திருக் கிறது! என்னைப் பற்றிய வதந்திகளைக் கேள்விப்படும்போது, நான் கண்ணனா அல்லது ஸ்ரீகண்ணனா என்று சந்தேகம் ஏற்படுகிறது!

'நான்காவது தூண்' (2006) நூலில்
இடம்பெற்ற நேர்காணல்.
நேர்கண்டவர்: கவிஞர் மதுமிதா

www.ingramcontent.com/pod-product-compliance
Lightning Source LLC
LaVergne TN
LVHW102037051026
849518LV00014B/2005